મુંબઈની છત્ર છાયામાં

મૂળ તેલુગુ લૅખક

અંબલ્લા જનાર્દન

અનુવાદ

શ્રીમતિ ધર્મિકા ધીરેન દૉશી

વી. કે. સાવલા

"Connect the Vision"®

Nexus Stories Publication

Bhārata

NEXUS STORIES PUBLICATION™
Surat, Gujarat, India.

Title – મુંબઈની છત્ર છાયામાં

First Published by Nexus Stories Publication 2022

ISBN # 978-93-94059-25-2

Author: - Dr. AMBALLA JANARDHAN
MALAD(WEST), MUMBAI - 400064
E-Mail : sujamba8@gmail.com
MOBILE No: 8850349858

Publication
Nexus Stories Publication™, Surat (Gujarat), Bhārata
https://nexus-stories. com # +91 87800 80718

અર્પણ

મારા ઈષ્ટદેવ

શ્રી વેંકટેશ્વર સ્વામી ને ભક્તીતી

- જનાર્દન અંબલ્લા

શ્રી અંબલ્લા જનાર્દન પરિચય

જન્મ: ૯ નવેમ્બર ૧૯૫૦

માતા-પિતા: શ્રીમતી અંબલ્લા નર્સવ્વા – શ્રી અંબલ્લા નર્સય્યા

મૂળ ગામ: ધર્મોરા, મંડળ – મોર્તાડ, જિલ્લો – નિઝામાબાદ (તેલંગાણા), પીનકોડ-૫૦૩૩૧૧.

વર્તમાન નિવાસ: બી-૨૦૪, ધીરજકિરણ, ચિંચોલી બંદર રોડ, મલાડ (પશ્ચિમ), મુંબઈ-૪૦૦ ૦૬૪

શિક્ષા: એમકોમ. એલ.એલ.બી., સી.એ.આઈ.આઈ.બી.

અનુભવ: યુનિયન બેંક ઓફ ઈન્ડિયા, મુંબઈ મર્કન્ટાઈલ બેંક, કોસ્મોસ બેંક, પ્રેસમન કોર્પોરેટ ગ્રુપ, દીવાન હાઉસિંગ ફાઈનાન્સ કોર્પોરેશન લીમીટેડ માં ૩૭ વર્ષનો અનુભવ. હાલ આર્થિક સલાહકાર તરીકે કાર્યરત.

પ્રકાશિત પુસ્તકો:

1. 'બોંબાયી કથલું' (મુંબઈની વાર્તાઓ) – વાર્તા સંગ્રહ, ૧૯૯૮
2. 'બોંબાયી નાનીલુ' (મુંબઈના ટૂંકા મુક્તક) – કાવ્ય સંગ્રહ, ૨૦૦૧
3. 'અંબલ્લા જનાર્દન કથલુ' (અંબલ્લા જનાર્દનની વાર્તાઓ), વાર્તાસંગ્રહ, ૨૦૦૪
4. મુંબઈ મુવ્વલું – તેલુગુ ટૂંકા મુક્તક, ૨૦૦૭

5. મુંબઈની ચાટ ભેલ – તેલુગુ કાવ્યસંગ્રહ, ૨૦૧૦
6. વ્યાસ ગુછ્છમ – તેલુગુ નિબંધ સંગ્રહ, ૨૦૧૦
7. બોમ્મા વેનુકા – તેલુગુ લઘુકથા સંગ્રહ, ૨૦૦૯
8. મલુપુલુ - તેલુગુ લઘુકથા સંગ્રહ, ૨૦૧૫
9. મનોલ્લા મુંબઈ કતલુ - તેલુગુ લઘુકથા સંગ્રહ, ૨૦૧૭
10. મુંબઈ ચુપુતો...તેલુગુ કથાનીકલુ - તેલુગુ લઘુકથા સંગ્રહ, ૨૦૧૯
11. મુંબઈ તીરા તરંગાલુ – તેલુગુ કાવ્યસંગ્રહ, ૨૦૨૧

ઉપર દર્શાવેલ તેલુગુ લઘુકથાઓ હિન્દી, અંગ્રેજી, મરાઠી, ઉડિયા અને ગુજરાતીમાં અનુવાદિત છે. તેલુગુ અને અંગ્રેજીના દૈનિક અખબારમાં તેમની વાર્તાઓ, કવિતાઓ અને લેખ પ્રકાશિત થયેલ છે. ઘણી વાર્તાઓને પુરસ્કાર પણ મળેલ છે.

મુંબઈ, આંધ્રપ્રદેશ, તેલંગાણા, ગુજરાત, મધ્યપ્રદેશ, દિલ્લી ના અનેક સાહિત્યિક અને સાંસ્કૃતિક સંસ્થાઓએ સમ્માનિત કરેલ છે. મુંબઈ અને આન્ધ્ર મહાસભાના સદસ્ય. તેલુગુ ભાષા, સંસ્કૃતિ અને સમાજસેવાના અનુસંધાનમાં 'મુંબઈ તેલુગુ રત્ન' થી સમ્માનિત અને પુરસ્કૃત થયેલ છે. પોટ્ટી શ્રી રામુલૂ તેલુગુ વિશ્વવિદ્યાલય ના ઉપક્રમે કીર્તિ પુરસ્કારથી સમ્માનિત થયેલ છે.

એક શ્રમિક કુટુંબમાં જન્મેલા હોવા છતાં જીવનની ઘણી મુશ્કેલ પરિસ્થિતિમાં પણ અનેકાનેક ઉન્નતીના શિખરે પહોચેલ છે તથા એક મોટી નાણાકીય સંસ્થાના એક વિભાગના અધ્યક્ષ તરીકેની કામગીરી બજાવેલ છે. પરિશ્રમથી સફળતા મેળવવા માટેનું પ્રેરક ઉદાહરણ આપે આપેલ છે.

***

મારા મનોભાવો

પ્રિય વાચકો,

'મુંબઈની વાર્તાઓ' વાર્તાસંગ્રહ આપના હાથમાં મૂકતા મને ખૂબજ આનંદ થાય છે. મુંબઈ માટે કહેવાય છે ને કે - અહીં રોટલો મળે પણ ઓટલો ન મળે. કામ કરવા ઈચ્છતા લોકોને કામ તો મળી જાય પણ માથું ઢાંકવા માટે છત મહા મુસીબતે મળે કારણ કે મુંબઈમાં જગ્યાનો ભાવ ખૂબ જ વધારે છે. મારો જન્મ ૯-૧૧-૧૯૫૦ના રોજ થયો ત્યારથી જ મુંબઈના મારા વસવાટ દરમિયાન મુંબઈના જનસામાન્યને અને વિશેષ તો તેલુગુ ભાષીઓને ખૂબ નજીકથી નિહાળવાનો મોકો મળ્યો છે.

મુંબઈ બહાર વસતા લોકોના મનમાં મુંબઈ નગરી વિશે અને ભ્રમ અને શંકાઓ હોય છે. મેં પ્રત્યક્ષ રીતે નિહાળેલા તેલુગુ ભાષી લોકોના જીવવનું વર્ણન કરવાની ઈચ્છા થઈ આવી. આ એવા લોકો છે જેઓ વિવિધ સામાજિક પરિસ્થિતિ હોવા છતાં અહીં મુંબઈમાં આવીને પ્રગતિ કરી શકયા છે. મારૂં માનો તો માફિયા અને માનવભીડ સિવાય પણ મુંબઈમાં ઘણું બધું છે. મુંબઈ એવા કેટલાક સકારાત્મક પાસાઓ ધરાવે છે. જે અન્ય કોઈ મહાનગરમાં નથી. હું મુંબઈથી એટલો મોહિત થઈ ગયો છું કે મેં મુંબઈમાં જ મારૂં ઘર વસાવ્યું છે, જો કે મારા મૂળ વતન તેલંગાણાનું પણ મારા મનમાં અનન્ય સ્થાન છે. મારા જેવા કેટલાયે મુંબઈકર એવા છે જેઓ મુંબઈ છોડી બીજે કયાં શિફટ થવા તૈયાર નથ.ી ભારતની અર્થિક રાજધાની મુંબઈ પ્રત્યેના મારા આ પ્રેમે જ મને મુંબઈગરાની, તેમની આકાંક્ષા, અભિલાષા, સફળતા, તેમની તકલીફો જેવા વિવિધ વિષયો પર વાર્તા લખવાની પ્રેરણા આપી. હું કાયમ એવું કહેતો આવ્યો છું કે મુંબઈ એક પુષ્પક વિમાન જેવું છે. જેમાં એવી દરેક વ્યકિત માટે જગ્યા છે જે તેના સુરક્ષિત હાથોમાં સ્નેહનો અનુભવ કરવા ઈચ્છે છે. સતત વધતી, લોકસંખ્યા માટે પાણી અને અન્ય નાગરિક સુવિધાઓ ઉપલબ્ધ કરાવનાર બૃહદ્ મુંબઈ મહાનગર પાલિકા ખરેખર આદર્શરૂપ છે. ભારતના બીજા શહેરોમાં પાણી અને વીજળીની અછત છે, પરંતુ મુંબઈમાં નથી. આમ, સીમિત સ્થાનમાં આટલી મોટી જનસંખ્યાની આવશ્યકતાઓ પૂરી કરવી કંઈ ખાવાના ખેલ નથી.

મુંબઈની બીજી જીવનરેખા છે, તેના સાર્વજનિક માર્ગ અને ઉપનગરીય રેલ્વે પરિવહન પ્રણાલી બી.ઈ.એસ.ટી અને લોકલ ટ્રેન જગ્યાએથી બીજી જગ્યાએ લઈ જાય છે અને લઈ આવે છે. કામ કરવા ઈચ્છતા લોકો માટે રોજગારની સુવિધા, ઓછા ખર્ચ એક જગ્યાએથી બીજી જગ્યાએ લઈ જાય છે અને લઈ આવે છે. કામ કરવા ઈચ્છતા લોકો માટે રોજગારની સુવિધા, ઓછા ખર્ચે થતી મુસાફરી, પર્યાપ્ત પાણીની ઉપલબ્ધતા અને અખંડ વીજળી પૂરવઠો જેવા ઘટકોએ મુંબઈને વ્સવાટનું એક ઉત્તમ સ્થાન બનાવ્યું છે. તેમ છતાં એવા લોકો પણ છે. જે આ નગરની તથાકથિત ખામીઓ માટે તેની નિંદા તો કરતા હોય છે. પરંતુ મુંબઈ છોડીને અન્યત્ર જતાં રહેવાની હિંમત કરવા નથી કારણ કે મનોમન તેઓ પણ આ વાત સારી રીતે સમજે છે કે પોતાની કોસ્મોપોલિટન સંસ્કૃતિ અને મુંબઈગરાના મૈત્રીપૂર્ણ સ્વભાવને કારણે મુંબઈ વસવાટ માટેનું ઉત્તમ સ્થળ છે. અને આ જ કારણે મને મુંબઈ ખૂબ પ્રિય છે.

'મુંબઈની છત્ર છાયામાં' - અંબલ્લા જનાર્દન

મારી વાર્તાઓ મૂળ તો મેં મારી માતૃભાષા તેલુગુમાં લખી છે, જે વિભિન્ન પત્રિકાઓમાં પ્રકાશિત થતાં વાંચકોનો સારો પ્રતિસાદ મળ્યો. ઈ.સ/ ૧૯૯૮ મારો વાર્તાસંગ્રહ 'મુંબઈ કથલું' પ્રકાશિત થયો. જેને મળેલા ઉત્તમ પ્રતિસાદે મને લખવાનું ચાલુ રાખવા પ્રોત્સાહિત કર્યો. મારા લેખન કાર્યમાં મારા ધર્મપત્ની સુવર્ણા દીકરીઓ અરૂણા અને રચના, જમાઈ શ્રી મયૂર નાઈક, પુત્ર કિરણકુમાર, પુત્રવધુ આરતી અને પૌત્ર સુમેર તેમજ અવ્યુકત, પૌત્રી હિદયા સંપૂર્ણ સહયોગ આપ્યો છે. તે માટે એ સૌના હું હૃદયપૂર્વક આભાર માનું છું. આ પુસ્તકનું ગુજરાતી ભાષાંતર કરી આપવા માટે ધર્મિકા દોષી અને વિ. કે. સાવલા તેમજ સુંદર ડી.ટી.પી. કરી આપવા માટે ચિંતન ગ્રાફિકસના મુકેશભાઈનો અને નેકસસ સ્ટોરીઝ પબ્લીકેશનના શ્રી કૌશલ જોશીનો કવર ડીઝાઈન, મુદ્રણ અને વિતરણ માટે પણ આભાર માનું છે.

અંબલ્લા જનાર્દન

મુંબઈ

તા. ૧લી સપ્ટેમ્બર, ૨૦૨૨

અનુક્રમણિકા

સતીશ અને સબર્બન ટ્રેન

'પ્લૅટફૉર્મ ક્રમાંક ચાર વરુન સહા વાજૂન એકતીસ મિનિટાંની સુટણારી વિરાર લોકલ આજ પ્લૅટફૉર્મ ક્રમાંક એક વરુન સુટેલ'.

પ્લૅટફૉર્મ પર કોલાહલ હતો.

સતીશ ચર્ચગેટ સ્ટેશનના પ્લૅટફૉર્મ નંબર ચાર ઉપર ઊભો હતો. બધાં લોકો બીજા પ્લૅટફૉર્મ તરફ શા માટે દોડી રહ્યાં છે, તે તેને સમજાયું નહીં. એ દરમિયાન હિન્દી અને અંગ્રેજીમાં પણ જાહેરાત કરવામાં આવી. જેનો સારાંશ એ હતો કે સાડા છ વાગે પ્લૅટફૉર્મ નંબર ચાર પર આવનારી વિરાર લોકલ આજે પ્લૅટફૉર્મ નંબર એક પર આવશે. આ જાણ્યા બાદ જ્યારે તે એ પ્લૅટફૉર્મ પર પહોંચ્યો ત્યારે તે લોકલ ફુર્રર... થઈ ગઈ હતી. (શું વીજળી દ્વારા ચાલતી લોકલ ફુર્રર... થઈ શકે ! એ તો એક મોટી ચીસ પાડતી ફટ... ફટ... કરતી નીકળી ગઈ હતી. બરાબર ને !) સતીશે ઊંડો શ્વાસ લીધો. બીજી વિરાર લોકલ પંદર મિનિટ પછી, એ પણ ત્રણ નંબરના પ્લૅટફૉર્મ પર આવવાની હતી. સતીશે પરાણે ત્રણ નંબરના પ્લૅટફૉર્મ તરફ જવા પગ ઉપાડ્યા.

ટ્રેન ઊભી રહે તે પહેલાં જ અંદર કૂદીને લોકો સીટ પર કબ્જો કરી રહ્યાં હતાં. સીટ મેળવનાર લોકોની આંખોમાં આવતી ચમક કદાચ કારગિલ યુદ્ધમાં વિજય પ્રાપ્ત કરતી વખતે આપણાં સૈનિકોની આંખોમાં આવેલી ચમક કરતાં ઓછી નહોતી. સતીશે જેમ-તેમ ગાડીમાં પ્રવેશીને પોતાના માટે ઊભા રહેવાની જગ્યા મેળવી. હજુ સુધી એણે એટલી પ્રગતિ નહોતી કરી કે ચાલુ ટ્રેનમાં છલાંગ મારીને સીટ મેળવે.

તેણે પોતાની અલ્લડ કિશોરાવસ્થા અનકાપલ્લી અને આંધ્ર વિશ્વવિદ્યાલયમાં મોજ-મસ્તી કરવામાં નચિંતપણે પસાર કરી હતી. પરંતુ અત્યારે તો એ મુંબઈના આ જટિલ જીવનમાં અટવાઈ ગયો હતો. પાંચ આંકડાનો પગાર પણ આ માયા નગરીમાં તેનું એકલાનું પેટ ભરવા માટે પણ પૂરો નહોતો પડતો.

ક્યારેક-ક્યારેક તે એવું વિચારતો કે જો તે અનકાપલ્લીમાં ગોળનો વેપાર કરતો હોત તો કદાચ તેનું જીવન સુખ-સુવિધા યુક્ત પસાર થાત, પરંતુ અહીં તે જે હોદ્દા પર હતો તેની મજા જ કંઈક ઓર હતી. તેણે વાણિજ્યમાં સ્નાતકોત્તર પદવી મેળવી હતી. સ્પર્ધાત્મક પરીક્ષાઓની કૃપાથી તેને એક સરકારી સંસ્થામાં અધિકારી-

ઑફિસરની નોકરી મળી હતી. તેની નિમણૂક મુંબઈમાં થઈ છે તે વાત સાંભળીને તે આનંદથી ઉછળી પડ્યો હતો.

પંચતારક હોટેલ, બોલિવૂડ, ડિસ્કો પાર્ટી,... આ બધાના રંગબેરંગી દ્રશ્યો તેની નજર સામે તરવા લાગ્યા હતા. પોતાના મન-મસ્તિષ્કમાં આવા રંગીન સપનાઓ લઈને જ્યારે તે અહીં પહોંચ્યો તો એણે શું જોયું ?

જ્યાં જુઓ ત્યાં ભીડ... ભીડ... ભાગમભાગ અને એક અવિરત દોડ. કોણ જાણે, આ દોડ કઈ દિશામાં હતી અને આટલી બધી ઉતાવળ શાની હતી ? કેટકેટલાયે લોકો ફૂટપાથ, બસ સ્થાનક, રેલવે સ્ટેશન વગેરે સ્થળોને પોતાનું આશ્રયસ્થાન બનાવીને રહેતાં હતાં. પોલીસ અને દલાલોનો ત્રાસ સહન કરીને તથા કોઈપણ જાતની 'આડશ-આવરણ' વિના પોતાની રોજિંદી જરૂરિયાતો પૂરી કરતાં આ લોકો શા માટે આવું જીવન જીવવા વિવશ હતા ?

સતીશની હાલત પણ કંઈ જુદી ન હતી. તેની પોતાની મુશ્કેલીઓ હતી. પોતાના શહેરમાં તો તે કલાકો સુધી ગપાટા મારતો. પરંતુ અહીં તો તેને એક મિનિટની પણ ફુરસદ ન હતી. મહાનગર મુંબઈમાં ઘરનું ભાડું ભરવા માટે તેનો પગાર અપૂરતો હોવાથી તેણે શહેરથી ચાલીસ કિલોમીટરના અંતરે એક ઓરડીની વ્યવસ્થા કરી હતી. તે સવારે સાત વાગ્યે ઘરેથી નીકળતો અને રાત્રે નવ વાગ્યે ઘરે પાછો ફરતો. ઘર-ઑફિસ- ઘર આવવા જવામાં જ પાંચ-છ કલાક નીકળી જતા. ઘરેથી સ્ટેશન સુધી બસ અથવા ઑટોમાં જવું પડતું. પછી દોઢ કલાકનો પ્રવાસ લોકલ ટ્રેન દ્વારા કરતો. ચર્ચગેટ સ્ટેશને ઊતરીને ઑફિસે પહોંચવા માટે બસ અથવા ટેક્સીમાં જવું પડતું. ઑફિસમાં આઠ કલાક મહેનત કરવી પડતી. વાર્તા કે ફિલ્મોમાં જેવું દર્શાવવામાં આવે છે કે કેન્ટિનમાં મિત્રો સાથે વાતો કરવામાં, ગપ્પા મારવામાં સમય પસાર થઈ જાય એવું કંઈ જ સતીશ સાથે થતું નહીં. પાછા ફરતી વખતે પાછો એ જ રીતનો પ્રવાસ કરી ઘરે પહોંચવું એ તેની દિનચર્યાનો એક ભાગ બની ગયો હતો. આ સવારથી રાત સુધી નિરંતર ચાલતો સંઘર્ષ હતો. માટે જ આવી પરિસ્થિતિમાં કોઈ સાથે મોકળા મને વાતો કરવાની કોઈ શક્યતા જ ન હતી.

'આગળ ચાલો ભાઈ ! દેખાતું નથી કેટલી ભીડ છે ? મુંબઈમાં નવા આવ્યા છો ? આરામથી પંખા નીચે ઊભા રહેવું હોય તો ઘરે બેસો'. એક માણસનો જોરથી

ધક્કો લાગતા સતીશ વિચારોમાંથી વાસ્તવિક્તામાં પાછો ફર્યો. પોતાના મનોજગતમાં જે તે અનકાપલ્લી સુધીનું વિચરણ કરી રહ્યો હતો તેમાં વિઘ્ન આવી ગયું હતું. સામ-સામેની સીટોની વચ્ચે પણ સરખી રીતે ઊભા નથી રહેવા દેતા. જેમ-તેમ ઊભા રહેવું, ધક્કા ખાવા એ તેને બિલકુલ પસંદ ન હતું. બીડી અને ગુટકાની એવી દુર્ગંધ આવી રહી હતી કે તેને લાગ્યું કે હમણાં તેને ઊલટી થઈ જશે. મહામુસીબતે એણે પોતાને રોકી રાખ્યો.

શરૂ શરૂમાં તો સ્થિતિ વધારે ખરાબ હતી. એણે જ્યારે 'ભાઈ, ધક્કા કેમ મારો છો ?' એવો પ્રશ્ન પૂછયો ત્યારે ઉત્તરમાં સહયાત્રીઓનો ગુસ્સો સહન કરવો પડ્યો. મફતમાં એ સલાહ પણ મળી કે જો તમે આટલા બધાં નાજુક હો તો ફર્સ્ટ ક્લાસમાં જાઓ.

જ્યારે એ મુંબઈમાં નવો આવ્યો હતો એ વખતે, એની ઑફિસ કોલાબામાં હતી. ડોંબિવલીથી પોતાના બીજા બે મિત્રો સાથે 'પીક ટાઈમ'માં ટ્રેનમાં ચઢવું અને ઊતરવું તેને બહુ અઘરું લાગતું હતું. આ મુશ્કેલીથી બચવા માટે તેણે કલ્યાણથી વી.ટી. (આજનું છત્રપતિ શિવાજી મહારાજ ટર્મિનસ એટલે કે સી.એસ.ટી.) સુધીની સિઝન ટિકિટ લીધી હતી.

ડોંબિવલીથી કલ્યાણ જતી ટ્રેનમાં તે કલ્યાણ જતો અને પછી એજ ટ્રેનમાં વી.ટી. જતો. એમાં વીસ મિનિટનો સમય વેડફાતો, પણ તેને ગિરદી વગર, બેસીને પ્રવાસ કરવો વધુ સુવિધાજનક લાગતો. અડધો કલાક છાપું વાંચવું અને પછી લગભગ અડધો કલાક સૂઈ જવામાં તે શાંતિ અનુભવતો. (મુંબઈમાં લોકો ઑફિસમાં નહીં, લોકલ ટ્રેનમાં ઊંઘે છે.) સિઝનટિકિટ-પાસ લઈને બીજા દિવસે એ ડોંબિવલીથી કલ્યાણ જતી ગાડીમાં બેઠો. કલ્યાણમાં હજુ તો ટ્રેન ઊભી પણ નહોતી રહી ને લોકોની ભીડ શોરબકોર કરતી ડબ્બામાં ચઢી ગઈ. તેની આજુ-બાજુમાં લોકો આવીને બેસી ગયા. તે બારી પાસેની સીટ પરથી ઊભો ન થયો તેમાંથી વિવાદ થઈ ગયો.

'નવો આવ્યો છે કે શું ? અમારા વિશે ખબર નથી તને ? અમારી સીટ પર બેસવાની તારી હિંમત કઈ રીતે થઈ ? તારી સલામતી ઇચ્છતો હોય તો અમારી સાથે માથાકૂટ નહીં કરતો. દેશમાં બીજે ક્યાંય જગ્યા મળે નહીં એટલે ખબર નહીં ક્યાં-ક્યાંથી લોકો અહીં આવી ચડે છે. આ હતો તેમણે હિન્દી અને મરાઠીમાં કહેલી વાતોનો

સારાંશ. સતીશે વિન્ડો સીટ એમને સોંપી દીધી અને બાજુની સીટ પર સંકડાઈને બેસી ગયો હતો. આમ તો એ સીટ પર એ લોકોનું કોઈ રિઝર્વેશન નહોતું. લોકલ ટ્રેનમાં આરક્ષણ હોતું જ નથી. આ તો એમનું એક ગ્રુપ હતું જે રોજ ટ્રેનમાં પત્તા રમતું. રોજ એજ ટ્રેનમાં એજ સ્થાને બેસવાની પોતાની આદતને એમણે પોતાનો હક્ક માની લીધો હતો. એમના બૂમ-બરાડા, પત્તા રમતાં રમતાં થતાં નાના-મોટાં ઝઘડાને કારણે એનું તો માથું ભમી રહ્યું હતું. એ લોકો જ્યારે દાદર ઊતર્યા ત્યારે એને શાંતિ મળી. બીજે દિવસે એણે ડબ્બો બદલી નાખ્યો.

અહીં પણ એવી જ હાલત હતી. અહીં તેનો પનારો એક ભજનમંડળીના સભ્યો સાથે પડયો. કલ્યાણ પહોંચતાવેંત જ એ લોકોની ભીડ ડબ્બામાં ઘૂસી ગઈ. જેમાંના આઠ-દસ લોકોએ તેને બારી પાસેથી ઊભો કરી દીધો. પોતાની બેઠક જમાવીને એ લોકોએ ડબ્બાની બારી પર એક નાનું બૅનર લગાડ્યું, જેના પર તેમની ભજન મંડળીનું નામ, એ ટ્રેનનો નંબર, સમય જેવી વિગતોની સાથે બે-ત્રણ દેવી-દેવતાના ચિત્રો પણ હતા. ટ્રેન શરૂ થતાં જ તેમના ભજન શરૂ થઈ ગયા. તેઓ એક પછી એક હિન્દી, મરાઠી અને ગુજરાતી ભક્તિગીતો ગાઈ રહ્યાં હતાં. કેટલાક લોકો તાલ દઈ રહ્યાં હતાં. તો કેટલાક ડબ્બાની દિવાલ પર તબલા વગાડી રહ્યાં હતાં. દરેક જણ સમૂહમાં લય સાથે વ્યવસ્થિત રીતે ભજન પ્રસ્તુત કરી રહ્યાં હતાં અને જ્યારે જ્યારે ગાડી કોઈ સ્ટેશને ઊભી રહેતી ત્યારે પ્લૅટફૉર્મ પર ઊભેલાં લોકોને પણ 'સાકર'નો પ્રસાદ વહેંચતાં. ડબ્બામાં પણ દરેકને પ્રસાદ વહેંચાઈ રહ્યો હતો. આ તો જાણે એક જુદી જ દુનિયા હતી. સતીશને મોં મચકોડતા જોઈને એક વડીલે તેને હિતોપદેશ આપ્યો, 'ભાઈ, દરેક જરૂરિયાતોને પૂરી કરવાનો કોઈ ને કોઈ ઉપાય શોધી કાઢવો પડે છે. પ્રવાસનો થાક અને કંટાળાને ટાળવા લોકો અનેક ઉપાયો અજમાવે છે અને પોતપોતાની રીતે પોતાને વ્યસ્ત રાખે છે. લાગે છે મુંબઈમાં નવા નવા આવ્યો છો. કંઈ વાંધો નહીં. ધીમે-ધીમે તમે જાતે જ બધું સમજી જશો. આદત પડી જશે'.

એક અઠવાડિયા સુધી તેણે 'ટ્રાયલ એન્ડ એરર' એટલે કે પોતાના પ્રયત્નો ચાલુ રાખ્યા અને પોતાની ભૂલોમાંથી તે શીખતો રહ્યો. એમ કરતાં કરતાં આખરે એક દિવસ તેણે એવો ડબ્બો શોધી કાઢ્યો જ્યાં પત્તા કે ભજનની કોઈ ઝંઝટ ન હતી. ધીમે ધીમે તે લોકલટ્રેનમાં થતા અવાજોથી ટેવાઈ ગયો. એટલે હવે તેને છાપું કે કોઈ સામયિક (મૅગેઝિન) વાંચવામાં કે ઊંઘ પૂરી કરવામાં કોઈ મુશ્કેલી થતી ન હતી. હવે તો જો

ટ્રેન પ્રવાસ દરમિયાન અવાજ ન થાય તો તેને વિચિત્ર લાગતું. સબર્બન લોકલટ્રેનમાં સતીશને ઘણા અનોખા અનુભવો થઈ રહ્યા હતા.

ક્યારેક જો તે ઈંડિકેટર જોયા વિના જ ટ્રેનમાં ચઢી જતો ત્યારે તેને ખૂબ મુશ્કેલી થતી. ખાસ તો ત્યારે, જ્યારે ગાડી તેના ગંતવ્ય સ્ટેશને ઊભી ન રહે. ડોંબિવલી જવા માટે એ વી.ટી.થી ગાડી પકડતો અને તે ટ્રેન હાર્બર માર્ગે નવી મુંબઈ જતી. પછી પોતાના ગંતવ્ય સુધી પહોંચવા માટે તેને કુર્લા આવી પાછી બીજી ગાડી પકડવી પડતી. આવી જુદી જુદી મુશ્કેલીઓ ભોગવવી પડતી. ચોમાસું હોય ત્યારે મુંબઈમાં જ્યારે રેલવેના પાટાઓ પાણીમાં ડૂબી જાય ત્યારે તે આખી રાત પ્લૅટફૉર્મ પર વીતાવવા મજબૂર બની જતો. ક્યારેક-કયારેક રેલવેના પાટા પર ચાલીને જવું પડતું. આવા તો કેટલાયે અનુભવો તેને થઈ રહ્યા હતા.

ડબ્બામાં કોલાહલ થઈ રહ્યો હતો. ગાઢ ચિંતનમાં ડૂબેલો સતીશ ફરીથી મુંબઈની વાસ્તવિક દુનિયામાં પાછો ફર્યો. લોકલ કાંદિવલી અને બોરીવલી વચ્ચે ઊભી રહી ગઈ હતી. ટ્રેનમાં જેટલા મોં એટલી વાતો થઈ રહી હતી. કોઈ કહે –'આ કેવી ફાસ્ટટ્રેન છે ભાઈ ?' તો કોઈ બીજું કટાક્ષ કરતું 'ફાસ્ટટ્રેનનો અર્થ એ છે કે જે સ્ટેશન પર નહીં, પરંતુ બે સ્ટેશનની વચ્ચે ઊભી રહી જાય.' ગાડીની અંદરનું અને બહારનું વાતાવરણ ગરમ હતું. કેટલાક મુસાફરો ટ્રેનમાંથી ઊતરીને પાટાની બાજુમાં ચાલી રહ્યાં હતાં. ખબર નહીં કેમ ગાડી આટલી બધી વાર ઊભી રહી ગઈ હતી.

આખો દિવસ ઑફિસો અને કારખાનાઓમાં કામ કરીને લોકો થાકી ગયાં હતાં. એમાં આ બીજું વિઘ્ન આવ્યું. લગભગ અડધા કલાક પછી ટ્રેન લંગડાતી ચાલે આગળ વધી.

બોરીવલી પહોંચ્યાં ત્યારે એક જાહેરાત થઈ રહી હતી. 'દહિસરમાં ઓવરહેડ તાર તૂટી ગયો હોવાથી લોકલ સેવા બોરીવલી સુધી જ ઉપલબ્ધ છે.' કોઈકે વ્યથિત હૃદયે પોતાનો આક્રોશ વ્યક્ત કરતા કહ્યું કે – 'આ ટ્રેન સેવા આ જન્મે તો સુધરે એમ નથી.' ત્યારે બીજા એક સહયાત્રીએ દિલાસો આપતા કહ્યું કે – 'માણસને કોઈ બિમારી નથી થતી ? આપણાં શરીરમાં લોહી વહેતું અટકી જાય તો શું આપણે જીવી શકીએ ? લોકલનું પણ એવું જ છે, એવું વિચારવું જોઈએ. આ ગાડીઓ વગર આરામ કરે સતત કેટલા દિવસ કામ કરે ?'

સતીશને મીરારોડ જવું હતું. મધ્ય રેલ્વેની લોકલ સેવા સુવિધાજનક નથી એવું વિચારીને તે પશ્ચિમી ઉપ-નગરમાં આવ્યો હતો. પણ અહીં પણ એ જ પરંપરા ચાલુ રહી. ટ્રેનમાં દસ મિનિટમાં પૂરો થનારો પ્રવાસ રસ્તા માર્ગે પૂરો કરી ઘરે પહોંચતા તેને બે કલાક કરતાં પણ વધુ સમય લાગ્યો. બસ, ઑટો, ટેમ્પો જેવા જુદાં જુદાં વાહનો દ્વારા ગિરદીમાં અથડાતો કૂટાતો તે રાત્રે અગિયાર વાગ્યે ઘરે પહોંચ્યો ત્યારે શરીરે જવાબ આપી દીધો હતો. આથી રસોઈ બનાવવાને બદલે તેણે હૉટલમાં જ કંઈક ખાઈ લીધું. સવારે પાછા વહેલા ઊઠીને એક બીજા દિવસના સંઘર્ષની તૈયારી કરવાની હોવાથી તે સીધો પથારીમાં પડ્યો અને ઘસઘસાટ ઊંઘી ગયો.

સતીશનો પગાર વધ્યો ત્યારે એણે બીજું કંઈ પણ વિચાર્યા વગર તરત જ તે ઇન્ક્રીમેન્ટની રકમ પ્રથમ શ્રેણીની સિઝનટિકિટ માટે ફાળવી દીધી. ફર્સ્ટ ક્લાસના પાસની કિંમત દ્વિતીય શ્રેણી કરતાં ચાર ગણી વધુ હતી, તેની પણ તેણે પરવા નહોતી કરી. દ્વિતીય શ્રેણીના પ્રવાસથી તે એટલો કંટાળી ગયો હતો.

બીજું એક અઠવાડિયું પસાર થઈ ગયું. ત્યારે સતીશને ખ્યાલ આવ્યો કે તેના પૈસા પણ ખર્ચાયા અને પૂરતી સુખ-સુવિધા પણ નથી મળી રહી. અહીંની મુશ્કેલીઓ માનવનિર્મિત હતી. પ્રથમ શ્રેણીમાં પ્રવાસ કરતાં લોકોના વ્યવહારમાં એમના પૈસા અને હેસિયત દેખાઈ આવતા. સતીશે નોંધ્યું કે આ શ્રીમંતોના ધનની જેમ જ તેમના શરીરનું પરિમાણ પણ ઘણું વધારે છે. તેમની પ્રગતિ બધી બાજુથી દેખાઈ આવે છે. દ્વિતીય શ્રેણીમાં જેટલી સીટ પર ચાર લોકો બેસે છે, તેટલી સીટ પર અહીં ત્રણ લોકો જ બેસે છે. આ લોકો ટ્રેનમાં પ્રવેશે પછી આગળ ન વધે, ત્યાં જ પંખા નીચે ઊભા રહી જાય. પાછળના લોકોને અંદર આવવાની જગ્યા પણ ન રહેવા દે. બીજાઓ વિશે વિચારવાની ન તો તેમને આદત હોય છે, ન તેમને તેની જરૂર જણાય છે. 'સમાધાન' શબ્દ તેમના શબ્દકોશમાં જ નથી હોતો. તેઓ એવો વ્યવહાર કરે છે જાણે ટ્રેન તેમની બાપીકી હોય. જો કોઈ બે સીટની વચ્ચે ઊભું રહે તો તેને તિરસ્કારની નજરે જુએ છે. ગમે તેટલી ગિરદી હોય, તેમના પગને કોઈનો પગ લાગવો ન જોઈએ. આ બધું જોઈને સતીશ કંપી ઊઠયો. બ્રીફકેસનો માર સહન કરી કરીને તેના પગ અને ઘૂંટણ સૂજી ગયા હતા. એટલે જ તેને બે દિવસ આરામ કરવો પડ્યો અને આજે તે પાછો પોતાની ઑફિસે જઈ શક્યો.

એ વિચારમાં પડી ગયો હતો કે આ મુશ્કેલીઓથી પીછો છોડાવવા તે પાછો દ્વિતીય શ્રેણીમાં જતો રહે કે પછી પોતાના બિસ્તરા-પોટલા બાંધીને હંમેશા માટે

મુંબઈથી ચાલતી પકડે.

એકવાર સતીશના એક સહકર્મી વસંત ફડકેએ તેને પોતાના ઘરે ભોજનનું નિમંત્રણ આપ્યું. સતીશ સસંકોચ તેના ઘરે પહોંચ્યો. ભોજન બાદ પાન ખાતા ખાતા વસંતે પોતાના પિતાજી સાથે સતીશનો પરિચય કરાવ્યો. તેઓ એક સેવાનિવૃત્ત બેંક અધિકારી હતા. હાલમાં તેઓ ગોરપદું કરી રહ્યા હતા. વાતવાતમાં સતીશે, તેમને પોતાની મુશ્કેલીઓ જણાવી અને કહ્યું કે, તે પોતાના ગામે પાછો જતો રહેવા માંગે છે. વસંતના પિતાએ તેને વિગતવાર સમજાવતા કહ્યું,

'શું તારા ગામમાં કોઈ સમસ્યા નથી ? જો ત્યાં બધું ઠીક હતું તો તું અહીં આવ્યો શા માટે ? એનો અર્થ તો એજ થયો કે ત્યાંની તુલનામાં અહીં જીવન-નિર્વાહ માટેની વધુ સારી તક ઉપલબ્ધ છે. તો પછી આટલી સારી નોકરી છોડીને ત્યાં કેમ જવા માંગે છે ? શું તું જીવનનું રહસ્ય જાણે છે ? શું ધરાઈને ખાઈ-પીને આરામ કરવામાં જ સુખ હોય છે ? શું જીવનનો આ જ હેતું છે ? વાસ્તવિક્તામાં કષ્ટ સહન કર્યા વગર કોણ સુખી થઈ શક્યું છે ? કંઈક મેળવવા માટે કંઈક ખોવું જ પડે છે. એ અનિવાર્ય હકીકત છે જેનો કોઈ વિકલ્પ નથી. અવરોધોને જ પ્રગતિના સોપાન બનાવી લેવામાં જ શાણપણ છે. આવી નાની-મોટી તકલીફોથી ગભરાઈ જાય તો કેવી રીતે ચાલે ? તારી સામે તો આખી જિંદગી પડી છે. તારા જેવા હોનહાર યુવક માટે અહીં સારું ભવિષ્ય છે. એટલે મારી સલાહ માન અને આ ગાંડપણ છોડીને પોતાના કામમાં રુચિ કેળવ. પદોન્નતિ માટેની સીડી તૈયાર કર. એક એક પગથિયું ચડતાં ચડતાં ટોચ પર પહોંચી જા, તને મારા આશીર્વાદ છે. ગજાનન ફડકેએ એ રીતે શિખામણ આપી જાણે વિવાહના મંગળ અવસરે મંત્રોચ્ચાર કરી રહ્યા હોય.

સતીશ અવાક્ થઈ ગયો. મનમાં ને મનમાં તેણે પોતાના મિત્રને કેટલીય ખરી ખોટી સંભળાવી દીધી કે જમવાના બહાને કેટકેટલું સંભળાવ્યું. પોતાના મિત્રની વિદાય લઈ તે માહિમથી ટ્રેનમાં ચડ્યો. ટ્રેનમાં પણ વસંતના પિતાની વાતો તેના કાનોમાં ગૂંજી રહી હતી. તેણે શાંતિથી વિચાર્યુ, મનન કર્યું. ધીરે ધીરે તેમની વાતોમાં છૂપાયેલું સત્ય તેને સમજાયું. વિના કારણે મિત્ર અને તેના પિતાને મનોમન ભાંડવા માટે તેને ગ્લાનિ અનુભવાઈ. મનમાં મનમાં તે પશ્ચાતાપ કરવા લાગ્યો. હવે સતીશનો દૃષ્ટિકોણ બદલાઈ ગયો હતો. બાળપણમાં શીખેલી એક કવિતા તેને યાદ આવી ગઈ, જેનો ભાવાર્થ એ હતો કે, બીજાને દુ:ખ આપ્યા વગર અને પોતે પણ દુ:ખી થયા વગર મુશ્કેલીઓથી

બચીને આગળ નીકળી જાવ. તેણે એવા જ જીવનમાર્ગ પર ચાલવાનું શીખી લીધું. તેણે પોતાના મનને સમજાવ્યું, થોડું મજબૂત બનાવ્યું કે દ્વિતીય શ્રેણી હોય કે પ્રથમ, રેલવે યાત્રામાં આ જ સ્થિતિ રહેવાની.

એક દિવસ, તે હંમેશની જેમ જ ફર્સ્ટક્લાસના ડબ્બામાં ઊભો હતો. આગળ લોખંડની જાળી હતી. જાળીની પેલે પાર મહિલાઓ માટેના ફર્સ્ટક્લાસનો કંપાર્ટમેન્ટ હતો. એ કંપાર્ટમેન્ટમાં ઊભેલી એક છોકરી પર તેની નજર પડી. સતીશની નજર તેના પર જ સ્થિર થઈ ગઈ. તે નજર હટાવી શક્યો નહીં. તેની અંદર એક લખલખું (આછી ધ્રુજારી) પસાર થઈ ગયું. તે નજર હટાવી ન શક્યો. હવે તો દરરોજ તે એજ ટ્રેન પકડતો. સીટ ખાલી હોય તો પણ સતીશ બેસતો નહીં. તે તો ઊભો ઊભો એક નજરે તેને તાકી રહેતો.

શરૂ શરૂમાં તો એ છોકરીએ નારાજગી દર્શાવી મોં મચકોડ્યું પરંતુ પછી તેને ધ્યાનમાં આવ્યું કે સતીશ જેવી તેવી કોઈ હરકત કરતો નથી. પછી તો એ પણ ચોરી-છૂપી સતીશને ત્રાંસી નજરે જોવા લાગી. આવું કેટલાક દિવસો સુધી ચાલતું રહ્યું. ત્યારબાદ એક મિત્રના પ્રોત્સાહન અને પ્રેરણાથી સતીશે હિંમત ભેગી કરી. તે છોકરી સાથે પરિચય કેળવ્યો. પછી તો અનંગે (કામદેવે) પોતાનું કામ કર્યું. ઉપનગરીય લોકલથી પ્રારંભાયેલી તેમની પ્રેમયાત્રા પાર્ક, સમુદ્ર કિનારા, ફિલ્મ થિયેટરોથી આગળ વધી લગ્નમંડપમાં ફળીભૂત થઈ ફૂલોની સેજ પર પહોંચી ગઈ. ત્યારબાદ શું થયું તે તો અમને ખબર નથી. લાઈટો બંધ થઈ ગઈ હતી.

જો કે, એમાં જાણવા જેવું શું છે ? જ્યારથી આ સૃષ્ટિ અસ્તિત્વમાં આવી ત્યારથી જે નિરંતર ચલાયમાન અને પ્લવમાન છે, તે આ રસ-પ્રવાહના તરંગો પર જ તો આધારિત છે.

આકોલામાં જન્મેલી અમૃતા અનકાપલ્લીના સતીશ સાથે ઘર વસાવવાના જટિલ અને મુશ્કેલ સમયમાંથી (દોર) પસાર થઈ ચૂકી હતી. સબર્બન લોકલની યાત્રાના કઠોર અનુભવોને કારણે સતીશને જીવનપથમાં પોતાના માતા-પિતા, સગાવહાલાં, મિત્રો તથા પોતાની સહયાત્રી અમૃતાના પિયરિયાંઓને કારણે ઉદ્ભવતી સમસ્યાઓ તો તૃણવત્ જણાતી. તે બધાંને પાર કરીને છેવટે એ પોતાના ગંતવ્ય સુધી પહોંચી ગયો હતો.

અમૃતા અને સતીશ પોતાની જીવનનૌકાને ઉપ-નગરીય લોકલયાત્રાની લહેરો

પર થઈને આગળ વધારી રહ્યાં હતાં. મુંબઈ નગરીના શરીરની ધમની તરીકે ઓળખાતી સબર્બન ટ્રેન સાથે સતીશને હવે તો ખૂબ જ લગાવ થઈ ગયો હતો. કેમ ન હોય. એજ તો એના જીવનમાં અમૃત-દાન કરનારી દેવી સિધ્ધ થઈ હતી.

'જીવન ચલને કા નામ, ચલતે રહો સુબહ શામ...' ક્યાંકથી આવતા રેડિયોના તરંગો તેના કાનમાં રસ ઘોળી રહ્યા હતા.

સાર-સંસાર

'કાલે તો સાર્વજનિક રજા છે ને ?' વેંકટે પૂછ્યું.

'હા, શિવાજી જયંતિ છે એટલે સાર્વજનિક રજા છે,' ભીમાએ જવાબ આપ્યો.

ત્યારે તો આખો ઓરડો ભરાઈ જશે. બધાં જ ઘરે હશે.

હું તો કુર્લા જતો રહીશ. મારા સાળાએ આવવાનું આમંત્રણ આપ્યું છે. લગભગ છ મહિના થઈ ગયા એમને ત્યાં ગયે.

'અહીં, મારું કોણ છે ? હું કોના ઘરે જાઉં ? આખો દિવસ ઘરે જ રહીશ અને સાંજે ચા-પાર્ટીમાં જઈશ.'

એ વરલી, મુંબઈની એક ચાલી હતી. સો ચોરસફૂટનો એક ઓરડો... જે દસ મિલ મજૂરોને લોજના રૂપમાં આશ્રય આપી રહ્યો હતો. નીચે છ વ્યક્તિ અને ઉપર લાકડાની પાટ પર ચાર માણસો સૂતા હતા. પાટ પર બેસવું કે ઝૂકવું સંભવ નહોતું. ઓરડામાં એક બાજુ સ્નાનગૃહ હતું, જેમાં એક નળ હતો અને તેની બાજુમાં એક મોટું ડ્રમ હતું, જે પાણી ભરવાના કામમાં આવતું.

મુંબઈ મહાનગરના એ વરલી વિસ્તારમાં મજૂરોની વસ્તી વધુ હતી. વરલી, પરેલ, નાયગામ અને કામાઠીપુરામાં આવી ઘણી ઓરડીઓ હતી. તેમાં રહેતા લોકો અલગ અલગ પાળીમાં કામ કરતા હોવાથી ક્યારેક ક્યારેક તો ત્રણ-ચાર મહિને એક વાર આવતી સામાન્ય રજાના દિવસ સિવાય એક સાથે એક સમયે ઓરડામાં હાજર ન હોય. સવારના સાત વાગ્યાથી બપોરના ત્રણ વાગ્યા સુધી પહેલી પાળી હતી. બપોરના ત્રણ વાગ્યાથી રાતના અગિયાર વાગ્યા સુધી બીજી પાળી હતી. રાતના અગિયાર વાગ્યાથી બીજા દિવસે સવારે સાત વાગ્યા સુધી ત્રીજી પાળી હતી. મહિનાના ત્રીસે ત્રીસ દિવસ મિલ ચાલુ રહેતી. અઠવાડિયામાં એક દિવસ જુદા જુદા મજૂરોને જુદા જુદા દિવસે રજા રહેતી.

ભીમા અને વેંકટ એક જ ઓરડીમાં સાથે જ રહેતા હતા. ભીમાને મુંબઈ આવે વીસ વર્ષ કરતાં પણ વધુ સમય થયો હતો. જ્યારે વેંકટ તો છ મહિના પહેલાં જ અહીં આવ્યો હતો. તે એક કારખાનામાં 'એપ્રેન્ટિસ (તાલીમી/શિખાઉ) વણકર' તરીકે

કાર્યરત હતો. બંને વચ્ચે વાતવાતમાં ભાડાની વાત નીકળી.

'સાંભળ્યું છે કે આવતા મહિનાથી ભાડું વધારીને નેવું રૂપિયા કરવાના છે,' ભીમાએ કહ્યું.

'પાંચ મહિના પહેલાં તો પંદર રૂપિયા ભાડું વધાર્યું હતું. હવે ફરી દસ રૂપિયા વધારશે,' વેંકટે આશ્ચર્ય વ્યક્ત કર્યું.

'ભાડું વધારે નહીં તો શું કરે ? દિવસે દિવસે મકાનોની કિંમતો વધતી જ જાય છે. જો એ લોકો કોઈ પરિવારને ઓરડી ભાડે આપે તો વર્ષે દહાડે બાર હજાર રૂપિયા મળે. આ રકમ વ્યાજે આપી દે તો દર મહિને બસો-ત્રણસો રૂપિયા વધારાના મળે, દર મહિને દસ-વીસ લોકો પાસેથી ભાડું વસૂલવાની પણ ઝઝંટ ન રહે. આ તો આપણા શેઠ છે એટલે આટલા વરસોથી આ 'ઓરડી' અમારા જેવા મજૂરો માટે જ રાખી છે. કોઈ કુટુંબને ભાડે આપી નથી,' ભીમાએ જવાબ આપ્યો.

'મહાનગર મુંબઈમાં એક દિવસના ત્રણ રૂપિયા પેટે મળતી લોજની સુવિધા બહુ સસ્તી કહેવાયને ?'

'વીસ વર્ષથી મુંબઈમાં નોકરી કરે છે તો એક ઓરડી કેમ લીધી નહીં, ભીમા ?'

'શું કહું તને ? જ્યારે વીસ-વીસ હજારમાં ઓરડી મળતી હતી ત્યારે ઘણાં લોકોએ મને ઓરડી ખરીદવાની સલાહ આપી હતી. પરંતુ એ સમયે માસિક પગાર પણ ઓછો હતો. બધાંની ઉધારી ચૂકતે કર્યા બાદ પૈસા બચાવીને ઓરડી લેવાની હિંમત જ ન રહી. હવે તો બે-ત્રણ લાખથી ઓછામાં ઓરડી મળે એમ નથી.'

'હા, સાચી વાત છે. આજે તો સો ચોરસફૂટની ઓરડી ખરીદવી હોય તો બે-ત્રણ લાખ રૂપિયા તો જોઈએ જ.'

'આટલાં વર્ષોથી આ ઓરડીમાં રહે છે, તો ક્યારેય પોતાના પરિવારને અહીં લઈ આવ્યો છે ?'

'વીસ વર્ષોથી આ ઓરડીમાં રહું છું. ત્યારે તો માસિક ભાડું દસ રૂપિયા હતું. હવે તો ભાડું વધતાં વધતાં સો રૂપિયા થઈ ગયું છે. બે વાર બાળકોને મુંબઈ દેખાડવા-ફરાવવા લઈ આવ્યો હતો. એકવાર ગણેશોત્સવ વખતે અને બીજીવાર દિવાળી પર. પરંતુ બંનેવાર એ લોકો કુર્લા મારા સાળાના ઘરે જ રોકાયાં હતાં.'

'તો શું આ વીસ વરસોથી મેસમાં જ જમી રહ્યો છે?'

'આઠ વરસ સુધી એકસો આઠ (બી.ડી.ડી. ચાલ નં. ૧૦૮) માં મલ્લિકાબહેનના ઘરે જમ્યો. તેમના અવસાન બાદ બાર વર્ષથી એકસો પાંચમાં (૧૦૫) મુત્તમ્માબહેનના ઘરે જમું છું. હવે તો આદત પડી ગઈ છે. સાંભળ્યું છે કે આવતા મહિનાથી મેસવાળા પણ પાસના ચારસો પિંચોતેર રૂપિયા કરવાના છે.'

'એકલા રહેતા મિલ અથવા ફેકટરીમાં કામ કરતા મજૂરો અથવા દરજીકામ કરતા લોકો માસિક ધોરણે ભોજનનો પ્રબંધ કરતી બહેનોને ત્યાં જમે છે. આવી એક એક બહેનના ઘરે ત્રીસથી એંસી લોકો જમતાં હોય છે. દિવસમાં બે વાર ભરપેટ ભોજન જમાડવાના મહિને ચારસો-પાંચસો લે છે. અને ભોજન માટે લેવામાં આવતી કિંમત અનુસાર અઠવાડિયામાં બે થી ચાર દિવસ માંસાહાર આપવામાં આવે છે. આ બહેનો મજૂરો માટે દેવી અન્નપૂર્ણા સમાન છે. આજના સમયમાં પણ મુંબઈ જેવા મહાનગરમાં આઠ રૂપિયામાં એક ટંકનું ભોજન આપે છે તો એમને સાક્ષાત અન્નપૂર્ણા દેવીનો અવતાર જ કહેવા પડે ને? એને બદલે જો હોટલમાં ભોજન કરીએ તો ત્રીસ રૂપિયા ખર્ચવા છતાં પણ ભરપેટ ભોજન ન મળે.

'એકધારું સતત આ બહેનોને ત્યાં જમીને અબખે નથી પડ્યું. સંતાનોને ગામમાં રાખીને આટલાં વરસોથી, તું એકલો કેવી રીતે રહી શકે છે? ગામમાં તારાં ઘર-પરિવારનાં લોકો કેમ છે?' વેંકટે પોતાનો પ્રશ્નોનો દોર જાળવી રાખ્યો.

'શું કરું? કિસ્મતની વાત છે. વરસના દસ મહિના મુંબઈમાં કામ કરું અને બે મહિના ગામે જાઉં. આ જિંદગી તો આમ જ વીતી ગઈ અને હજી પણ એમજ વીતી રહી છે. યુવાવસ્થામાં આવી પહોંચેલાં બાળકોને અહીં લાવીને સાથે રાખી શકું એમ નથી. ત્યાં વડીલોનું ધ્યાન રાખવાવાળું કોઈ નથી. હવે તો વડીલો પણ ગુજરી ગયા. પરંતુ ઓરડી ખરીદવી એ આપણા હાથની વાત નથી.'

'હું તો આવી રીતે નહીં રહી શકું. હું તો છ મહિનામાં જ કંટાળી ગયો છું. બદલી (અસ્થાયી) પાસ મળતાં જ, ઓરડી લઈને હું મારા પરિવારને અહીં લઈ આવીશ.'

'મિલ-કારખાના ધરાવતા ઔદ્યોગિક વિસ્તારથી પંદર-વીસ કિલોમીટર દૂર આવેલાં ઉપનગરોમાં ભાડું થોડું ઓછું હોય છે. પરંતુ ત્યાંથી અહીં આવવા-જવા માટે લોકલ ટ્રેનમાં ત્રણ-ચાર કલાકની મુસાફરી કરવી પડે છે.'

'એક સુખ પામવું હોય તો બીજી અસુવિધા સહેવી પડે.'

વાત ત્યાંજ અટકી ગઈ અને ભીમાં કંઈક કામસર બહાર નીકળ્યો.

મોડી રાત્રે ભીમા ભોજન કરીને, થોડો દારૂ પીને ઘરે પાછો ફર્યો. પથારીમાં લાંબો થયો. પરંતુ આજે તેને ઊંઘ આવતી નહોતી. ફરી ફરી તેને વેંકટની વાતો યાદ આવી રહી હતી. તેના હૃદયમાં જાણે કે કોઈ ટીસ ઊઠી રહી હતી.

હા, આટલા વરસોથી તે જેમ તેમ જિંદગી વેંઢારી રહ્યો હતો. આજે વેંકટ જે વિચારી રહ્યો છે, એ વાત જો એ સમયે એના મગજમાં આવી હોત તો તેનો પરિવાર આજે આ હાલમાં ન હોત. તેની મોટી દીકરી પરિણીત હોવા છતાં પિયરે પાછી ફરી છે. ઉતાવળમાં કોઈ પૂછપરછ કર્યા સિવાય, સગાંવહાલાંઓનાં દબાણમાં આવી તેણે દીકરીનાં લગ્ન લઈ લીધાં, જે આજે છૂટાછેડાના આરે આવી પહોંચ્યાં છે. તેનો જમાઈ વ્યસનોનો દાસ છે, એટલું જ નહીં કામચોર પણ નીકળ્યો. એટલું ઓછું હોય તેમ બીડી બનાવીને જેમ તેમ ઘર ચલાવતી દીકરીને તે ગાળાગાળી કરતો, મારપીટ કરીને ત્રાસ ગુજારતો. ભાગ્યે જ એવો કોઈક દિવસ ગયો હશે જ્યારે તેણે પોતાની પત્ની પર જુલમ કરી કાળો કેર ન વર્તાવ્યો હોય.

અને દીકરા ? મોટો દીકરો તો અઢાર વરસનો થઈ ગયો હતો. છતાં પણ તે પરિવાર પ્રત્યે પોતાની કોઈ જવાબદારી સમજતો ન હતો. ઈન્ટરની પરીક્ષામાં બે વાર નાપાસ થયા બાદ ફેરપરીક્ષા આપવાનું માંડી વાળીને રખડપટ્ટી કર્યા કરે છે. નાનકો પણ આ વખતે દસમામાં નાપાસ થયો છે. ભીમા અહીંયા એકલો અને એ લોકો આવી હાલતમાં ત્યાં. પોતાની મા માટે તેમના સંતાનોનાં મનમાં ન તો કોઈ આદર હતો, ન કોઈ ડર. એમને કાબૂમાં રાખવાવાળું કોઈ રહ્યું નહોતું.

એણે ઘણી મુશ્કેલીઓ વેઠીને ગામમાં સરસ મકાન બનાવડાવ્યું હતું. પત્ની અને દીકરી માટે વીસ-વીસ તોલાના સોનાના દાગીના બનાવડાવ્યા હતા. બે એકર જમીન પણ ખરીદી. તોયે તેને ક્યાં કોઈ સુખ હતું ? શું પરિવારનો અર્થ આ જ છે ? શું તેના સંસારનો આ જ સાર છે ?

કારખાનામાં કામ કરવું, ઊંઘવાની સુવિધા પૂરી પાડતી ઓરડીમાં આવી સૂઈ જવું, ભોજન પૂરું પાડતી બહેનોને ત્યાં જઈ જમવું, વર્ષના દસ મહિના મુંબઈમાં અને બે મહિના પોતાના ગામે જઈ પસાર કરવા. ઘાંચીમાંના બળદ જેવું જીવન વ્યતીત કરીને

આખરે તેણે શું મેળવ્યું ? તેના સુખદુ:ખને વહેંચવાવાળું અહીં કોઈ ન હોતું, વણકરમાંથી જ્યારે જોબરના રુપમાં તેની પદોન્નતિ થઈ ત્યારે તે કેટલો ખુશ થયો હતો ? સાથે કામ કરતાં સહકર્મીઓ ગમે તેટલી વધાઈ આપે તો પણ એ બૈરી-છોકરાં સાથે ખુશી વહેંચવાના આનંદ સમાન તો ન જ હોય ને ? જ્યારે એ માંદો પડીને ખાટલો પકડે ત્યારે એની સેવા કરવા પોતાના લોકો ક્યાંથી હોય અહીં? સહકર્મીઓ ગમે તેટલો સાથ આપે તો પણ પત્ની અને બાળકો જેવો પ્રેમ અને આત્મીયતા તો ન જ આપી શકે ને ?

આ વિચારોના ભારથી ભીમાનું મન બોઝિલ થઈ ગયું. અજાણતાં જ તેની આંખોમાંથી અશ્રુ વહેવાં લાગ્યાં. તેની અંદર ચાલતું મનોમંથન થમી જ નહોતું રહ્યું.

અહીં છેલ્લા કેટલાક સમયથી તેનું સ્વાસ્થ્ય સારું નહોતું રહેતું. ક્યારેક જો થોડું વધુ કામ કરે તો થાક અનુભવાતો હતો, શ્વાસ ફૂલી જતો હતો. કદાચ દમની તકલીફ હોય. રકતદાબ પણ વધારે હતું. ખબર નહીં, આખરે ક્યાં સુધી તેણે આ રીતે કામ કરવું પડશે ?

જો તે નોકરીમાંથી રાજાનામું આપી દે તો તેને એક લાખ કરતાં વધુ રકમ મળી રહેશે. થોડી રકમ બેંકમાં જમા કરીને બાકીના પૈસાથી તે પોતાના ગામમાં કોઈ નાનો એવો ધંધો કરે તો પણ ખર્ચો તો નીકળી જ જશે. ખેતીવાડીમાં ઊગતું અનાજ ભોજન માટે પર્યાપ્ત થઈ રહેશે.

હા, એમજ કરવું પડશે.

ક્યાં સુધી એ પૈસા મોકલીને હાથ ખંખેરતો રહેશે. હવે તો એણે હકીકતમાં ઘરના મોભીની જેમ રહેવું પડશે. પૈસા કમાનારી મશીન નહીં, પણ સ્વજનોમાં અનુરાગ અને અનુભૂતિ વહેંચતો માણસ બનવું પડશે. પોતાની દીકરીનો ઘરસંસાર પણ વસાવવાનો છે. ભટકી ગયેલા દીકરાઓને સાચા માર્ગે વાળવાના છે. તો જ એનું જીવન સફળ અને સાર્થક થઈ શકશે.

આ નિર્ણય કર્યા બાદ તેને થોડી રાહત અનુભવાઈ. તેનું મન હલકું થઈ ગયું. ત્યારબાદ નિશ્ચિંત થઈ તે ઊંઘી ગયો.

તમને શું લાગે છે ? રાત્રે લીધેલા નિર્ણય પર ભીમાએ અમલ કર્યો હશે. દર મહિને ચાર હજારનું વેતન આપતી નોકરી એણે છોડી દીધી હશે ? કે પછી દારૂના નશામાં લીધેલો નિર્ણય નશો ઊતરતાં જ ભૂલી ગયો હશે ? આ બધાં એવા પ્રશ્નો છે, જેમના ઉત્તર કદાચ અત્યારે નહીં મળે, કદાચ ક્યારેય નહીં મળે.

નીલી છત્રીની છાયામાં

મલાડ... મુંબઈનું એક ઉપનગર.

એક બારમાળની ઈમારતનું નિર્માણકાર્ય જોરશોરથી ચાલી રહ્યું હતું. ઈંટનું કામ પૂરું થઈ ગયું હતું. પ્લાસ્ટરનું કામ હજી ચાલુ હતું. મિક્સરમાં રેતી અને સિમેન્ટનું મિશ્રણ તૈયાર થઈ રહ્યું હતું. આ મિશ્રણને લોઢાંનાં ઘમેલામાં ભરીને મજૂરણો મિસ્ત્રીને આપી રહી હતી. જેને તેઓ દિવાલ પર છાંટીને સમતલ કરી રહ્યા હતા.

એ ઈમારતની આસપાસ બાંધેલા વાંસ અને લાકડાથી બનાવેલા સ્ટેન્ડ પર ઊભા રહીને એ લોકો પોતાનું કામ ઝડપથી કરી રહ્યાં હતાં.

લોઢાંનાં ઘમેલાં એક હાથમાંથી બીજા હાથમાં થઈ પ્રમુખ મિસ્ત્રી સુધી પહોંચી રહ્યાં હતાં. આ દૃશ્ય ખરેખર અનુપમ હતું. આ દૃશ્ય જોઈને ફિલ્મનું એક ગીત યાદ આવી રહ્યું હતું...

'સાથી હાથ બઢાના, સાથી રે.'

એક વાગ્યો. બધા મજૂરો જમવા બેઠા. મલ્લી અને શેટ્ટી એ જ ઈમારતના એક અડધા પડધા બનેલા ઓરડામાં રહેતાં હતાં.

મલ્લી સામાન્ય મજૂરણ હતી. જ્યારે શેટ્ટી સિમેન્ટ કામમાં કુશળ પ્રમુખ મિસ્ત્રી હતો. તેઓ માછલીમાંથી બનાવેલી રાતની વધેલી વાનગીનું ભોજન જમી રહ્યાં હતાં. તેમનો દીકરો રમેશ શાળામાં ગયો હતો. એ છ વર્ષનો હતો. એમની એક દીકરી પણ હતી... રુકમણિ. જે ચાર વર્ષની હતી. મા-બાપ કામ કરતાં અને રુકમણિ બીજા બાળકો સાથે માટીમાં રમતી.

'હવે એક મહિનામાં તો આ બિલ્ડિંગનું કામ પૂરું થઈ જશે મલ્લી. પછી આપણે મલબાર હિલ જવું પડશે. શેઠ ત્યાં જૂની ઈમારત તોડીને નવી બનાવવાના છે. શેઠે કહ્યું છે કે, 'અહીંનું કામ પૂરું થઈ જાય, એટલે ત્યાંનું કામ શરૂ કરી દેજો.' આપણે તો એમની પાસે દસ વરસથી કામ કરીએ છીએ. એમને આપણા પર ભરોસો છે. તેમણે કહ્યું છે કે, 'તમે લોકો ત્યાં આઉટ હાઉસમાં રહીને કામ કરજો અને દેખરેખ રાખજો' – શેટ્ટીએ કહ્યું.

'ક્યાં સુધી આવી રીતે ભટકતાં રહીશું? ક્યાંક એકાદ ઝૂંપડીની વ્યવસ્થા કરોને,' મલ્લીએ કહ્યું.

'ઝૂંપડી લેવી કંઈ સહેલું થોડું છે? એના માટે ઓછામાં ઓછા સીતેર- એંસી હજાર રૂપિયા જોઈશે. ક્યાંથી લાવીશું?'

'રમેશ મોટો થઈ રહ્યો છે. આવી રીતે જુદી જુદી જગ્યાએ ભટકતાં રહીશું તો એનું ભણતર નહીં બગડે? આવતા વર્ષે મુન્નીને પણ શાળામાં દાખલ કરવાની છે.'

'હમણાં તો પરીક્ષાઓ પૂરી થાય ત્યાં સુધી રમેશને કોઈકની પાસે રાખવો પડશે. પછી આગળ જોયું જશે,' શેટ્ટીએ કહ્યું.

'આ વરસની વાત નથી. હું તો હંમેશની વાત કરું છું. મલબાર હિલ જઈશું તો ત્યાંથી મલાડ આવતા બે કલાક થાય. છોકરો આટલે દૂર આવી શકશે? ત્યાં તો આપણી માતૃભાષાની શાળા પણ નથી. મુન્નાને કોની પાસે મૂકું?'

'મુંબઈમાં ક્યાંય પણ ઝૂંપડી લેશું તો આપણને તકલીફ થવાની જ છે. આપણને ઘરની નજીક જ કામ મળે છે, એજ ઘણું છે. કામના સ્થળે જ રહેવાનું ઠેકાણું પણ મળી જાય છે. આપણે રમેશને મરાઠી શાળામાં દાખલ કરીશું. મરાઠી શાળા તો બધી જગ્યાએ હોય છે.'

'મુન્નો આપણી માતૃભાષા ન શીખે એ તો કેમ ચાલે?' મલ્લીએ પૂછ્યું.

શેટ્ટીએ કંઈ જવાબ ન આપ્યો. મલ્લીએ ફરી કહ્યું, 'છેવટે ચિઠ્ઠી વાંચતા તો આવડવું જોઈએ ને? મુન્નીને તો આપણી ભાષાની શાળામાં જ મોકલીશું.'

'જો, આપણા માટે તો જિંદગી વેંઢારવી એ જ મુશ્કેલ કામ છે. એમાં રહેવા માટે ઘર પણ જોઈએ, બાળકોને ભણાવવા પણ છે.. એવું કહીશ તો કેમ ચાલશે?' શેટ્ટીએ ઉપેક્ષાથી કહ્યું.

'સાંભળ્યું છે કે, અહીં મલાડમાં પચાસ હજારની અંદર ઝૂપડી મળી જાય છે. આપણે આ શેઠનું કામ છોડી દઈશું. નાકે ઊભાં રહીશું તો કામ મળી જશે. (મુંબઈમાં લગભગ દરેક રેલ્વે સ્ટેશન પાસે વહેલી સવારે આવી રીતે છૂટક કામ કરનારા બેગારી મજૂરો ઊભાં હોય છે. નાના-નાના કોન્ટ્રાક્ટર, છૂટક કામ કરાવવા માંગતાં લોકો એ દિવસની મજૂરી નક્કી કરીને તેમને પોતાની સાથે લઈ જાય. પરંતુ એવી કોઈ ખાતરી

ન હોય કે દરરોજ કામ મળશે જ, કામ મળે તો મજૂરી પૂરતી જ મળશે. માંગ અને પૂર્તિ અનુસાર મજૂરીનો દર વધે-ઘટે.)

'લગ્ન પહેલાં હું નાકા પર જ ઊભો રહેતો હતો. મહિનામાં પંદર દિવસ પણ જો કામ મળી જાય તો બહુ કહેવાતું. એમાં પણ બહુ સસ્તામાં કામ કરવું પડતું હતું.' શેટ્ટીએ કહ્યું.

'આપણી જિંદગી તો આમ જ વીતી ગઈ. આપણાં બાળકોને ભણાવીએ તો એમને જીવનમાં કોઈક રસ્તો મળી જાય. મારી ઈચ્છા છે કે બાળકો આપણી માતૃભાષા ચોક્કસ શીખે. માતૃભાષા ન શીખે એ કંઈ યોગ્ય કહેવાય ?

'અરે પગલી, આપણે ત્યાં તો મોટાં-મોટાં ભણેલાં ગણેલાં લોકોના બાળકોને પણ માતૃભાષા નથી આવડતી. બધાં લોકો અંગ્રેજી શાળા તરફ દોટ મૂકે છે અને તું માતૃભાષા માટે આગ્રહ કરી રહી છે. હકીકતમાં તો આપણા માટે બાળકોને ભણાવવાં એ જ મોટી વાત છે. એમાં તું કહે છે કે , માતૃભાષાની શાળામાં જ મોકલો.

'તમે જે કહો તે, મારા માટે એક ઝૂંપડી જુઓ. હું ગમે તેમ મારાં બાળકો સાથે રહી લઈશ. જ્યાં સુધી શક્તિ છે, ત્યાં સુધી લોકો માટે મકાન બનાવવાનું કામ કરતી રહીશ. બિલાડી પોતાના બચ્ચાંઓને દસ-વીસ ઘરોમાં ફેરવે છે, એવું હું મારાં બાળકો સાથે નહીં કરું. તમે જ્યાં પણ કામ કરો, ત્યાંથી રાત પડે ઘરે આવી જાઓ એજ મારા માટે ઘણું છે.'

બે વાગ્યા. વાત ત્યાં જ પૂરી થઈ ગઈ. એ લોકો પાછાં કામે વળગી ગયાં.

એ રાત્રે શેટ્ટી વિચારે ચડ્યો. પહેલાં તો એને એમ થયું કે તેની પત્ની કહેવા ખાતર કહે છે. પરંતુ તેને ખબર નહોતી કે તેની પત્ની પોતાના નિર્ણયમાં કેટલી દઢ છે. મલ્લીની વાત સાચી હતી. સેંકડો મકાન બનાવ્યા પછી પણ પાછું વળીને જોઈએ તો આખરે એમનું શું હતું ? મકાનના માલિક પહેલાં આપણે આ નવાં મકાનમાં રહીએ છીએ એવું વિચારીને ખુશ થવાથી શું વળે ? ફૂટપાથ પર ડેરો જમાવીને બેઠેલાં લોકોનું પણ એક આશ્રયસ્થાન છે. સરકાર પણ એમને એમની જગ્યાએથી હટાવી ન શકે. એમને ત્યાંથી હટાવવા હોય તો પણ એમની બીજી જગ્યાએ વ્યવસ્થા કરવી પડે. જ્યારે પોતે !

આ રીતે છ-બાર મહિનામાં નિર્માણકાર્ય પૂરું થઈ જાય એટલે એક બિલ્ડિંગથી બીજી બિલ્ડિંગ, જ્યારે જ્યારે કામનું સ્થળ બદલાય ત્યારે ત્યારે એમને રહેવાનું ઠેકાણું પણ બદલવું પડતું.

આપણે આટલી બધી ઈમારતો બાંધી પણ એમાં આપણું તો એક પણ મકાન નથી. આપણી પાસે તો બસ આ નીલી છત્રી છે.

મલ્લીના કહેવા મુજબ એણે તરત જ ઝૂંપડીની વ્યવસ્થા કરવી જ પડશે. જરૂર પડશે તો શેઠને વિનંતી કરીને થોડા પૈસા ઉધાર લઈ લઈશ. મલ્લી અને બાળકોને એમાં રાખી હું કામના સ્થળે આવતો જતો રહીશ. રાત્રે ઘરે આવીશ. થોડી મુશ્કેલી પડશે પણ એમ કરવાથી પોતાને એક ઠામ-ઠેકાણું તો મળશે ને ? મલ્લીને પણ કંઈક ને કંઈક કામ મળી રહેશે.

આ નિર્ણય કરવાથી શેટ્ટીના મનને ટાઢક વળી.

મલ્લીને પોતાની બાથમાં લઈ તેના કાનમાં ગણગણ્યો અને પોતાનો નિર્ણય જણાવ્યો. આ સાંભળીને મલ્લીની આંખો ભરાઈ ગઈ. આખી રાત એ લોકો સપનામાં ખોવાયેલાં રહ્યાં. ઊંઘમાં પણ કંઈક ગણગણાટ કરતાં રહ્યાં.

પૃથ્વી ખરેખર ગોળ છે !

'હે નાથ ! આપનો આ ભક્ત લિંગરાજ કેટકેટલી મુશ્કેલીઓ વેઠી રહ્યો છે ? હવે તો એના કષ્ટ કાપો,' માતા પાર્વતીએ ભગવાન શંકરને પ્રાર્થના કરી.

'અરે દેવી ! બ્રહ્માએ લખેલાં લેખ કોણ ટાળી શકે ?'

'આપ આ શું કહી રહ્યા છો સ્વામી ? આપના માટે કયું કાર્ય અસંભવ છે ?'

'હા, પણ બ્રહ્માએ લખેલા લેખને બદલવા સ્વયં બ્રહ્મા માટે સંભવ નથી. પરંતુ આપની ઈચ્છા પૂરી કરવા માટે હું એક બહુમૂલ્ય હીરો લિંગરાજને પ્રદાન કરીશ. આગળ શું થાય છે, તે તમે સ્વયં જોઈ લેજો.'

બીજા દિવસે ખેતરેથી પાછા ફરતી વખતે લિંગરાજને રસ્તા પર ચમકતો હીરો મળ્યો. લિંગરાજે તો એને ચમકતો પથ્થર સમજીને લઈ લીધો અને ગામમાં જઈને શાહુકાર પન્નાલાલને આપી દીધો. હીરો જોઈને પન્નાલાલની આંખો પહોળી થઈ ગઈ. પણ એ શાહુકાર ખરો ને, એણે ચતુરાઈપૂર્વક લિંગરાજને એવું ઠસાવ્યું કે આ તો એકદમ સામાન્ય હીરો છે અને એ હીરાની સામે બે કિલો ચોખા અને અડધો કિલો દાળ આપી.

લિંગરાજની ખુશીનું તો જાણે કોઈ ઠેકાણું નહોતું. ઘણા દિવસો પછી એના પરિવારે ભરપેટ ભોજન કર્યું. બીજા દિવસથી બધું પાછું પૂર્વવત ચાલવા લાગ્યું.

'જોયું ને દેવી ! આપણે ઇચ્છીએ તો પણ કોઈનું ભાગ્ય બદલી શકતાં નથી. ચાલો મુંબઈ જઈએ. જોઈએ કે ત્યાં 'સાવંત ચાલ'માં શું ચાલી રહ્યું છે ?'

'ભાઈઓ અને બહેનો ! પોતાના ચૂંટણી ઢંઢેરામાં જાહેર કર્યા મુજબ, આ નવી સરકારે આપણા જેવા ઝૂપડપટ્ટીવાસીઓ માટે પાકાં મકાનો બનાવી આપવાની યોજના તૈયાર કરી છે,' બેઠકમાં ચાલસમિતિના સચિવ પરબ માસ્ટર મરાઠીમાં ભાષણ આપી રહ્યા હતા.

'આપણી પિસ્તાળીસ ઝૂપડીઓની જગ્યાએ બે મોટી-મોટી બિલ્ડિંગો બનાવશે. એક બિલ્ડિંગમાં આપણને બધાને રહેવા માટે સારો ફ્લેટ મળશે. એનો અર્થ એ છે કે હાલમાં આપણો જે સો ચોરસફૂટનો ઓરડો છે, એના બદલે બસો ચોરસફૂટનો મોટો

ફલેટ... હોલ, રસોડું, સ્નાનગૃહ, શૌચાલય વગેરે સુવિધાઓથી યુક્ત ફલેટ આપણને બનાવી આપશે. આપણી આ ઝૂંપડી, જેની હાલમાં કિંમત બે લાખ છે તે લગભગ દસ લાખની કિંમત ધરાવતા ફલેટમાં ફેરવાઈ જશે.'

'તમે કહ્યું અને અમે સાંભળ્યું. આવું તો છેલ્લાં પાચ વર્ષોથી થતું આવ્યું છે. કોર્ટમાં સો મહિનાનું ભાડું જમા કરાવ્યું, તો પણ કંઈ લાભ થયો નથી. હવે તો આ બધો અમને વગર મતલબનો બકવાસ લાગે છે,' ઉપાધ્યક્ષ ભૂરેલાલ વચમાં જ બોલી ઊઠયા. નારાયણે એમનું સમર્થન કર્યું.

ભૂરેલાલ અને નારાયણ 'સાવંત ચાલ'માં રહેતા હતા. 'સાવંત ચાલ' નગરની વચ્ચોવચ પરેલમાં સ્થિત, નિર્ધનોની વસતિ હતી. નારાયણ પ્રમુખ-મિસ્ત્રીનું કામ કરતો હતો.

ભૂરેલાલ દરજી હતા. તેમની પોતાની દુકાન હતી. પિસ્તાળીસ ઝૂંપડાંની આ ચાલમાં વીસ પરિવારો રહેતા હતા. પરિવારના પુરુષો નાનો-મોટો કામધંધો કરતા હતા, તો સ્ત્રીઓ બીડી બનાવતી હતી. આ રીતે મુંબઈ શહેરમાં તેમનું ગુજરાન ચાલતું. જેમ તેમ કરીને તેઓ થોડી ઘણી બચત પણ કરી લેતાં હતાં.

વચમાં આવેલી રુકાવટને કારણે પરબને ગુસ્સો આવ્યો.

'મને મારી વાત પૂરી તો કરવા દો. પછી હું તમારી બધી શંકા-કુશંકાઓ દૂર કરી દઈશ. આપણને અત્યાર સુધી જે કંઈ મળ્યું તે એક બાજુ મૂકો. હવે જે મળવાનું છે તે એકદમ જુદી જ વાત છે. આપણી આટલા વર્ષોની મહેનત પછી હવે આપણી 'હાઉસિંગ સોસાયટી' રજિસ્ટર થવા પામી છે. સો મહિનાનું ભાડું લઈને ચાલના માલિક પણ સમાધાન માટે તૈયાર થઈ ગયા છે. આખી યોજના પાકે પાયે તૈયાર છે. જો આપણે 'હા' કહીશું તો આવતાં વરસે આ સમયે આપણે આપણા પોતાના ફલેટમાં રહેતા હોઈશું. હવે આગળની બધી વાત 'મલકાણી બિલ્ડર્સ એન્ડ ડેવલપર્સ'ના પ્રતિનિધિ શ્રી તેવાણીજી કરશે.

'જેમ પરબજીએ કહ્યું તેમ, તમને બધાંને બસો ચોરસફૂટનો ફલેટ આપવા અમારા પ્રોપ્રાયટર સાહેબ માની ગયા છે. અને એ માટે તમારે કોઈપણ પ્રકારનો ખર્ચ કરવાનો નથી. આપ સૌની સુવિધા માટે સરકારે નક્કી કર્યું છે તેના કરતાં પણ વીસ ચોરસફૂટ જગ્યા વધુ આપવાના છીએ.'

'તો શું એમાં તમારો કોઈ સ્વાર્થ નથી ?' નામદેવ પાટિલે પૂછ્યું.

'કેમ નહીં ? ચોક્કસ છે. આ દુનિયામાં એવી કઈ વ્યક્તિ છે જેનો કોઈ સ્વાર્થ ન હોય ? તમે લોકો જે જગ્યા ખાલી કરશો તેના પર અમે સોળ માળની ઈમારત બનાવીશું. એ ફ્લેટોને અમે વધુ કિંમતે વેંચીશું. એમાં અમને જે નફો થશે એમાં તમારાં ભાગ રૂપે તમને બધાંને પણ હાલમાં તમારી જેટલી જગ્યા છે તેના કરતાં બમણી જગ્યા, તમામ સુવિધાઓ સાથે આપવામાં આવશે. એનો અર્થ એ છે કે આમાં આપણાં બધાંનો સ્વાર્થ નિહિત છે.' તેવાણીજીએ હસતા હસતા જવાબ આપ્યો.

'જો અમે એ માટે તૈયાર ન થઈએ તો ?'

'દરેક જણ રાજી થાય તો જ આ યોજના સફળ થશે. જેમને અમારી વાત પર વિશ્વાસ ન હોય તેમને અમે ત્રણ-ત્રણ લાખ રૂપિયા આપવા તૈયાર છીએ. જગ્યા ખાલી કરીને તમારી જગ્યા અમારા નામે કરી દો. તમારી ઝૂંપડી અમારા નામે કરીને ત્રણ લાખ રૂપિયા લેવા છે કે પછી એક વર્ષ બાદ દસ લાખ કિંમતના ફ્લેટના માલિક બનવું છે, એ તમારે નક્કી કરવાનું છે.'

લાંબી ચર્ચા-વિચારણા બાદ નારાયણની જેમ વિચારનારા પંદર લોકોએ ત્રણ લાખ રૂપિયાના પક્ષમાં પોતાનો મત આપ્યો. ભૂરેલાલ જેવા ત્રીસ આશાવાદી લોકોએ દસ લાખના ફ્લેટની તરફેણ કરી.

શું ઝાડીઝાંખરામાં છૂપાયેલા ત્રણ પક્ષીઓ કરતા હાથમાં રહેલું એક પક્ષી શ્રેષ્ઠ છે ? એનો ઉત્તર તો આવનારો સમય આપશે.

ખેર, વાર્તા અહીં પૂરી થતી નથી. નારાયણે ઉપનગર બોરીવલીમાં એક ઝૂંપડી ખરીદી. જેમાં એક લાખ રૂપિયા ખર્ચાઈ ગયા. દીકરીના લગ્ન લીધાં એમાં બીજા એક લાખ રૂપિયા ખર્ચાઈ ગયા. બાકીના એક લાખ રૂપિયા ખાવા-પીવામાં અને મટકા-જુગારમાં પૂરા થઈ ગયા.

ખરેખર ! પૃથ્વી ગોળ છે. આ બધું જોઈને ભોલે શંકર મંદ મંદ હસવા લાગ્યા. દેવી પાર્વતી તમતમી ઊઠયા.

અંતે જે મળ્યું

'દિવાળીની રજામાં ક્યાં જઈશું ?' નરેન્દ્રએ પ્રેમપૂર્વક પોતાની પત્નીને પૂછયું.

'ઉનાળાના વેકેશનમાં જઈએ તા ઠીક રહેશે,' સુમને પોતાનો મત વ્યક્ત કર્યો.

'મને તો ગરમીની ઋતુમાં યાત્રા કરવી બિલકુલ પસંદ નથી. જ્યાં જુઓ ત્યાં ધોમધખતો તાપ, પીવા માટે પાણી ન મળે, જ્યાં જુઓ ત્યાં ભીડ જ ભીડ. અને મારી એલ.ટી.સી.ની અવધિ પણ ડિસેમ્બરમાં પૂરી થવાની છે. તો એનો ઉપયોગ કરી લઈએ.'

'જો એમ વાત છે તો આપણે ઊટી જઈએ. ઘણાં વર્ષોથી મારી ઈચ્છા છે.'

'હા ત્યાંથી મૈસૂર, બેંગલુરુ અને તિરુપતિ થઈ મુંબઈ પાછા ફરીશું. આજે જ બાપુજીને કાગળ લખું છું. એ લોકો પણ મુંબઈ આવી જાય.'

'શું ? તમારા એ બધાં સગાં પણ સાથે આવશે ?' સુમન ચોંકી ગઈ. તેનો બધો ઉત્સાહ ઓસરી ગયો.

'કેમ, શું એ લોકો માણસ નથી ? શું એમને કોઈ શોખ ન હોય ?'

'એમ નહીં, પણ આઠ વ્યક્તિઓ સાથે મુસાફરી કરીશું તો ઘણી તકલીફો સહન કરવી પડશે ? ટિકિટ કઢાવવી, રિઝર્વેશન, ભોજન તથા રોકાણની વ્યવસ્થા... એ બધામાં બહુ તકલીફો થશે.'

'મુસાફરીમાં થોડી ઘણી અગવડો તો ભોગવવી જ પડે. પણ એથી કંઈ મુસાફરી કરવાનું છોડી તો ન જ દેવાય ને ? પોતાના મનની વાત સ્પષ્ટ કરતા નરેન્દ્રએ કહ્યું, 'બેંકની સર્વિસમાં જોડાયાને બાર વર્ષ થયાં. પરંતુ, એકેય વાર હું મારા પરિવારને એલ.ટી.સી.નો લાભ લઈ ક્યાંય ફેરવી શક્યો નથી. અહીં મુંબઈ આવ્યાને પણ એક વર્ષ થયું. તોયે એ લોકો અહીં આવ્યાં નથી. એ બહાને એ લોકો મુંબઈ તો જોઈ શકશે ?'

નરેન્દ્ર એક રાષ્ટ્રીયકૃત બેંકમાં હતો. પદોન્નતિ થતા તે મુંબઈ આવ્યો હતો.

'દેખાડવાં અને ફરાવવાં લાયક તો ઘણાં સ્થળો છે. પણ હરવા-ફરવાનો જે ખર્ચો થશે એનું શું ?' સુમને પોતાની શંકા વ્યક્ત કરી.

'તું ખર્ચની ચિંતા ન કર. ખર્ચો બચાવવા માટે જ એ લોકોને લઈ જવાનાં છે.'

'એ કઈ રીતે ?'

'અમારા એસોસિએશને મેનેજમેન્ટ સાથે નક્કી કર્યા પ્રમાણે જો આપણે રેલવેમાં દ્વિતીય શ્રેણીમાં પ્રવાસ કરીશું તો પણ આપણને સેકન્ડ એસી.નું ભાડું મળશે. એટલે કે આપણી ટિકિટના ભાડાં કરતાં ચાર ગણું ભાડું મળશે. જેટલી ટિકિટો વધારે એટલો વધારે લાભ થશે. આખા પરિવારના બધાં સભ્યો જઈએ તો પણ બધા જ ખર્ચ કાઢયા પછી પણ આપણને ફાયદો જ થશે.

'એનો અર્થ એ છે કે તમારે સ્વાર્થની સાથે સાથે પરમાર્થ સાધવો છે. આખરે તમારું દિમાગ વાણિજ્ય ક્ષેત્રનું ખરુંને !' એમ.કોમ.ભણેલા પતિની રમૂજ કરતાં સુમને કહ્યું.

સમજી-વિચારીને બનાવેલી યોજના અનુસાર નરેન્દ્રએ ગામડેથી પોતાના માતા-પિતા, નાના ભાઈ-બહેનને મુંબઈ બોલાવી લીધાં. પર્યટન વિકાસ નિગમની બસમાં બે દિવસ સુધી બધાંએ મુંબઈ દર્શનનો આનંદ લીધો. ત્યારબાદ બધાં સાથે મુંબઈથી રવાના થયાં અને ઊટી પહોંચ્યાં. ત્યાંથી મૈસૂર, બેંગલુરુ અને આસપાસના પર્યટન સ્થળો બેલૂર, હલિબીડૂ, શ્રવણ બેલગોડા વગેરે જોઈ તિરુપતિ-તિરુમલા પહોંચ્યાં.

એમણે પૂરી શ્રદ્ધાથી તિરુમલા પર્વત પર બાલાજી શ્રી વેંકટેશ્વરજીનાં દર્શન કર્યા. મંદિરની બહાર આવીને કેન્ટિનમાં ભોજન કર્યું. ત્યારબાદ બપોરના એક વાગે તેઓ ભાડે રાખેલા કોટેજમાં આવી ગયા. લાગલગાટ આઠ-આઠ દિવસ દિવસ સુધી કરેલી મુસાફરીને કારણે બધાં ખૂબ જ થાકી ગયાં હતાં. ચાલી ચાલીને પગના ગોટલા ચડી ગયા હતા. પથારીમાં પડતાવેત જ બધાં ઘસઘસાટ સૂઈ ગયા. સાંજે લગભગ પાંચેક વાગ્યે બધાં ઊઠ્યા. ચા-પાણી પીને બધાં આરામથી બેઠાં હતાં.

'યાત્રા સરસ થઈને મા ?' પર્યટનનું બહુ સારું આયોજન કર્યું હોવાની ખુશીમાં નરેન્દ્રએ માને પૂછયું.

'કેવી યાત્રા બેટા ! અમારાં જમાનામાં તો લોકો યાત્રા કરવા કાશી જતાં અથવા રામેશ્વરમ્ જતાં. મને હતું કે તારા પિતા ન લઈ ગયા તો કંઈ નહીં પણ તું તો જરૂર મને આ તીર્થોના દર્શન કરાવીશ. આ ઝાડપાન જોવા માટે આટલા બધા પૈસા ખર્ચીને, ટ્રેન

અને બસ બદલી-બદલીને મુસાફરીનો આટલો ભીડો કેમ વેઠયો? વડીલોએ એમને એમ તો નહીં કહ્યું હોય ને કે પોતાના ઘરમાં જે સુખ મળે છે તે કાશી જઈને પણ નથી મળતું.'

નરેન્દ્રના બધા ઉત્સાહ પર પાણી ફરી વળ્યું. જાણે ઊકળતા દૂધમાં કોઈએ ઠંડું પાણી છાંટી દીધું હોય.

ખિન્ન હૃદયે એ ચૂપચાપ બહાર નીકળી ગયો.

તેણે તિરુપતિથી જ પોતાના પરિવારજનોની ગામે જવાની ટિકિટ કઢાવી લીધી. એમને ટ્રેનમાં બેસાડીને એ પત્ની અને બાળકો સાથે મુંબઈ પાછો ફર્યો. આટલી લાંબી મુસાફરી દરમિયાન સાસુ-વહુ વચ્ચે તુતુ-મેંમેં થઈ ગઈ હતી.

બંને વચ્ચે જાણે કે વધુ ખરીદી કરવાની હોડ લાગી હતી. પછી ભલે એમને એ વસ્તુની જરૂર હોય કે ન હોય. આ વાત પર નરેન્દ્ર અને સુમન વચ્ચે પણ બોલાચાલી થઈ ગઈ હતી.

નરેન્દ્રએ વિચાર્યું હતું કે એક સાથે મુસાફરી કરવાથી એની મા અને પત્ની વચ્ચે પરસ્પર સ્નેહ વધશે. પરંતુ થયું એકદમ વિપરિત. બંનેના સંબંધોમાં જે તિરાડ પડી હતી તે ઊલટાની વધુ ઊંડી થઈ ગઈ હતી. એને હવે ભાન થયું કે બે પેઢીઓ વચ્ચેનું અંતર આટલું સહેલાઈથી પૂરાવાનું નથી. નરેન્દ્રએ નિશ્ચય કરી લીધો કે ભવિષ્યમાં ક્યારેય પણ જો માતા-પિતાને પ્રવાસ કરાવવો હશે તો ટિકિટો ખરીદીને તેમને એકલાં જ મોકલશે. હવે એ ક્યારેય એમને પોતાની સાથે નહીં લઈ જાય. એલ.ટી.સી.ના પૈસાની લાલચ અંતે તો એને બહુ મોંઘી પડી.

મુસાફરી દરમિયાન બહુ દોડાદોડી થવાથી થાક તો લાગ્યો, ખર્ચો પણ ઘણો થયો. પરંતુ એને એની ચિંતા ન હતી. પરંતુ એણે કરેલું અને કરાવેલું ભ્રમણ અંતે તો તકલીફદાયક જ સાબિત થયું હતું. એણે જે સ્વાર્થ અને પરમાર્થની આશા રાખી હતી, એ બંનેમાંથી તે એકપણ પૂરો કરી શક્યો નહીં.

અંતે તેને જે મળ્યું, એ હતો માનસિક સંતાપ.

આક્રંદ

શું મુંબઈમાં હવે સામાન્ય માણસો માટે કોઈ સ્થાન નથી? છેલ્લા કેટલાયે દિવસોથી ભૂમેશને આ પ્રશ્ન સતાવી રહ્યો હતો. છેલ્લાં બે વર્ષોથી મુંબઈમાં વેંચાયેલી જમીનના ભાવ એની આંખો સામે તરી રહ્યા હતા. એના પિતા મુંબઈની ટેક્સટાઇલ મિલમાં કામ કરતા હતા. છેલ્લાં બે વર્ષોમાં એક પછી એક કોહિનૂર મિલ, નંબર-૩, અપોલો મિલ, જ્યુપિટર મિલ, એલ્ફિન્સ્ટન મિલ, ન્યૂ હિંદ મિલ, ઇંડિયા યુનાઈટેડ મિલની થઈને કુલ સાઠ એકર જમીન બે હજાર ચારસો કરોડમાં વેંચાઈ ગઈ હતી. એનો અર્થ એ થયો કે એક મિલના સરેરાશ ચાલીસ કરોડ રૂપિયા. જ્યાં એ જન્મ્યો, મોટો થયો એ સ્થાન હવે કરોડોનું થઈ ગયું હતું. પણ એ પોતે તો મુંબઈ ઉપનગરના એક છેડે ફેંકાઈ ગયો હતો. એમની પાસે રહેવા માટે કોઈ જગ્યા ન હતી.

એના પિતાએ જે કાપડની મિલમાં ત્રીસ વર્ષ સુધી કામ કર્યું, એ નુકશાનીના વમળમાં ફસાઈ ગઈ અને છેવટે બંધ જ થઈ ગઈ. એ મિલને હાથમાં લેનારી સરકારી સંસ્થા નેશનલ ટેક્સટાઇલ કોર્પોરેશન પણ મિલને નફાના રસ્તે વાળવામાં નિષ્ફળ નીવડી. અને હવે ! હવે તો એ સંસ્થાને ઘી-કેળાં થઈ ગયાં છે. મિલને ચાલુ રાખી, મજૂરોની રોજીરોટી બચાવવામાં નિષ્ફળ નીવડેલી આ સંસ્થા હવે મિલની જમીન વેંચીને હજારો કરોડનો નફો રળી રહી છે. જે સંસ્થાએ મિલ બંધ થઈ જવાથી નોકરી ગુમાવી ચૂકેલા લોકોને યોગ્ય વળતર આપ્યા વિના જ ત્યાંથી તગેડી મૂક્યા, એ સંસ્થા હવે પોતાના ખાતામાં માત્ર લાભ-નફો જમા કરી રહી છે. ન્યાયની રીતે જોઈએ તો એ નફામાં મજૂરોનો પણ હક્ક છે. એ નફાના એક નાનકડા હિસ્સામાંથી મિલની વધેલી જમીન પર મજૂરો માટે મકાન બનાવીને આપી શકાય. પણ એના માટે મહેનત કોણ કરે ? કોણ આગળ આવે ? છે કોઈ ?

ભૂમેશનું લોહી ઊકળી રહ્યું હતું. પણ તે અસહાય હતો. એને સાથ આપવાવાળું કોઈ નહોતું. જે લોકોએ એના પિતા સાથે કામ કર્યું હતું તે બધાં જ જુદી જુદી જગ્યાએ જતા રહ્યાં. પરિવારની જવાબદારી હોવાથી તે નોકરી પણ છોડી શકે એમ નહતો. એ એકલો સંઘર્ષ કરવા અસમર્થ હતો. આથી હવે એ માત્ર પોતાના ભાગ્યને દોષ દેવા સિવાય બીજું કંઈ કરી શકે એમ ન હતો.

ભૂમેશની આંખો સામે અતીત તરવરી ઊઠયો. એના પિતા મિલમાં કામ કરતા હતા. મિલ બંધ થઈ એ સમયે એણે ઇન્ટરની પરીક્ષા આપી હતી. તેનું પરિણામ જાહેર થયું. એને ઘણાં સારાં ગુણ મળ્યાં હતાં. એને મેડિસિન અથવા એંજિનિયરિંગમાં પ્રવેશ મળી શકે એમ હતો. તેમ છતાં સંજોગોવશાત્ એને વાણિજ્ય શાખામાં પ્રવેશ લેવો પડયો. કોલેજમાં ભણતાં ભણતાં જ એ નોકરી શોધવા લાગ્યો. એક સ્પર્ધાત્મક પરીક્ષા પાસ કરીને તે એક સરકારી સંસ્થામાં કલાર્ક બની ગયો. પાંચ વર્ષમાં એના પરિવારની સમસ્યાઓ દૂર થઈ ગઈ. નાની બહેનના લગ્ન લેવાઈ ગયાં. નાના ભાઈને એંજિનિયરિંગમાં પ્રવેશ મળી ગયો. પછી તો એના પણ લગ્ન થઈ ગયાં. ચાલો, હવે જીવન નૈયા કિનારે પહોંચી રહી છે એવું વિચારી એ સંતોષનો શ્વાસ લે ત્યાં તો બીજો એક વજ્રપાત થયો.

લોઅર પરેલના જે ઓરડામાં એ લોકો રહેતાં હતાં, એને ખાલી કરવાની નોટિસ મળી. ઈમારત બહુ જૂની થઈ ગઈ છે. ક્યારે ધસી પડશે તે કહેવાય એમ નથી, એટલે એક મહિનાની અંદર ખાલી કરવાનો રિપૅર બોર્ડનો આદેશ મળ્યો. આમ ઓચિંતા, અલ્પ સમયમાં લોકો જાય તો ક્યાં જાય? ઓળખીતા-પાળખીતાઓની મદદથી ત્રીસ કિલોમીટર દૂર દહિસરમાં એમની હેસિયત પ્રમાણે, બે ઓરડાનું મકાન મળ્યું. ત્યાંથી ચર્ચગેટ સ્થિત ઑફિસે આવવા જવામાં ચાર કલાક થઈ જતા. ભૂમેશ સવારે સાત વાગ્યે ઘરેથી નીકળે તો છેક રાત્રે નવ પછી જ ઘરે પાછો ફરતો.

ભૂમેશ દંપતિને બે બાળકો થયાં એટલે ભાડાંના એ ઘરમાં અગવડ પડવા લાગી. તેણે બેંકમાંથી લોન લઈને વિરારમાં ત્રણ બેડરૂમનો એક ફ્લેટ ખરીદી લીધો. હવે એની ઑફિસ વધારે છેટી થઈ ગઈ. ઑફિસમાં જઈને પાછા આવવા માટે એકસો ચાલીસ કિલોમીટરનું અંતર કાપવા છ કલાકની મુસાફરી કરવી પડતી. તેનું જીવન ઘાંચીમાંના બળદ જેવું થઈ ગયું. જીવનમાં બીજી કોઈ અનુભૂતિ માટે એની પાસે સમય જ ક્યાં હતો?

'પપ્પા! ભાઈએ મને માર્યું,' દીકરીની વાત સાંભળીને ભૂમેશ વર્તમાનમાં પાછો ફર્યો. બાળકોને પાસે બોલાવી તેમને પ્રેમથી સમજાવી એમની વચ્ચે સુલેહ કરાવી.

વિચારોનો મધપૂડો પાછો સળવળી ઊઠ્યો.

મધ્ય મુંબઈ સ્થિત એમના પાઘડીના ઘરનું સમારકામ હજુ સુધી પૂરું થયું નથી.

સેંકડો કરોડનું મૂલ્ય ધરાવતા એ ભવનની જમીનના વેંચાણ સંદર્ભે જમીનના માલિકે એક બિલ્ડર સાથે સમાધાન કરી લીધું. રિપેર બોર્ડે નિર્ણય આપ્યો કે આ સમાધાન અમાન્ય છે. એટલે એ જમીનના માલિકે અદાલતમાં કેસ દાખલ કરી દીધો. એ કારણે સમારકામ અટકાવી દેવાયું. કેસની એક પછી એક મુદતો અપાતી રહી. એ દરમિયાન જમીનમાલિકના ગુંડાઓ પિતાજી પર દબાણ કરી રહ્યા હતાં કે તેઓ ભાડું મેળવવાનો પોતાનો અધિકાર જતો કરે.

પિતાજીને એમના શુભચિંતકો એવી સલાહ આપી રહ્યા હતા કે રોકડા પૈસા લઈને સમાધાન કરી લો. આ પરિસ્થિતિમાં તો એવું લાગે છે કે પોતાના જૂના ઘરે પાછા ફરવાની આશા માત્ર આશા જ રહેવાની. મુંબઈ મહાનગરપાલિકાની સીમામાં ત્રણ ઓરડાના મકાનોની કિંમત હવે પચાસ લાખ થઈ છે. એના જૂના ઘરના વિસ્તારમાં તો એક ચોરસફૂટનો ભાવ પચાસ હજાર થઈ ગયો છે. શું હવે મુંબઈમાં સામાન્ય માણસ માટે કોઈ સ્થાન જ નથી?

ભૂમેશના હૃદયમાં ફરી આક્રોશ ભભૂકી ઉઠયો.

શું ભૂ બકાસુરોના આ વિશ્વમાં એનું આક્રંદ માત્ર અરણ્ય રુદન બની રહેશે?

પ્રાથમિકતા

'તું ક્યાં ગઈ' તી ?'

'ટીવીમાં સારો કાર્યક્રમ હતો, એટલે પાડોશમાં ગઈ હતી.'

'કેમ, આપણાં ટીવીને શું થયું ?'

'લો બોલો, આપણું ટીવી કંઈ ટીવી છે ? ન કોઈ રંગ, ન કોઈ ઢંગ. જૂના જમાનાની ફિલ્મોની જેમ બ્લેક એન્ડ વાઈટ છે.'

'આખા દિવસનો થાક્યો પાક્યો, બસના ધક્કા ખાઈને માંડ ઘરે પહોંચ્યો છું. કંઈક ચા-નાસ્તો આપીને મારો થાક દૂર કરવાને બદલે આ કચકચ કેમ કરે છે ? તારા માથા પર આ રંગીન ટીવીનું ગાંડપણ કેમ સવાર થઈ ગયું છે પદ્મા ?

'હા... હા, હું કાંઈપણ કહું તો તમને ગાંડપણ લાગે છે. જરા આજુબાજુમાં જુઓ, બધાંનાં ઘરે રંગીન ટીવી છે. એક આપણા ઘરે જ આ જૂનું પૂરાણું બ્લેક એન્ડ વાઈટ ટીવી છે. કેટલી શરમની વાત છે, એ તમે શું જાણો ? આડોશપાડોશની સ્ત્રીઓ અંદરોઅંદર ગુસપુસ કરતી હોય છે કે આ લોકો તો મહાકંજૂસ છે, મખ્ખીચૂસ છે. હું આ બધું સાંભળી શકતી નથી, એમની સામે માથુ ઊંચું કરી શકતી નથી. તમારે શું ? તમે તો આખો દિવસ ઑફિસમાં હો છો, ઘરમાં રહો તો ખબર પડે !

'વેતન આયોગ પાસેથી જે પૈસા મળવાના છે તે મળશે એટલે આપણે સૌથી પહેલા રંગીન ટીવી ખરીદીશું બસ ? હવે તો ચા-પાણી પીવડાવ.

'ખબર નહીં ક્યારે પૈસા પાછા મળશે અને ક્યારે ઘરમાં રંગીન ટીવી આવશે ? ભગવાન જાણે,' કહેતી પદ્મા ઉતાવળા પગલે રસોડામાં જતી રહી.

'બસ, બે-ત્રણ મહિના ધીરજ રાખ'. એમ કહીને રંગનાથે ટીવી ચાલુ કર્યું.

રંગનાથ કેન્દ્ર સરકારનો કર્મચારી હતો. માસિક વેતન પાંચ હજાર કરતાં વધું હોવા છતાં પણ મુંબઈ જેવા મહાનગરમાં ત્રણ બાળકોને મોટાં કરવા અને ઘર ચલાવવા માટે તેને ઘણી મહેનત કરવી પડતી. તે સીધી લીટીનો માણસ હતો એટલે તેના માટે ઉપરની આવક મેળવવી પણ શક્ય ન હતું. જેટલું મળતું હતું તેમાં જ તે

સાદાઈથી દિવસો પસાર કરી રહ્યો હતો. મોટો દીકરો શિરીષ બી.કોમ પાસ કર્યા બાદ ડી.ટી.પીમાં ડિપ્લોમા કરી રહ્યો હતો. પાર્ટટાઈમ કૉમ્પ્યૂટર ઓપરેટર તરીકે કામ કરીને એ પોતાનો ખર્ચો કાઢી શકે એટલું કમાઈ લેતો હતો. દીકરી ઈન્ટરનો અભ્યાસ કરી રહી હતી. છોટુ આઠમા ધોરણમાં હતો.

રાત્રે નવ વાગ્યે શિરીષના આવ્યા પછી ઘરના બધાં જમવાં બેઠાં.

'તારો ડિપ્લોમાનો અભ્યાસ કેવો ચાલે છે ?' રંગનાથે શિરીષને પૂછ્યું.

'સારો ચાલે છે, પપ્પા. આવતા મહિને પરીક્ષા છે.'

'ટ્રેનિંગ સારી રીતે લઈ રહ્યો છે ને તું ?'

'હા, પપ્પા. ડિસ્ટિંકશન તો ચોક્કસ મળશે.'

'અત્યારથી નોકરી માટે અરજીઓ કરતો રહેજે. રોજગાર કાર્યાલયમાં નામ નોંધાવી લેજે.'

'મારે નોકરી નથી કરવી પપ્પા.'

'શું ? નોકરી નથી કરવી ? પણ કેમ ?'

'મારો વિચાર છે કે, ડી.ટી.પી. સેન્ટર ખોલું.'

'મૂડીનો વિચાર કર્યો છે ? ઠીક છે... પહેલા જમી લે, પછી વાત કરીશું.'

જમ્યા પછી પદ્મા અને નાના બાળકો ટીવીની સામે બેસી ગયા. બાપદીકરો બંને અંદરના ઓરડામાં જતા રહ્યા.

'બોલ બેટા, તારો શું વિચાર છે ?'

'અરજીઓ કરતા રહીને નોકરી માટે ઈન્ટરવ્યૂ આપતા રહેવાને બદલે, એક કૉમ્પ્યૂટર ખરીદીને હું ડી.ટી.પી. સેંટર ચલાવવા માંગું છું.'

'એના માટે કેટલા પૈસા જોઈશે ?'

'નવા મશીનો લઈશું તો એક લાખ કરતા વધારે થશે. જૂનું લઈશું તો કદાચ પચાસ હજારમાં આવી જશે.'

'એના માટે પૈસા ક્યાંથી આવશે?'

'જો આપ આપી શકો તો ઠીક. નહીં તો બેંકમાંથી લોન લેવાનો પ્રયત્ન કરીશ.'

'બેટા, આપણી હાલત તો તું જાણે જ છે. અત્યાર સુધીમાં તો હું ઑફિસમાંથી મળતી દરેક પ્રકારની લોન લઈ ચૂક્યો છું. એના હપ્તા કાપ્યા પછી હાથમાં જે પગાર મળે છે, એમાંથી ઘરનો ખર્ચો, તારા ભણતરનો ખર્ચો... આ બધું હું કેવી રીતે નિભાવી રહ્યો છું તે હું જ જાણું છું અને બીજો મારો ભગવાન જાણે છે. તું નોકરીએ લાગી જાય તો મને થોડો ટેકો રહેશે.

'પપ્પા, હું મારા વ્યક્તિગત ખર્ચ માટે નથી માંગી રહ્યો. ઘરના મોટા દીકરા તરીકે મારી જવાબદારીઓ હું સમજું છું. હું ઈચ્છું છું કે આપણે પણ સારું જીવન જીવીએ. હું ગમે તે નોકરી કરીશ પપ્પા, એના બાંધેલા પગારમાંથી આપણી નાની નાની જરૂરિયાતો પણ પૂરી થવાની નથી. એના બદલે જો હું ધંધો કરું તો આપણી આવકની કોઈ સીમા નહીં હોય. આપણી મહેનતનું ફળ આપણે જાતે મેળવી, ભોગવી શકીશું.' બાવીસ વર્ષના શિરીષના જુવાન લોહીમાં જુસ્સાનો ઊભરો આવી ગયો.

'વાતો કરે કંઈ વેપાર થોડો થાય છે? એના માટે મૂડી જોઈએ, કૌશલ્ય જોઈએ, હપ્તા ભરવા, વ્યાજ ચૂકવવું, બીજા નાના મોટા ખર્ચા કાઢવા જેટલી આવક થશે જ એની કોઈ ખાતરી છે?'

'મેં એ બધું વિચારી લીધું છે, પપ્પા! હું કૉમ્પ્યૂટર લઈશ તો હું ઘરેથી જ કામ કરી શકીશ. ઇન્સ્ટિટ્યૂટ વાળા પોતે જ મને જોબ વર્ક આપશે. એમની પાસે પૂરતા કૉમ્પ્યૂટર ન હોવાને કારણે અને કામગારોના અભાવે એ લોકો નવા ગ્રાહકોનું કામ લઈ શકતા નથી. જો લે તો સમયસર પૂરું કરી શકતા નથી.'

'ધંધો ચાલશે જ એની ખાતરી શું? સ્પર્ધા વધી જાય અને ધંધો ચોપટ થઈ જાય એવું પણ બને.'

'પપ્પા, ડી.ટી.પી. નો અર્થ છે ડેસ્ક ટોપ પબ્લિશિંગ બિઝનેસ. એ ધંધો બેસી જાય એની તો કોઈ શક્યતા જ નથી. જ્યાં સુધી છાપકામ ચાલતું રહેશે ત્યાં સુધી આ ધંધો ચાલવાનો જ છે. ત્રણ વર્ષ પહેલા અમારી ઈન્સ્ટિટ્યૂટના માલિકે એક જ કૉમ્પ્યૂટરથી કામ શરૂ કર્યું હતું. હવે એની પાસે પાંચ કૉમ્પ્યૂટર, બે લેજર પ્રિન્ટર

અને બે ડૉટમૈટ્રિક્સ પ્રિન્ટર છે. જોબ વર્કની સાથે સાથે કૉમ્પ્યૂટર પ્રશિક્ષણ આપતી ઈન્સ્ટિટ્યૂટ પણ ચલાવે છે. એ ચાર હાથે નહીં પણ સોળ હાથે કમાઈ રહ્યા છે.'

'એમ આંધળું અનુકરણ થોડું કરાય ? એક વ્યક્તિ અમુક કામ કરીને કમાઈ રહી છે એટલે આપણે પણ કમાઈ શકીશું એવું વિચારીએ એટલે એવું થઈ જાય એવું થોડું છે ? એના માટે જોઈતો અનુભવ નથી તારી પાસે. માત્ર હોંશિયારીથી ધંધો ચાલે ?'

'નાના મોઢે મોટી વાત કરુ છું, પપ્પા, મને માફ કરજો. પણ આપ જ હંમેશા કહો છો કે હિંમત જ સંપત્તિ છે. કામ કરવાથી જ અનુભવ મળે ને ?'

'ઠીક છે. પછી વિચારીશું. અત્યારે તો પરીક્ષા સારી રીતે પાસ કર.' એમ કહીને રંગનાથ સૂવા માટે ઊભા થયા.

'રાત્રે બંને બાપ-દીકરા શું વાતો કરી રહ્યા હતા. ટીવી પર કેટલી સરસ ફિલ્મ ચાલુ હતી. તમે જોવાનું ચૂકી ગયા.' સવારે ચાનો કપ આપતા આપતા પદ્માએ કહ્યું.

'તારો ટીવી પ્રેમ તો ઠીક છે, પણ શું તે ક્યારેય આપણા ઘર-પરિવાર કે જીવન-માર્ગ વિશે વિચાર્યું છે ?'

'તમે છો પછી મારે ઘર-પરિવાર વિશે શું વિચારવાની જરૂર છે ? પણ અત્યારે આ આપણા જીવન-માર્ગનું શું છે ?'

'હું આપણાં વિશે વાત નથી કરી રહ્યો. હું તો આપણાં બાળકોના ભવિષ્ય વિશે કહી રહ્યો છું. શિરીષ કહે છે કે એને ધંધો કરવો છે. એને સ્વ-રોજગારનું ભૂત વળગ્યું છે. એને મૂડી માટે પૈસા જોઈએ છે. મે કહ્યું કે નોકરી માટે પ્રયત્નો કર. પણ એ સાંભળવા તૈયાર નથી.'

'તો તમે શું વિચાર કર્યો ?'

'એ જ તો મૂંઝવણ છે. સાંજે પરેશને મળતો આવીશ. આ મુદ્દે એ જ યોગ્ય સલાહ આપી શકશે.'

પરેશ સનદી લેખાકાર હતો. એની પ્રેક્ટિસ બહુ સારી ચાલતી હતી. એ અને રંગનાથ એક સાથે કાયદાનો અભ્યાસ કરતા હતા. બંને એકદમ સીધા અને સરળ

સ્વભાવના હોવાથી તેમની વચ્ચે સારી મિત્રતા હતી. જે સમય વિતતા વધુ મજબૂત થઈ ગઈ હતી. બંનેની હેંસિયતનું અંતર એમની દોસ્તી આડે આવી શક્યું ન હતું.

'અરે વાહ, આજે તે અચાનક દર્શન આપ્યા ?' સામાન્ય રીતે રવિવાર સિવાય ન મળતા પોતાના મિત્રને પરેશે પૂછ્યું.

'અં..... આપણા શિરીષ વિશે તારી સલાહ લેવાની છે.'

'એને ક્યાંય નોકરીએ લગાડવાનો છે ? એ તો ડી.ટી.પી કરી રહ્યો હતો ને ? પૂરું થઈ ગયું ?'

'પૂરું નથી થયું હજી. આવતા મહિને એની પરીક્ષા છે. એને નોકરી કરવાની ઇચ્છા નથી. એને તો પોતાનું ડી.ટી.પી. સેન્ટર શરૂ કરવું છે.'

'શાબાશ, એનો અર્થ એ થયો કે એ મારા રસ્તે ચાલવા માંગે છે. મારી ઘણી ઘણી શુભેચ્છાઓ.'

'તું પણ એનું સમર્થન કરી રહ્યો છે ? અમારા જેવા માણસો ધંધો કરી શકે ? મૂડી ક્યાંથી લાવું ?'

'કેમ એમાં શું છે ? ધંધો કરવા વાળા લોકો કંઈ ઉપરથી થોડા ટપકી પડે છે ? અને મૂડીની ચિંતા તું મારા પર છોડી દે.'

'મારી આર્થિક સ્થિતિ તો તું જાણે જ છે.' આપણી વચ્ચે પૈસાનો વ્યવહાર નથી કરવો મારે. આપણી દોસ્તી આમ જ જાળવી રાખ !'

'આ વેતન આયોગમાંથી પૈસા પાછા મળવાની કોઈ આશા છે કે ?'

'એ રકમ તો આવ્યા પહેલાં જ ક્યારનીયે રંગીન ટીવીને સમર્પિત થઈ ચૂકી છે.' પૈસા પાછા મળે એટલે તરત જ ઘરમાં રંગીન ટીવી શોભાયમાન થઈ જશે. ભવિષ્યની કલ્પનાથી રંગનાથ પ્રસન્ન થઈ ગયો.

'ટીવી લેવું એટલું અગત્યનું છે ? એ પૈસાથી કૉમ્પ્યૂટર લેશો તો વ્યાજ બચશે અને આવક પણ વધારે થશે.' પરેશની અંદર રહેલો ચાર્ટર્ડ એકાઉન્ટન્ટ બહાર આવી ગયો.

'પદ્માને મેં જે વચન આપ્યું છે, એ પૂરું નહીં કરું તો પદ્મા મને શાંતિથી જીવવા

દેશે ?' પત્નીની યાદ આવતા જ રંગનાથના શરીરમાં ધ્રુજારી આવી ગઈ.

'એ તો તમારે બંને જણાએ નક્કી કરવાનું છે. મનોરંજન જોઈએ છે કે જીવની રાહ ? વિચાર કરી લો. પોતાની પ્રાથમિકતાઓ નક્કી કરો. ત્યાં સુધીમાં શિરીષને મારી પાસે મોકલજે. હું એની સાથે વિગતવાર વાત કરીશ. એ કેટલો ગંભીર છે તે જોઉં છું. જો એનો ઉત્સાહ પ્રારંભે શૂરા જેવો જણાશે તો હું એને કહીશ કે તું નોકરી કર. પરંતુ જો એ પૂરી લગનથી કામ કરીને જીવનમાં પ્રગતિ કરવા ઈચ્છતો હશે તો એને પૂરેપૂરો સહયોગ આપીશ.'

★★★★★

'આવ બેટા, સાંભળ્યું છે કે તું ઉદ્યોગપતિ બનવાના સપના જોઈ રહ્યો છે. સાચી વાત છે ?' પોતાની ઑફિસમાં આવેલા શિરીષને પરેશે પૂછ્યું ?

'આપ સૌ વડીલોના આશીર્વાદ અને સાથ મળે તો ઉદ્યોગપતિ બની પણ જાઉં. અત્યારે તો હું મારા પોતાના પગ પર ઊભો થવા માંગુ છું, અંકલ !' શિરીષે સમુચિત ઉત્તર આપ્યો.

'જોબ વર્ક માટે તું તારી ઇન્સ્ટિટ્યૂટના જ ભરોસે બેસીશ કે પછી બીજી કોઈ તપાસ પણ કરી છે ?'

'એ સંબંધમાં ઘણાં લોકોને મળ્યો છું. અંકલ ! કેટલાંક લોકોએ તો ડી.ટી.પીનું કામ આપવાનું વચન પણ આપ્યું છે. વિશેષ તો આપણી ક્ષેત્રીય ભાષાનો સૉફ્ટવૅર રાખવા ઈચ્છુ છું. મુંબઈમાં ક્ષેત્રીય ભાષાઓના મુદ્રણની સુવિધા નથી. તો જો હું આ સુવિધા પૂરી પાડી શકું, તો અહીંયા આપણી ભાષાના જે દસ લાખ લોકો રહે છે એમની પાસેથી આટલું કામ તો મળી જ રહેશે. એ સિવાય જાહેરખબર આપતી એજન્સીઓ અને પ્રિન્ટિંગ પ્રેસ પાસેથી પણ વધારાનું કામ મળી રહેશે,' શિરીષે દઢતાપૂર્વક કહ્યું.

'શિરીષની વાતોથી પ્રભાવિત થઈને પરેશે એને ડી.ટી.પી. સેંટર માટે લીલી ઝંડી દેખાડી દીધી. રંગનાથ મૂડી ભેગી કરવાના પ્રયાસો કરવા લાગ્યો. પદ્માનું રંગીન ટીવીનું સપનું થોડું વધું આગળ ધકેલાઈ ગયું. પ્રાથમિકતાની સ્પર્ધામાં આ રોજગાર સામે મનોરંજનનો પરાજય હતો.

રંગનાથ અને પદ્મા દંપતિને જીવનનો એક નવો પાઠ ભણવા મળ્યો.

મારા સાળાના રંગ-ઢંગ

આજે અમારા જી.એમ.સાહેબને મળીને મારી વિજયવાડા બદલી કરાવવા વિશે વાત કરવી છે. વિજયવાડાના જે ઉપ-પ્રબંધક છે, એમને કલકત્તા મોકલી આપે તો મારો રસ્તો સાફ થઈ જાય. પદોન્નતિ પછી પણ હું મારા જ રાજ્યમાં રહી શકીશ. હૈદરાબાદથી આવેલા મારા સાળા શ્રીહરિએ પોતાના આવવાનું કારણ જણાવ્યું.

'તમારા મહાપ્રબંધક એટલે કે જી.એમ. કોણ છે ? ક્યાં રહે છે ?' મેં પૂછ્યું.

'એમનું નામ જ્યોર્જ થૉમસ છે. તેઓ એચઆરડીમાં (માનવ સંસાધન વિકાસ) બહુ સિનિયર છે. સાંભળ્યું છે કે તેઓ બાંદરા બેન્ડ સ્ટેન્ડમાં રહે છે.'

'એમના ઘરે જવાથી ક્યાંક વાત બગડી ન જાય. અમુક લોકોને આ રીતે મળવું પસંદ નથી હોતું,' મેં કહ્યું.

'એવી ચિંતા કરવાની જરૂર નથી જિજાજી. એમના એક સાળા હૈદરાબાદમાં રહે છે અને મારા સારા મિત્ર છે. એમણે લખી આપેલો ભલામણપત્ર હું સાથે લાવ્યો છું.'

હું વિચારમાં પડી ગયો કે સાળાની ભલામણનો અસ્વીકાર કરવાની હિંમત કોનામાં હોય ? મેં કહ્યું, 'ઠીક છે તમે નાહી–ધોઈ લો, નાસ્તો કરીને પછી ત્યાં જઈએ.

મને તો આવી પેરવી કરવાની આદત નથી. મેં તો વિભિન્ન પરીક્ષાઓ ઉત્તીર્ણ કરી હતી. કેટલાયે સફળ ઇન્ટરવ્યૂ આપ્યા હતા. ધીમે ધીમે પ્રગતિ કરતાં કરતાં સર્વિસના ભાગ રૂપે ચાર-પાંચ રાજ્યોમાં કામ કર્યું હતું અને હવે કૉર્પોરેટ કાર્યાલયમાં મહાપ્રબંધકના (વિત્ત) પદ પર છું.

હરિ મારો સાળો છે. એટલે વ્યવહાર સાચવવા ખાતર પણ મારે ટોળાનો ભાગ બનવું જ પડશે.

અંધેરીથી બાંદરા પહોંચતા વીસ મિનિટ થાય. મારી કાર એસ.વી.રોડ પર દોડી રહી હતી. રજાનો દિવસ હોવાથી રસ્તા પર બહુ અવરજવર ન હતી. હરિ અમારા ગામડાંની વાતો કરી રહ્યો હતો. હું હા... હં.... કરતો ગાડી હાંકી રહ્યો હતો. બાંદરા બેન્ડસ્ટેન્ડ પર ગાડી પાર્ક કરીને અમે બંને સરનામું શોધવા નીકળી પડ્યા. મને માત્ર 'લોબો મેન્શન' નામ ખબર હતી. ફ્લેટ નંબર ખબર ન હતો. એ સમયે ઘણી દુકાનો

બંધ હતી. માત્ર એક બેકરી ખુલ્લી હતી. ત્યાં જઈને પૂછતાં એમણે કહ્યું કે ડાબી બાજુની ગલીમાં બીજી બિલ્ડિંગ છે.

'લોબો મૅન્શન' પહોંચીને ત્યાંના ચોકીદારને પૂછ્યું કે જ્યોર્જ થૉમસ સાહેબના ફ્લેટનો નંબર શું છે ?

'સાહેબ અહીં તો આ નામની કોઈ વ્યક્તિ રહેતી નથી,' એણે કહ્યું.

'લોબો મૅન્શન આ જ છે ને.'

'હા સાહેબ.'

'તો તું જ્યોર્જ થૉમસ સાહેબને નથી ઓળખતો.'

'અહીંયા રહેતા હોય તો તેમને ઓળખતો હોઉં ને ?'

'અહીં જેટલાં લોકો રહે છે એ બધાંને તું ઓળખે છે ?'

'કેવી વાત કરો છો, સાહેબ ? છેલ્લાં છ વર્ષથી અહીં કામ કરું છું. અહીં રહેતાં લોકોને ન ઓળખવાનો તો કોઈ પ્રશ્ન જ નથી. પેલી બાજુ જે બિલ્ડિંગ દેખાય છે ને, તે 'લોબો કેસલ' છે. આપ ત્યાં જઈને તપાસ કરો.'

બીજો કોઈ આરો હતો નહીં. અમે 'લોબો કૅસલ તરફ આગળ વધ્યા.

ત્યાં કોઈ ચોકીદાર હતો નહીં. એ બિલ્ડિંગના એ.બી.સી.ડી. એવા ચાર ખંડ હતા. ક્યા ખંડમાં જઈને પૂછવું. દરેક વિંગમાં જઈને તપાસ કરવા સિવાય કોઈ રસ્તો ન હતો. અમે ચારેય ખંડમાં જઈને ફ્લેટ ધારકોના નામ લખેલું બોર્ડ જોઈ લીધું. જ્યોર્જ થૉમસનું નામ ક્યાંય લખ્યું ન હતું.

અમે એક ફ્લેટની ઘંટડી વગાડી. જે સજ્જને દરવાજો ખોલ્યો, એમને અમે પૂછ્યું – 'માફ કરજો, અહીં જ્યોર્જ થૉમસ સાહેબ કયા ફ્લેટમાં રહે છે ?'

'જ્યોર્જ થૉમસ ? મને નથી લાગતું આ નામની કોઈ વ્યક્તિ આ બિલ્ડિંગમાં રહેતી હોય. એમનું પૂરું સરનામું શું છે ? એમનું શું કામ છે ? તમે ક્યાંથી આવો છો ?

આ મહાશય અમને અપેક્ષિત માહિતી આપશે કે નહીં તે તો રામ જાણે, પણ લાગે છે કે પ્રશ્નો પૂછીપૂછીને અમને હેરાન કરી મૂકશે. પણ ગરજ અમને હતી. એટલે

જવાબ તો આપવા જ પડશે.

'જી, અમે હૈદરાબાદથી આવ્યા છીએ. જ્યોર્જ થૉમસ સાહેબ ફલાણી કંપનીમાં મહાપ્રબંધક છે. એમનું કંઈક કામ છે, એટલે આવ્યા છીએ. અમને તો એમ કહેવામાં આવ્યું હતું કે તેઓ લોબો મૅન્શનમાં રહે છે. પરંતુ ત્યાં તો આ નામની કોઈ વ્યક્તિ રહેતી નથી.

'આટલે દૂર હૈદરાબાદથી તમે કોઈને મળવા આવો તો પાકું સરનામું તો હોવું જોઈએ ને? એના સિવાય તમારું કામ કઈ રીતે થશે? આટલા મોટા વિસ્તારમાં તમે એમને કઈ રીતે શોધી શકશો? અરે હા, જો યાદ આવ્યું. 'લોબો વિલા'માં એક થૉમસ રહે છે. એકવાર ચર્ચમાં મુલાકાત થઈ હતી. એમણે કહ્યું હતું કે તેઓ કોઈ દવા બનાવતી કંપનીમાં કામ કરે છે. ત્યાં જઈને તપાસ કરો. બે ગલી પાર કરીને પછી 'જેરોમી રોડ' પર આ 'લોબો વિલા' છે,' એમણે કહ્યું.

અમે એમનો આભાર માનીને ત્યાંથી ચાલતી પકડી.

મેં મારો ગુસ્સો મારા સાળા હરિ પર ઠાલવ્યો.

'આટલી મોટી નોકરી કરો છો. પદોન્નતિ પણ થઈ ગઈ. તો પણ એટલી ખબર નથી પડતી કે પાકું સરનામું સાથે રાખવું જોઈએ. કમ સે કમ એમનો ટેલિફોન નંબર તો સાથે હોવો જોઈએ.

'એવું નથી જીજાજી. એમનું પાકું સરનામું, ફોન નંબર બધું મેં મારી ઑફિસની ડાયરીમાં નોંધ્યું હતું. એ ડાયરી હું ઑફિસમાં ભૂલી ગયો છું. માત્ર બિલ્ડિંગનું નામ અને વિસ્તાર મને યાદ છે. તમે તો કહ્યું હતું કે અહીંયા કોઈનું સરનામું શોધવું બહુ સહેલું છે.'

પૂછી પૂછીને અમે 'લોબો વિલા' પહોચ્યાં. ત્યાં એક થૉમસ તો મળ્યા, પણ તેઓ જ્યોર્જ થૉમસ નહોતા. એમણે કહ્યું કે અમુક ગલીમાં 'લોબો રેસિડેન્સી' છે. ત્યાં તપાસ કરો. તો અમે બંને ત્યાં પણ પહોંચી ગયા. આમ જેટલી બિલ્ડિંગના નામ 'લોબો' થી શરૂ થતાં હતાં, ત્યાં બધે તપાસ કરી. પણ કંઈ ફાયદો ન થયો. અમે વિચારમાં પડી ગયા કે હવે શું કરવું?

બીજા દિવસે ડીલર્સ કૉન્ફરન્સ હતી એટલે હરિનું એ જ દિવસે હૈદરાબાદ પાછા

ફરવું જરૂરી હતું. એટલે બીજા દિવસે ઑફિસે જઈને મહાપ્રબંધકની મુલાકાત લેવી શક્ય ન હતી. નિઃશ્વાસ નાખતા અમે બંને કાર પાસે આવ્યા. ત્યાં સુધીમાં અમુક દુકાનો ખુલી ગઈ હતી.

મેં જરા ધ્યાનથી જોયું તો એ દુકાનોની વચ્ચે એક સર્ક્યુલેશન લાઇબ્રેરી પણ હતી. એને જોઈને મારા મનમાં એક વિચાર આવ્યો.

અમે બંને એ લાઇબ્રેરીમાં પહોંચી ગયા.

'જુઓ ભાઈ અમે હૈદરાબાદથી આવ્યા છીએ, જ્યોર્જ થૉમસ સાહેબને મળવું છે. અમને એટલી જ ખબર છે કે તેઓ આ વિસ્તારમાં રહે છે. તેમનું સરનામું અમારાથી ખોવાઈ ગયું છે. શું આપ આમાં અમારી કોઈ મદદ કરી શકશો ?' મેં પૂછ્યું

'અમને એક જ્યોર્જ થૉમસ વિશે ખબર છે. જેઓ ફલાણી કંપનીમાં મહાપ્રબંધક છે. એમની દીકરી અમારી સભ્ય છે. શું તમારે એમને જ મળવું છે ?' એ સજ્જને કહ્યું.

'હા જી અમારે એમને જ મળવું છે. તેઓ ક્યાં રહે છે ?' અમે આતુરતાથી પૂછ્યું.

'ત્યાં જુઓ. ત્યાં જમણી બાજુની ગલીમાં 'લોબો મનોર' સોસાયટીની સામે જે બંગલો છે, એ તેમનો જ છે.'

'આપનો ખૂબ ખૂબ આભાર'. કહીને અમે બહાર નીકળી ગયા.

'મેં કહ્યું હતું ને કે 'લોબો મૅન્શન' જેવું જ કંઈ છે.' હરિની ખુશીનું કોઈ ઠેકાણું ન હતું.

'તમે 'લોબો મૅન્શન' જ કહ્યું હતું. 'જેવું કંઈ' નહોતું કહ્યું. એટલે તો આપણે આટલી વારથી ભટકી રહ્યા છીએ,' મે કહ્યું. અને અમે 'લોબો મનોર' તરફ આગળ વધ્યા.

છેવટે અમે જ્યોર્જ થૉમસને મળીને જ રાહતનો શ્વાસ લીધો.

પહેલા તો એમણે થોડા નખરા કર્યા. પરંતુ પછી કંઈક પોતાના સાળાની ભલામણ અને કંઈક મારી વાતોથી તેઓ થોડા ઢીલા પડ્યા. મારી કંપની સાથે એમની કંપનીની કંઈક લેતી-દેતી ચાલુ હતી. અમારા એચ.આર.ડી. (માનવ સંસાધન

વિકાસ) ના પ્રમુખ એમના મિત્ર હતા.

એટલે અંતે એમણે વચન આપ્યું કે તેઓ ચોક્કસ હરિની મદદ કરશે. હરિનો ચહેરો તો હજાર મીણબત્તીઓની જેમ ચમકી ઊઠયો.

'જોયું ને, અમારું મુંબઈ તમારા હૈદરાબાદ કરતાં કેટલું સારું છે. અહીંના લોકો કેટલાં પરોપકારી છે?' મેં કહ્યું.

હરિ હસી પડ્યો. તેની મુંબઈ યાત્રા સફળ રહી. એટલે અમે ખૂબ ખુશ હતા.

મારી પત્નીએ વગર કોઈ લાંચ આપે, પેરવી કરવા જતાં સરનામું શોધવામાં થયેલા ખર્ચનો હિસાબ માંગ્યો અને પછી એ પણ હસી પડી.

સાહેલી

'એક વાર ફરી વિચારી જો દીકરી! આ તારા જીવનનો પ્રશ્ન છે. બંધન તોડવું સહેલું છે. પણ તૂટેલાં દિલોને જોડવાં બહુ મુશ્કેલ હોય છે.'

'કાકા, તમે તો બધું જ જાણો છો. તમે જ આવું કહો તો કેમ ચાલે? આપ જાણો જ છો કે છેલ્લા છ-સાત વર્ષોથી હું કેટલા માનસિક તણાવનો સામનો કરી રહી છું. એ મહાશયે મને એવા સમયે ઘરેથી કાઢી મૂકી, જ્યારે શમિતા મારા પેટમાં હતી અને હવે એમને બૈરીની અને છોકરીની યાદ આવી. થોડા સમય પહેલા તમે પણ મધ્યસ્થી કરવાનો પ્રયત્ન કર્યો હતો. શું એનું કોઈ પરિણામ મળ્યું? હવે અચાનક એમના હૃદયમાં આટલો પ્રેમ ઉમળી પડયો? આ પરથી જ એમના સ્વભાવનું અનુમાન કરી લો ને.'

કાકા, મારા સાસરિયાઓને તમે સારી રીતે ઓળખતા નથી. જો એ લોકો પૈસા પાછળ પાગલ નથી તો લગ્નના એક વર્ષ પછી વધારે કરિયાવર શા માટે માંગ્યો? એમની અપેક્ષા મુજબનો કરિયાવર અને ઉપહારો... બધું જ મારા પિયરિયાઓએ લગ્ન સમયે જ આપી દીધું હતું ને? પણ જેવી એમને સરકારી સ્કૂલમાં નોકરી મળી, અચાનક એમણે વધારે કરિયાવર માંગવો જોઈતો હતો? પ્રાઈવેટ શિક્ષકમાંથી સરકારી શિક્ષક તરીકે નોકરીમાં પરિવર્તન થાય એટલે શું માણસે પણ બદલાઈ જવાનું? શું એ સમયે એનું મૂલ્ય વધી જાય? હકીકતમાં તો દહેજ લેવું એ જ ખોટું છે. આ તો ચાલી આવતી પરંપરા છે એટલે મારા માતા-પિતાએ દહેજની સાથે સાથે એમની બીજી બધી માંગણીઓ પૂરી કરી.

શું લગ્નના એક વર્ષ બાદ, જ્યારે મારા પગ ભારે હતા, ત્યારે એમનું એવું ફરમાન જાહેર કરવું યોગ્ય હતું કે બે લાખ રૂપિયા સાથે જ એમના ઉંબરે પગ મૂકું? અને મને મારા પિયરે પાછી મોકલી દીધી. શું આનાથી એ લોકોની ધનલોલુપતા સિદ્ધ નથી થતી? માટે જ કાકા, તમે કૃપા કરીને મારા એ પતિદેવને, જે વાસ્તવમાં મારા પતિ નથી, છૂટાછેડાની નોટિસ મોકલી આપો. શમિતાના ઉછેર અને ભરણ પોષણ માટે સારી એવી રકમ પણ માંગજો,' સુમિતાએ સ્પષ્ટ શબ્દોમાં જણાવી દીધું.

'ઠીક છે દીકરી. એમ જ કરીશું. એક વાર તારા પિતાજી સાથે વાત કરી લઉં. પછી કાલે જ નોટિસ તૈયાર કરી દઈશ.'

'મા અને પિતાજી સાથે ઘરમેળે ચર્ચા વિચારણા કર્યા પછી જ અમે આ નિર્ણય લીધો છે. હવે આપણે જ વિલંબ કરી રહ્યાં છીએ, ચાલો ત્યારે, હું નીકળું, કાકા.'

ઘરે પહોંચતા વેંત જ મા એ સુમિતાને કહ્યું કે માધુરી એને મળવા આવી હતી. પણ તું ઘરે નહતી એટલે એ જતી રહી.

'માધુરી, લખનૌથી ક્યારે આવી ?'

'બે દિવસ પહેલા, પરમ દિવસે તો પાછી જતી રહેશે.'

'એમ ? તો તો એને આજે સાંજે જ આપણા ઘરે બોલાવવી પડશે. કેટલા દિવસો થઈ ગયા એને મળ્યાને ?'

સુમિતાએ માધુરીને ફોન કર્યો અને છ-છ વરસ સુધી વાત ન કરવા માટે ઠપકો આપ્યો. એણે આગ્રહપૂર્વક માધુરીને રાતના ભોજન માટે આમંત્રણ આપ્યું અને કહ્યું કે તે સાંજે ચાર વાગે જ ઘરે આવી જાય. સુમિતા પોતાની બાળસખી સાથે ઢગલો એક વાતો કરવા આતુર થઈ ઊઠી હતી.

સાંજે સુમિતા ચાતક નજરે માધુરીની રાહ જોતી ઘરના ઉંબરે જ ઊભી હતી. જેવી માધુરી આવી, કે એને ભેટી પડી. છ વર્ષની જુદાઈનું વ્યાજ સહિત સાટું વાળી લીધું.

ત્યારબાદ માધુરી પાસે જવાબ માંગ્યો. એની વાત સાંભળીને એના મનને શાંતિ થઈ. માધુરીને સાંત્વના આપતા તેણે કહ્યું કે, 'લગ્ન પછી આપણે પરાધીન થઈ જઈએ છીએ.' ચા-નાસ્તો કરીને બંને સાહેલીઓએ સુમિતાના ઓરડામાં બેઠક જમાવી.

'મને તો તે બધું પૂછી લીધું, બધું જાણી લીધું. હવે તારી વાત તો કર' માધુરીએ આગ્રહ કર્યો.

'મારા વિશે કહેવા જેવું શું છે ? તે સાંભળ્યું જ હશે કે છેલ્લા છ વરસથી પિયરમાં જ છું. અગણિત સપનાઓ સાથે મેં મારા સાસરિયામાં પગ મૂક્યો અને મને તો જોરદાર ઠોકર લાગી. મારો ઘરસંસાર તો ચાર દિવસની ચાંદની જેવો સાબિત થયો. દહેજના ખપ્પરનો વધુ એક ભોગ ન બની જાઉં એમ વિચારીને, દૃઢતાથી મારી શમિતાની સંભાળ લેતા લેતા દિવસો પસાર કરી રહી છું. અહીંની જિલ્લા પરિષદની શાળામાં શિક્ષિકા તરીકે કાર્ય કરું છું.'

'તું તો બાર ધોરણ સુધી જ ભણી હતી ને? તો પછી સરકારી શાળામાં માસ્તરાણી કેવી રીતે બની ગઈ ?'

'મારી આ પ્રગતિનો શ્રેય મારા સાસુને આપવો પડશે અને સાથે સાથે ધન્યવાદ પણ. જેવી મારા પતિને સરકારી નોકરી મળી, એમને પાંખો ફૂટી. મારા સાસુએ વિચાર્યું કે લગ્ન સમયેજ આ નોકરી મળી હોત તો બજારમાં બે લાખનો ભાવ વધારે મળત. એટલે લગ્નના એક વર્ષ બાદ એ લોકોએ વધુ બે લાખ રૂપિયા કરિયાવર પેટે આપવાની જીદ કરી. મારા સાસુ તો ઠીક, પણ ગ્રેજ્યુએટ થયેલા મારા પતિએ પણ જ્યારે એમનું સમર્થન કર્યું ત્યારે મારું મન ભાંગી ગયું. મને મારા પિયરે મોકલી દીધી અને એમ કહ્યું કે વધારાનું દહેજ લઈને જ એમના ઉંબરે પગ મૂકું. ભગવાનની કૃપાથી મારે એક સ્વસ્થ અને સુંદર બાળકી અવતરી. મુન્ની ત્રણ મહિનાની થઈ એટલે મેં પ્રાયવેટ બી.એ.નો અભ્યાસ શરૂ કર્યો. બી.એ. પૂરું કર્યા બાદ બી.એડ.માં પણ પ્રવેશ મેળવી લીધો. બી. એડ.ના અભ્યાસની સાથે સાથે મેં ડી.એસ.સી.ની પરીક્ષા આપી. મહિલા ક્વોટામાં મને નોકરી મળી ગઈ. નોકરી કરતાં કરતાં મેં બી.એડ. પૂરું કર્યું. હવે તો નોકરી કાયમી પણ થઈ ગઈ છે. એના બળ પર જ હું આજે વકીલ સાહેબને કહી આવી છું કે મારા પતિદેવને છૂટાછેડાની નોટિસ મોકલી આપે.'

'શાબાસ સુમી, તે તો સ્ત્રીઓની લાજ રાખી. તું પરિસ્થિતિઓની ગુલામ ન બની. જે કંઈ પણ બન્યું એનાથી તું હિંમત ન હારી, ભાંગી ન પડી, નિષ્ઠાપૂર્વક પ્રયત્ન કરીને આત્મનિર્ભર બની. મને તારા પર ગર્વ છે. એ બધું તો બરાબર છે, પણ તું શું આખી જિંદગી એકલી જ રહીશ ?'

'અત્યારે તો એ જ હાલ છે. મારા વિચારો સાથે મેળ ખાતો, મારી અસ્મિતાને સન્માન આપે અને શમિતાને પોતાની દીકરી તરીકે સ્વીકારે એવો કોઈ ધીર પુરુષ મળશે ત્યારે વિચારીશ. પરંતુ મને લાગતું નથી કે અત્યારે તો મારી એ ઈચ્છા ફળીભૂત થાય ?' સુમિતાએ સ્પષ્ટતા કરી.

'મારો કહેવાનો અર્થ એ નથી કે તું બીજા લગ્ન કરીશ કે નહીં? હું તો એમ કહેવા ઈચ્છું છું કે તારે તારા પતિને એક મોકો આપવો જોઈએ.'

'મૂક ને એ વાત મધુ, હવે મારો નિર્ણય નહીં બદલાય. તે હમણાં કહ્યું એમ, મારા પતિએ સંદેશ મોકલ્યો છે કે મારે મારા નિર્ણય વિશે પુનર્વિચાર કરવો જોઈએ.

આ બાજુ મને નોકરી મળી અને ત્યાં મારા સાસરિયાઓની આંખ ખૂલી ગઈ. એમણે સોનાના ઇંડા આપતી મરઘી ને મફતમાં જ પાછી હાંસિલ કરવાની યોજના બનાવી છે. એમણે મારા માતા-પિતા પાસે પોતાનો દૂત મોકલાવ્યો અને કહેવડાવ્યું કે જે થઈ ગયું તે થઈ ગયું, એને ખરાબ સપનું સમજીને ભૂલી જાઓ અને તમારી દીકરીને સાસરે પાછી મોકલી દો. મારા પતિએ પણ પત્ર લખ્યો હતો કે જો હું તૈયાર હોઉં તો એ પોતે આવીને મને લઈ જશે. આવા લાલચુ લોકો સાથે જીંદગી કાઢવી મુશ્કેલ છે, એવું વિચારીને મેં એમના પ્રસ્તાવનો અસ્વીકાર કર્યો. હવે આમ ચૂપ રહેવાથી નહીં ચાલે, એટલે જ છૂટા-છેડાનો કેસ કરવાનું અમે નક્કી કર્યું છે.' સુમિતા આવેશથી ધ્રુજી રહી હતી.

'શાંત થઈ જા સુમી! હું તારી ભાવના સમજી શકું છું. પણ જો તને પૂરો ભરોસો હોય કે એ વ્યક્તિમાં ખરેખર પરિવર્તન આવ્યું છે, તો એને બીજો એક મોકો આપ. આ વિશે નિર્ણય લેવા માટે તમે બંને એક વખત મળો અને મોકળા મને વાત કરો. શમિતાને એના પિતાના પ્રેમથી વંચિત ન રાખ. તું કોઈ સંકોચ રાખ્યા વગર આ દિશામાં પહેલ કર. એ તારા ભવિષ્ય માટે સારું રહેશે.' માધુરીએ કહ્યું.

'ઠીક છે, વિચારીશ. ચાલો જમી લઈએ. સુમિતા આ વાતને આગળ વધારવા નહોતી માંગતી. જમ્યા પછી ફરી એક વાર માધુરીએ ટકોર કરી કે મારી વાત પર વિચાર કરજે અને ત્યાંથી વિદાય થઈ.

છૂટાછેડાની નોટિસ મળતાં જ સુમિતાના સાસરિયાઓને જોરદાર આંચકો લાગ્યો. એમના મનમાં તો એમ જ હતું કે સુમિતા ક્યાં સુધી એકલી રહી શકવાની છે? આજે નહીં તો કાલે એ પાછી આવી જ જશે. એવામાં આ નોટિસ મળવાથી તેઓ હિંમત હારી ગયા. તેઓ સામે ચાલીને સમાધાન માટે તૈયાર થઈ ગયા. તેમણે કહ્યું કે અમને વધારે દહેજ જોઈતું નથી. સુમિતાના માતા-પિતાએ તેમને સાફ સાફ કહી દીધું કે આ કેસનો નિવેડો હવે કોર્ટમાં જ આવશે. સ્ત્રીને ત્યાં સુધી જ દબાવીને રાખી શકાય છે જ્યાં સુધી એ પોતે દબાઈને રહે છે. એક વાર જો એ વિદ્રોહ કરે તો પછી એને રોકવી મુશ્કેલ બની જાય છે. વિરોધી પક્ષે ધૂળ ચાટવી જ પડે છે. સુમિતાની બાબતમાં પણ આવું જ બન્યું.

છૂટાછેડાના કેસની તારીખ આવી પહોંચી. બંને પક્ષો તરફથી વાદ-પ્રતિવાદ કરવામાં આવ્યો. પછી આવતી તારીખ સુધી મામલો મુલતવી રહ્યો.

કેટલાયે વરસો પછી પતિ-પત્નીએ એકબીજાને જોયા. સુમિતાના પતિ આનંદના ચહેરા પર આનંદની એક પણ ઝલક નહતી. સુમિતાના ચહેરા પર એનો આત્મવિશ્વાસ છલકાઈ રહ્યો હતો. કોર્ટની બહાર આવીને આનંદે જ વાતની પહેલ કરતા સુમિતાને કહ્યું કે તે શમિતાને સાથે લાવી હોત તો એ તેને જોઈ શક્યો હોત. એણે પ્રસ્તાવ મૂક્યો કે એમણે બંનેએ એકવાર એકલા મળીને વાત કરવી જોઈએ. સુમિતાને માધુરીની સલાહ યાદ આવી ગઈ. એટલે તેણે હામી ભરી. મળવાની તારીખ, સ્થળ, સમય નક્કી થયા અને બંને છૂટ્ટા પડ્યાં.

નિર્ધારિત સમયે આનંદ અને સુમિતા બંને મંદિર પાસે મળ્યા. કોઈપણ પૂર્વભૂમિકા બાંધ્યા વિના આનંદે સીધી મુદ્દાની વાત કરી,

'સુમિતા, બની શકે કે તારી નજરમાં હું એક ખલનાયક છું. પણ હું એટલો પણ ખરાબ નથી જેટલો તું મને સમજે છે. સંયુક્ત પરિવાર પ્રત્યેના કર્તવ્યના બોજ હેઠળ હું મારું મોં ન ખોલી શક્યો. મારા માતા-પિતાની વાતો પર વિશ્વાસ કરીને મારું પોતાનું જીવન ખેદાન-મેદાન કરી બેઠો. તું તારા પિયરે પાછી ગઈ ત્યાં સુધી મને એ વાતનો અહેસાસ જ નહોતો થયો કે હું તને કેટલો પ્રેમ કરું છું. મારી જિંદગીમાં વ્યાપેલો આ સૂનકાર તારા આવવાથી જ ભરાઈ શકે એમ છે, એ સમજતા મને થોડો સમય લાગ્યો. તેમ છતાં હું મારા પરિવારનો વિરોધ કરી ન શક્યો. હું માનું છું કે એ મારી ભૂલ હતી. એ સમયે હું મારી એ નબળાઈ દૂર ન કરી શક્યો. પરંતુ તારા માટેના મારા પ્રેમના કારણે જ મેં બીજા લગ્ન નથી કર્યા. મારા માતા-પિતાએ મારા માટે કેટલીયે છોકરીઓ જોઈ. પરંતુ મેં એમને ચોખ્ખા શબ્દોમાં કહી દીધું કે હું બીજા લગ્નનો વિચાર પણ કરી શકું એમ નથી. મને આશા હતી કે ક્યારેક ને ક્યારેક તો તું જરૂર પાછી આવીશ. પ્લીઝ સુમિતા, મને નિરાશ ન કર. શમિતાને મારાથી અળગી ન કર. મારી દીકરી માટેની એક પિતા તરીકેની મારી જવાબદારીઓ પૂરી કરવાની મને તક આપ. ચાલ, આપણે એક નવી જિંદગી શરૂ કરીએ,' આનંદે અનુરોધ કર્યો.

'ફરી પાછી તમારા જેવા ધનના લોભી માણસો સાથે આવીને રહું ? ભગવાનની કૃપાથી હવે કોઈ ચીજની કમી નથી અને શાંતિથી જીવી રહી છું. હવે પાછી તમારા ઘરે આવીને મારા મનની શાંતિ ગુમાવી દઉં ?' સુમિતાની ભીતર એજ આક્રોશ હતો.

'ત્યારે તો મારી પારિવારિક જરૂરિયાતો પૂરી કરવા માટે વધારાના દહેજની

માંગણી કરી હતી. હું માનું છું કે એ તદ્દન અયોગ્ય હતી. પણ હવે મારી બધી જવાબદારીઓ પૂરી થઈ ગઈ છે. મારી બહેનોના લગ્ન થઈ ગયાં છે. નાનો ભાઈ એંજિનિયર થઈ ગયો અને એને નોકરી પણ મળી ગઈ છે. હવે કોઈ આર્થિક સમસ્યા રહી નથી. મારી માતાએ પોતે જ કહ્યું છે કે જો મારો ઘર સંસાર બચી જતો હોય તો જરૂર પડે આપણે જુદા પણ રહી શકીએ છીએ. એ પોતે તને આ વાત કહેતાં અચકાય છે એટલે મને તારી પાસે મોકલ્યો છે. હું તને આશ્વસ્ત કરું છું કે હવે આપણા જીવનમાં મારા પરિવારજનો બિલકુલ દખલ નહીં કરે. મહેરબાની કરીને તું તારો નિર્ણય બદલી નાખ, સુમિતા!' આનંદની આંખો ભરાઈ ગઈ.

સુમિતા પણ ઢીલી થઈ ગઈ. 'ઠીક છે, વિચારીશ' કહીને એ ત્યાંથી નીકળી ગઈ.

ત્યારબાદ મધ્યસ્થીઓની મદદથી સમાધાનના પ્રયત્નો શરૂ થયા. બંને પરિવારો થોડા ઢીલા પડ્યા. વકીલ તુકારામના નેતૃત્વમાં સમાધાનની શરતો નક્કી કરવામાં આવી. કોર્ટની બીજી તારીખે વકીલ તુકારામે રજૂઆત કરતાં કહ્યું,

'નામદાર, આજે મને ઘણો આનંદ થઈ રહ્યો છે. છૂટા પડવાના આરે પહોંચેલું દંપતી આજે ફરી એક થઈ રહ્યું છે. ઇન્ટરમિડિએટ પછી ભણતર અધૂરું મૂકી દેનારી એક ગૃહિણીએ સંજોગોનો સામનો કરવા માટે ભણવાનું ફરી શરૂ કર્યું અને પોતાના પગ પર ઊભી થઈ. આ શિક્ષા સુમિતાને વિપત્તિઓથી બચાવનારી સાહેલી સિદ્ધ થઈ. શિક્ષાએ એને હિંમત આપી. શિક્ષાને કારણે મળેલી નોકરીના આધારે એ આજે માથું ઊંચું કરીને જીવવા સમર્થ છે. શિક્ષાની સાથે સાથે એને મળેલા સંસ્કારોને કારણે એણે માત્ર પોતાના ઘરસંસારની નહીં પણ પોતાના આત્મ સન્માનની પણ રક્ષા કરી. આ કેસમાં બંને પક્ષકાર નિમ્નલિખિત વાતો પર સહમત છે.

૧. સુમિતાને લગ્નપ્રસંગે આપેલી બધી રકમ બેંકમાં શમિતાના નામે દસ વર્ષ માટે ફિક્સ્ડ ડિપૉઝીટ રૂપે મૂકવાની રહેશે.

૨. સુમિતાને પોતાના માસિક વેતનના પચ્ચીસ ટકા પોતાની ઈચ્છા મુજબ ખર્ચ કરવાની સ્વતંત્રતા રહેશે. એ વિશે કોઈપણ સ્પષ્ટીકરણ નહીં માંગવામાં આવે.

૩. સુમિતા પર પોતાના પિયરે જવા અંગે કોઈ પ્રતિબંધ નહીં હોય. વાર-તહેવારે જ્યારે આમંત્રિત કરવામાં આવે ત્યારે આનંદે પણ પોતાના સાસરે જવાનું

રહેશે. તેમજ પોતાના સાસરિયાઓને પણ પોતાના ઘરે આમંત્રિત કરવાના રહેશે.

હું માનનીય ન્યાયાલયને પ્રાર્થના કરું છું, કે સહમતિ પ્રાપ્ત ઉપરની શરતોને ધ્યાનમાં રાખીને નિર્ણય આપે. હું ન્યાયાલયને વિનંતી કરું છું કે બંને પક્ષકારોને આ કેસ પાછો ખેંચવાની અનુમતિ આપે.

જજ સાહેબે જ્યારે એ મુજબનો નિર્ણય સંભળાવ્યો, ત્યારે ત્યાં હાજર રહેલા બધા લોકોના ચહેરા આનંદથી ઝળકી ઊઠ્યાં. આનંદના આનંદની તો કોઈ સીમા ન રહી.

ધરતીનું સ્વર્ગ

ન્યૂયોર્કથી આવેલી એર બસ-૩૨૦ સહાર હવાઈમથક પર આવી પહોંચી, હાથમાં બેગ લઈને ચારે બાજુ એકવાર ધ્યાનથી જોયા બાદ રાજુ નીચે ઉતર્યો. કાર્ગો દ્વારા આવેલો સામાન લઈને તે સીમાશુલ્ક સંબંધિત પરીક્ષણ માટે ઊભો રહ્યો. વ્હિસ્કીની એક બોટલ, બે પેકેટ સિગરેટ અને થોડા ડોલરની ભેટ ધરીને તે બે કલાકે બહાર આવ્યો. પ્રી-પેઈડ ટેક્સી બૂથ પરથી ટિકિટ લીધી. થોડી જ વારમાં એની ટેક્સી ચર્નીરોડની દિશામાં આગળ વધી રહી હતી.

પંદર વર્ષ પહેલા, પોતાના દેશને છોડીને જતા સમયે થયેલો અનુભવ એને યાદ આવી ગયો. આંધ્ર વિશ્વવિદ્યાલયમાંથી એમ.ટેક કર્યા બાદ તે ન્યૂયોર્ક ગયો હતો. ત્યાં એમ.એસ. અને એમ.બી.એ. કર્યા બાદ એક મોટી કંપનીમાં ઊંચા પદ પર કામ કરી રહ્યો હતો. હવે એ એનઆરઆઈ એટલે કે બિનનિવાસી ભારતીય હતો.

થોડા સમય પહેલા મુખ્યમંત્રી મહોદય પોતાના ઈલાજ માટે ન્યૂયોર્ક આવ્યા હતા. ત્યાં એમણે પોતાના રાજ્યમાંથી આવીને ત્યાં વસેલા લોકોને સંબોધિત કરતા આપેલું ભાષણ એને યાદ આવ્યું. એને ભારત આવવાની પ્રેરણા પણ એમના ભાષણમાંથી જ મળી હતી.

'આપ સૌ તમારી માતૃભૂમિ-વતનમાં આવી જાઓ. તમારી બુદ્ધિ, અનુભવ અને પૈસાની મૂડીનું રોકાણ કરો. તમારા બહેનો અને ભાઈઓ માટે રોજગારનું નિર્માણ કરો. તમને એ માટે જે સુવિધાઓ જોઈશે, તે અમે પૂરી પાડીશું. તમે બધાં જ્યાં પણ છો, ભારતીય છો અને તમારી માતૃભાષા પણ એક જ છે. આ વાત હંમેશા યાદ રાખજો.

એને વિચાર આવ્યો કે સૌથી પહેલાં એણે જિતેન પરીખને મળવું પડશે. આંધ્રપ્રદેશમાં જે ઉદ્યોગ સ્થાપવાનો છે, તેના ઉત્પાદનના માર્કેટિંગ વિશે ચર્ચા કરવી પડશે. ત્યારબાદ હૈદરાબાદ થઈને નિઝામાબાદ જવું પડશે. ત્યાં પોતાના કોલેજકાળના મિત્ર રવીન્દ્રને પોતાની યોજના વિશે વાત કરવી પડશે. એંજિનિયરીંગ ઉદ્યોગ માટે ઉચિત સ્થાનનું ચયન કરવું પડશે. પછી હૈદરાબાદ જઈને ઉદ્યોગ માટે આવશ્યક લાયસન્સ અને એ માટે ઉપલબ્ધ રાહતો માટે લખાણપટ્ટી કરી કાગળીયા કરવા પડશે. આ તેનો કાર્યક્રમ હતો.

ટેક્સી ચર્નીરોડ પહોંચી અને જિતેન પરીખની બિલ્ડિંગ સામે આવીને ઊભી રહી. ટેક્સી ડ્રાઇવરે સામાન ઉતાર્યો.

'જોઈ લો સાહેબ, બધો સામાન બરાબર છે ને ?' ટેક્સી ડ્રાઈવરે કહ્યું.

'હા, બરાબર છે, આભાર'.

'ઓકે'

તેમ છતાં ટેક્સીવાળો ત્યાંજ ઊભો હતો તે જોઈને રાજુને નવાઈ લાગી. ટેક્સીનું ભાડું તો એણે હવાઈ મથક પર જ ચૂકવી દીધું હતું. તો પછી એ કેમ ઊભો છે, એ તેને સમજાતું નહતું ?

'સાહેબ, કંઈક આપો. આપનો બધો સામાન મેં ઉતાર્યો છે.'

રાજુએ પચાસની નોટ કાઢીને આપી.

'તમે મને ભિખારી સમજો છો સાહેબ ! પચાસ ડોલર આપો.' ટેક્સીવાળાનો સ્વર બદલાયેલો હતો.

રાજુ તો ચકિત જ થઈ ગયો. શું ભારતે આટલી બધી પ્રગતિ કરી લીધી છે ? પચાસ રૂપિયા ભીખ કહેવાય. ભારતમાં પણ ડોલર આપવા પડશે ? આ ભીખને બદલે દાદાગીરી છે ?

'સામાન્ય ભાડાં કરતાં વધારે જ આપ્યા છે મેં. એના બમણા તને ટિપમાં આપવાના !'.

'શું વાત કરો છો સાહેબ ? એરપોર્ટ પર ચોવીસ કલાક રાહ જોવી પડે છે, એ સિવાય કોઈ સવારી મળતી નથી. અમારી મહેનતનું ફળ આટલું જ છે ?'

'ટેક્સી ઊભી રાખીને પત્તા રમવા મહેનત છે. એના બદલે સીટીમાં ટેક્સી ચલાવો તો સવારી મળે ને ?

'સાહેબ, એ ઉપદેશ આપવાનો રહેવા દો. સવાર-સવારમાં સારો સોદો મળ્યો છે. બીજા બસો રૂપિયા આપી દો. ટેક્સીવાળો ઉધ્ધતાઈ પર ઉતરી આવ્યો.

આવા લોકો સાથે માથાકૂટ કરીને કોઈ ફાયદો નથી. એમ વિચારીને એને

બીજા સો રૂપિયા આપ્યા અને પીછો છોડાવ્યો.

જિતેનને ક્યાં તકલીફ આપવી, એમ વિચારી એને એરપોર્ટ ન બોલાવ્યો. એની કારમાં આવ્યો હોત તો આ બધી ઝંઝટ તો ન થાત.

પરીખ સાથે જે કામ હતું, તે પૂરું કરીને તે નિઝામાબાદ ગયો. રવીન્દ્ર સાથે એક દિવસ વિતાવીને બંને જણા જકરનપલ્લી જવા રવાના થયા. નિઝામાબાદ સ્ટેન્ડ પર પચાસ કરતાં પણ વધારે ટેક્સી અને એના કરતાં પણ વધારે ઑટો નજરે પડી.

'આટલી બધી ગાડીઓ ?' રાજુએ પૂછ્યું

'હા, આ લોકોને રોજે રોજ સવારીની જરૂર જ નથી. એક જ સવારી પાસેથી ચાર દિવસ ચાલે એટલા પૈસા પડાવે છે. જે ભાડું હોય તેના કરતાં ત્રણ-ચાર ગણા વધારે પૈસા માંગે છે. એટલે જ એમને વધારે સવારીઓ નથી મળતી. આ લોકો અહીં પત્તા રમે, ફિલ્મો જુએ અને રખડપટ્ટીમાં સમય પસાર કરે છે.'

'અહીં આર.ટી.ઓ કિલોમીટર પ્રમાણે ભાડું નક્કી નથી કરતું.'

'એ તો છે જ. એટલે જ આ લોકો સવારી પાસેથી વેઈટિંગ ચાર્જ અને ભોજન ભથ્થાંના નામે વધારાની રકમ વસૂલે છે.

'ઠીક છે, એકાદી ગાડી નક્કી કરી લે. આપણી પાસે સમય નથી. જે જે જગ્યાઓ જોવાની હતી, તેની યાદી રવીન્દ્રએ પહેલાથી જ તૈયાર કરી રાખી હતી. જકરનપલ્લી પહોંચીને બંને જણાએ એ જગ્યાઓને ધ્યાનપૂર્વક જોઈ. આખરે ફેક્ટરી માટે એક ભૂખંડ પસંદ કરવામાં આવ્યો. દસ-વીસ લોકો સાથે મગજમારી કરવાનો સમય હતો નહીં એટલે દલાલોને સારી એવી રકમ ચૂકવવી પડી.

હૈદરાબાદમાં પણ પેરવીકારોની મદદ લેવી પડી. છૂટથી પૈસા ખર્ચ્યા સિવાય નાનું એવું કામ પણ થવાનું નથી. એ સત્ય રાજુ સારી રીતે સમજતો હતો.

મુખ્યમંત્રીજીએ ન્યૂયોર્કમાં કરેલા વાયદા પાણીમાંના પરપોટા સાબિત થયા હતા. સાથે જ એમની દેશભક્તિ પણ ઉજાગર થઈ ગઈ હતી.

વીસ દિવસ બાદ... રાજુ અને રવીન્દ્ર મુંબઈમાં એક રેસ્ટોરન્ટમાં બેઠા હતા.

રવીન્દ્ર રાજુને વિદાય આપવા આવ્યો હતો. થોડા કલાકોમાં જ રાજુ અમેરિકા

પાછો જવાનો હતો.

'હવે કહે, આપણા દેશ વિશે તારો શું મત છે?' ખભા ઉલાળીને રાજુ એક ક્ષણ માટે તો હસી પડ્યો.

'અમેરિકાથી આવ્યા પહેલા, ખરેખર મને એવું લાગતું હતું કે આપણે સ્વાર્થી છીએ અને આપણી ભીતર રહેલો દેશપ્રેમ લુપ્ત થતો જાય છે. પરંતુ અહીં આવ્યા બાદ અનુભવ થયો કે દેશભક્તિ કેટલી પ્રાસંગિક છે... ' તે થોડીવાર અટક્યો.

ફરી પોતાની વાતને આગળ ચલાવતા તેણે કહ્યું, 'લોકો હંમેશા એ લાગમાં હોય છે કે ઓછી મહેનતે વધુ કમાણી કરી લઈએ. પરંતુ એ લોકો એ ભૂલી જાય છે કે પરિશ્રમના પ્રમાણમાં જ પરિણામ મળે છે. ન્યાયપૂર્વક મહેનતથી કમાવાને બદલે લોકોને ઉપરની કમાણીમાં વધુ રસ હોય છે. પેરવીકારોથી લઈને સરકારી નોકરો સુધી, ઉદ્યોગપતિઓથી લઈને ટેક્સી ડ્રાઇવરો સુધી બધાં જ સામેવાળાની જરૂરિયાત અને ગરજ જોઈને પૈસા લૂંટે છે. કમાણી કરવી હોય તો પરિશ્રમ કરવો જોઈએ, આ રીતે લોકો પાસેથી પૈસા પડાવી લો એ કેવી રીતે ચાલે!'

'અમેરિકામાં આવું નથી થતું?'

'ના, હકીકતમાં તો આ વિષયમાં ભારતીયોની માન્યતામાં જ મને ફેર જણાય છે. એક દિવસ સોદો મળે એમાંથી ચાર દિવસ રોળવી લેવું. બધાંએ એ એક સોદાની રાહ જોઈને બેસી રહેવું... એમાં શું ઉત્પાદકતા છે? આવી મનોવૃત્તિને કારણે જ મધ્યમવર્ગના કેટલાયે લોકો પોતાના રૂપિયા શેરમાં રોકીને પસ્તાઈ રહ્યાં છે,' રાજુ હસી પડ્યો.

રવીન્દ્રએ હકારમાં માથું હલાવ્યું.

'મારો અનુભવ છે કે અહીં સામાન્ય રીતે કામ કરવામાં લોકો નાનમ સમજે છે. 'ડિગ્નિટી ઓફ લેબર' એટલે કે શ્રમનું સન્માન નથી. અમેરિકામાં એવું નથી. ત્યાં તો અબજોપતિના દીકરા પણ પેટ્રોલપંપમાં કે પછી બીજું કંઈ કામ કરતા જ હોય. ત્યાંના લોકોને નિરંતર કંઈક નવું મેળવવાની ચાનક હોય છે.'

'બીજો એક પ્રશ્ન પૂછું?'

'પૂછ', રાજુએ હસતા હસતા કહ્યું.

'તને એવું લાગે છે કે અહીં તારી મૂડીના પ્રમાણમાં લાભ થશે ?'

'ચોક્કસ મારી લોહી-પસીનાની કમાણી એમ વ્યર્થ નહીં જાય. અમેરિકામાં મને મળેલી શિક્ષા અને મારા વ્યવસાયમાં મળેલી સફળતામાંથી મને માર્ગદર્શન મળે છે. એટલે નુકશાન થવાનો તો કોઈ સવાલ જ નથી.'

'પણ અહીંની હાલત તો તે જોઈ લીધી ને ?'

'પરિસ્થિતિઓને પોતાને અનુકૂળ બનાવી, તેનો જ ઉપયોગ કરી લાભ મેળવવામાં જ બુદ્ધિમાની છે. અહીંના વાતાવરણમાં કેવી રીતે કામ કરાય એ તું જાણે છે. ઉત્પાદન અને માર્કેટીંગનું ધ્યાન રાખવા માટે તું છે. નિર્યાતનો પ્રબંધ કરવા માટે મારી સાથે પરીખ છે. એટલે કોઈપણ સમસ્યા મારા માટે સમસ્યા નહીં બને. તમારા બંનેના સહયોગથી હું મારા પોતાના દેશ અને પોતાના રાજ્ય-વતનની સેવા કરીને માતૃભૂમિનું ઋણ ચૂકવીશ. ભલે થોડા બેકાર લોકો માટે રોજગારની વ્યવસ્થા કરીશ. મૂલ્યવાન વિદેશી મુદ્રા આપણા દેશમાં લાવીશ. આ મારો દૃઢ સંકલ્પ છે.'

'તારો દૃઢ સંકલ્પ અને વિશ્વાસ બરાબર છે. પણ આપણા રાજ્યમાં ઉદ્યોગ ચલાવવો એટલું સહેલું કામ નથી. નોકરશાહી, વીજળીની કપાત, કામગારોની સમસ્યા... આવી તો ઘણી અડચણો છે.'

'જો ભાઈ, દુનિયામાં કોઈપણ ચીજ એમ સહેલાઈથી મળતી નથી. દરેક સમસ્યાનું કોઈને કોઈ સમાધાન હોય જ છે. સમસ્યાના મૂળ સુધી જઈને તેને દૂર કરવી જોઈએ. પરિશ્રમ કરીશું અને લક્ષ્ય હાંસિલ કરીશું.'

'એટલે તું એમ કહેવા માંગે છે કે તારી આ યોજના સફળ થશે જ ?'

રાજુ પાછો હસી પડ્યો.

'ચોક્કસ, મૂડીવાદી દેશો ભારતને સ્વર્ગ શા માટે માને છે, એ હવે મને સમજાઈ ગયું છે. જ્યાં સુધી અહીંના લોકોમાં માત્ર વસ્તુઓ માટેનો મોહ અને અસીમ લાલચ રહેશે, ત્યાં સુધી અમુક લોકો માટે આ સ્વર્ગ જ છે... ધરતી પરનું સ્વર્ગ.'

રવીન્દ્ર વધારે કંઈ બોલી ન શક્યો.

જન્માક્ષર

'નમસ્તે શાસ્ત્રીજી! ઘણા દિવસો પછી તમારા દર્શન થયા.'

'હા, લગ્નસરાની મોસમ ચાલે છે ને, એક પળનીયે ફૂરસદ નથી. યથાશક્તિ જનસેવા કરું છું.' શાસ્ત્રીજીએ જવાબ આપ્યો.

'તમારી જનસેવા અમારાથી ક્યાં છાની છે? એ બધું તો ઠીક છે, પણ અમારી દીકરીની વાતનો કંઈ વિચાર કર્યો કે નહીં?' સૂરજમલજી મૂળ વાત પર આવ્યા.

'અરે ખાસ એટલા માટે તો તમારી પાસે આવ્યો છું. મારા એક યજમાન છે, કૃષ્ણલાલજી. એમના દીકરાના અને તમારી દીકરીના જન્માક્ષર એવા મળે છે કે ન પૂછો વાત. જો તમે હા કહો તો હું એમને છોકરી જોવા આવવાનું કહી દઉં.'

'છોકરો કેટલું ભણ્યો છે? શું કરે છે?'

'સાયન્સ ગ્રેજ્યુએટ છે. છેલ્લાં ત્રણ વરસથી મેક્સો કંપનીમાં મેડિકલ રિપ્રેઝન્ટેટીવ તરીકે કામ કરે છે. માસિક પગાર છે છ હજાર અને બીજાં ભથ્થાં અલગ.'

'એમનો પોતાનો ફ્લેટ છે ને?'

'ના, કૃષ્ણલાલજીની કંપનીએ આપેલા ફ્લેટમાં એ લોકો રહે છે. ફ્લેટ મોટો છે, એટલે દીકરાના લગ્ન બાદ પણ કોઈ તકલીફ થાય એમ નથી. બે વર્ષ બાદ છોકરાને પણ કંપની તરફથી ફ્લેટ મળવાનો છે.'

છોકરા વિશે થોડી બીજી માહિતી મેળવ્યા બાદ સૂરજમલજીએ કહ્યું, 'ઠીક છે, છોકરી જોવાનું ગોઠવો.'

'મંજુલાને જોવાની વિધિ પૂરી થઈ. વડીલો દ્વારા કન્યાનું સઘન પરીક્ષણ થયા બાદ મંજુલાએ શ્રીકાંતના કેટલાક જટિલ પ્રશ્નોનો પણ સામનો કરવો પડ્યો. તે પછી જ છોકરાવાળા તરફથી સકારાત્મક પ્રતિસાદ મળ્યો હતો. મંજુલા બી.કોમ. પાસ હતી, તેમ છતાં સૂરજમલજીને તેની સહમતિ લેવાની જરૂર જણાઈ નહીં. પરંતુ મંજુલાની માએ તેની દીકરીને પૂછી જોયું. મંજુલા ચૂપ રહી. એને છોકરો તો ઠીક લાગતો હતો, પણ એની નોકરી એને ગમી ન હતી. એવી નોકરી, જેમાં નોકરી અર્થે કાયમ પ્રવાસ કરવો

પડે. મંજુલાએ કંઈ કેટલીયે વાર્તાઓ વાંચી હતી, એટલે એને ખબર હતી કે આવા લોકો કૅમ્પમાં નોકરીના કામ સિવાય બીજા કયા કયા પરાક્રમો કરતાં હોય છે. એટલે એને સંકોચ થઈ રહ્યો હતો. એના વડીલોએ એના મૌનને એની સહમતિ માની લીધી અને સગપણ નક્કી કરી નાખ્યું.

કન્યા પક્ષના અમુક વડીલો છોકરાના ઘરે ગયા. વાતવાતમાં ખબર પડી કે તેઓ તો દૂરના સંબંધી થાય છે. એક જાતિના લોકોમાં સામાન્ય રીતે આવું જ થતું હોય છે. પછી લેતી-દેતીની વાતો થઈ. એવું નક્કી થયું કે વરના પરિવારજનોને અપાતા વસ્ત્રાભૂષણો અને ઉપહારો સિવાય રિવાજ પ્રમાણે લગ્નનો ખર્ચો છોકરીવાળાએ કરવાનો રહેશે. સૂરજમલજીએ સ્પષ્ટપણે જણાવ્યું કે તેઓ રિસેપ્શનનો ખર્ચ કરી શકશે નહીં.

'એમ કેમ ચાલે? લગ્નનો બધો ખર્ચો તમારે કરવાનો છે. રિસેપ્શન પણ લગ્નવિધિનો જ એક ભાગ છે ને?' કૃષ્ણલાલજીએ કહ્યું.

'અત્યાર સુધી તમે કહેલી બધી વાતોને અમે સ્વીકારી છે. આટલું કરવું પણ અમને ભારે પડે એમ છે. હકીકતમાં તો અમને રિસેપ્શનની એવી કોઈ જરૂર જ નથી. અમારા તરફથી જે લોકો આવવાના હશે તેઓ લગ્નમાં જ આવી જશે. એટલે તમે મારો બોજો વધારે ન વધારો'. છોકરીના પિતાએ વિનંતી કરી.

શ્રીકાંતે વચ્ચે હસ્તક્ષેપ કરતાં કહ્યું,

'ઠીક છે. રિસેપ્શનનો અડધો ખર્ચ અમે આપીશું'. વહેવારની વાતમાં શ્રીકાંતની દખલગિરી કૃષ્ણલાલજીને ગમી નહીં. પણ તેઓ ચૂપ રહ્યાં.

★★★

શ્રીકાંત અને મંજુલાના લગ્ન ધામધૂમથી સંપન્ન થયાં. ખર્ચો તો ધાર્યા કરતાં વધારે થયો હતો. પણ સૂરજમલજીને એની ચિંતા ન હતી. દીકરીના હાથ પીળા કરીને મન પરથી જે ભાર ઉતરી ગયો હતો, તેની સરખામણીમાં ઉધારનો બોઝો ભારે જણાતો નહતો.

નવદંપતી એક અઠવાડિયું પંચગિની અને મહાબળેશ્વર ફરી આવ્યા. શ્રીકાંતે પોતાની કંપનીમાં પેરવી કરીને નગરમાં જ પોતાની લોકલ ડ્યૂટી કરાવી લીધી.

એણે પ્રયત્ન કર્યો કે કમ-સે-કમ છ મહિના સુધી એણે કોઈ પ્રવાસ ન કરવો પડે. સહકર્મચારીઓએ એની ટિખળ કરતા કહ્યું કે, નવવિવાહિત નવયુવાન છે, સ્વાભાવિક છે કે એને દુનિયા અને સમયની ખબર રહેતી નહીં હોય. આમને આમ છ મહિના છ મિનિટની જેમ પસાર થઈ ગયા. ત્યારબાદ ફરી શ્રીકાંતનું કૅમ્પમાં જવાનું શરૂ થઈ ગયું. પરંતુ એ ચાર દિવસથી વધારેનો પ્રવાસ કરતો નહીં. મંજુલાએ વિચાર્યું કે, ચાલો, એટલું તો સારું છે. રજાના દિવસે બંને જણાં ફિલ્મ જોવા અથવા ક્યાંક ફરવા ચોક્કસ જતાં. ક્યારેક-ક્યારેક સગાંસંબંધી કે મિત્રોના ઘરે પણ જતાં. એમનો ઘરસંસાર સારી રીતે ચાલી રહ્યો હતો.

એક દિવસ...

શ્રીકાંતને એના સહયોગીઓ ઘરે મૂકી ગયા. એનું શરીર તાવથી તપી રહ્યું હતું. એનાથી સરખું ઊભું પણ નહોતું રહેવાતું. એનું પેન્ટ બગડી ગયું હતું. સાથે આવેલાં લોકોએ કહ્યું કે, કૅમ્પમાં તાવ અને જુલાબની તકલીફ થવાથી એને કારમાં ઘરે મૂકવા આવ્યા છીએ.

શ્રીકાંતને એક નર્સિંગ હોમમાં દાખલ કરવામાં આવ્યો. સલાઈન ચડાવવામાં આવી. એક્સ-રે કાઢ્યો. થૂંક, મળ-મૂત્ર અને લોહીની તપાસણી કરી. એક અઠવાડિયા પછી શ્રીકાંતની તબિયતમાં થોડો સુધારો આવ્યો. એ સંપૂર્ણપણે સ્વસ્થ નહોતો થયો, પણ તકલીફોનું પ્રમાણ ઓછું થયું હતું. એને નર્સિંગહોમમાંથી ડિસચાર્જ કરવામાં આવ્યો. ડોક્ટરે સલાહ આપી હતી કે, દવાઓ ચાલુ રાખવાની સાથે ખાવા-પીવાની પરેજી પાળવી જરૂરી છે. એને એક મહિનાના આરામની જરૂર હતી.

એક મહિનામાં શ્રીકાંત સાજો તો થઈ ગયો, પણ ઘણો દૂબળો પડી ગયો હતો. એનું બાર કિલો વજન ઓછું થઈ ગયું હતું. એનામાં પહેલાં જેવી સ્ફૂર્તિ રહી નહતી. થોડી થોડી વારમાં તે થાકી જતો હતો. લોહી વધારવાની દવાઓના સેવનથી પણ કંઈ ખાસ ફાયદો થતો નહતો.

ચાલીસ દિવસની રજા પછી શ્રીકાંતે ફરી પોતાની ડ્યૂટી જોઈન કરી. તેની તબિયતને ધ્યાનમાં રાખીને તેને માર્કેટિંગ વિભાગમાં એક ડેસ્કનું કાર્ય સોંપવામાં આવ્યું.

મંજુલા મનમાં ને મનમાં જ મૂંઝાઈ રહી હતી. એ તો સ્પષ્ટ હતું કે શ્રીકાંતના સ્વાસ્થ્યમાં કોઈ મોટો ફેરફાર ચોક્કસ થયો છે. બહારથી સ્વસ્થ જણાતો શ્રીકાંત હજુ

પણ સંપૂર્ણપણે સ્વસ્થ નથી.

મંજુલાના મનમાં એક અજ્ઞાત આશંકા ઘર કરી ગઈ હતી. એણે પોતાની મા પાસે જઈને પોતાનું મન ઠાલવી દીધું. એવી વાતો જે એ પોતાના પિતાને કરી શકે એમ નહતી, એ પણ એણે માને જણાવી દીધી. માએ એને સાંત્વના આપતાં કહ્યું કે, 'ધીરજ રાખ, બધું સારું થઈ જશે. ભગવાન પર ભરોસો રાખ.' દીકરીને તો હિંમત આપી. પણ મા પોતે અંદરથી હચમચી ગઈ હતી. પત્ની પાસેથી બધી વાતો જાણ્યા બાદ સૂરજમલજીએ કહ્યું કે તેઓ કૃષ્ણલાલજી સાથે વાત કરશે. પરંતુ એ દરમિયાન શ્રીકાંતને ફરી નર્સિંગહોમમાં દાખલો કરવો પડ્યો. બિમારીએ ફરી જોર પકડ્યું હતું. તીવ્ર તાવ અને અતિસારમાં કોઈ જ ફરક જણાતો નહતો. આ વખતે મોટા ડોક્ટરની સલાહ લેવામાં આવી. એમણે સૂચવેલા વિશેષ ટેસ્ટ કરાવ્યા પછી એ જણાયું કે શ્રીકાંત એચઆઈવી પોઝિટીવ હતો.

મંજુલાની શંકા સાચી પડી.

જૂના રિપોર્ટ્સ જોતાં ખ્યાલ આવ્યો કે શ્રીકાંત લગ્ન પહેલાથી જ યૌન રોગોથી પીડાતો હતો. પરંતુ એનો એચઆઈવી રિપોર્ટ નેગેટીવ હતો. એનો અર્થ એ હતો કે લગ્ન પહેલાં જ નહીં, પણ લગ્ન બાદ પણ શ્રીકાંતને ઘરની બહાર જ્યાં ત્યાં મોં મારવાની આદત હતી. મંજુલાના પગ નીચેથી જાણે ધરતી સરકી ગઈ. કૃષ્ણલાલજીને પણ શરમાવા જેવું થયું, છતાં પણ એમણે પોતાની જાતને સંભાળી લીધી. એમણે ઠંડા દિમાગથી વિચાર કર્યો. સૌ પ્રથમ તો એમણે મંજુલાના લોહીની તપાસ કરાવી. સદનસીબે એનો રિપોર્ટ નેગેટિવ આવ્યો. એમને લાગ્યું કે જાણે ગાઢ અંધકારમાંથી પ્રકાશનું આછું કિરણ મળી ગયું. હમણાં બાળકો નથી જોઈતાં, એમ વિચારીને શ્રીકાંતે જે પરિવાર નિયોજનના સાધનો અપનાવ્યા હતા, એ મંજુલા માટે વરદાન સિદ્ધ થયા હતા.

હવે કૃષ્ણલાલજીએ જરા પણ વિલંબ ન કર્યો. એડ્સના દર્દી સાથેનું ગૃહસ્થજીવન સદંતર અનુચિત છે, એમ વિચારીને તેઓ મંજુલાને તેના પિયરે મૂકી આવ્યા. મંજુલાના મનમાં ભયંકર તોફાન મચી રહ્યું હતું. હજી તો લગ્નને એક વર્ષ પણ નહોતું થયું ને એના સ્વપ્નાઓનો મહેલ કડડભૂસ થઈ ગયો હતો. આમાં એનો શું દોષ હતો ? જો એણે લગ્ન પહેલાંજ પોતાની શંકા વ્યક્ત કરી હોત, તો કદાચ આવું ન થાત. આમેય એની

વાતને કોણ મહત્વ આપવાનું હતું ? છોકરો પસંદ છે કે નહીં, એ જણાવે એ પહેલાં જ જે લોકોએ સગપણ નક્કી કરી નાખ્યું, એ લોકો શું એની શંકાની પરવા કરત ? જે થયું તે, પણ એનું જીવન તો બરબાદ થઈ ગયું હતું. એ વિચારી-વિચારીને મંજુલા પીડાઈ રહી હતી.

મંજુલાની હાલત જોઈને એની માનું હૈયું હચમચી ઊઠયું. તેઓ વિચારતા હતાં કે, એમણે તો ક્યારેય કોઈનું અહિત ઈચ્છયું નથી. તો ભગવાને એમને આવી સજા કેમ કરી ? શું આને જ પ્રારબ્ધ કહેવાય છે ? દીકરી પિયરમાં બેઠી છે, આડોશીપાડોશી પૂછશે તો શું જવાબ આપીશું ? એક મા તરીકે તેઓ જે પીડા અનુભવી રહ્યા હતાં, તે અસહનીય, અકથનીય હતી.

સૂરજમલજી પણ અંદરથી ખૂબજ વ્યથિત થઈ ગયા હતા. જન્માક્ષર મળ્યાં પછી જ એમણે આ લગ્ન કરાવ્યાં હતાં. તો પછી આ જન્માક્ષરનો શું અર્થ ? એમને લાગી રહ્યું હતું કે આજના જમાનામાં જન્માક્ષર મેળવવા કરતાં પણ વધારે લોહીની તપાસ કરાવવી જરૂરી છે, અગત્યની છે. પરંતુ શું આપણો સમાજ આટલું દૂરનું જોઈ શકશે ? સ્વાસ્થ્યની તપાસ કરાવવાની વાત સાંભળીને જ છોકરાવાળા કહી દેશે કે અમને આ સગપણ જ નથી કરવું. બીજે ક્યાંય સગપણ કરીશું. પોતાના અહંની પુષ્ટિ કરવાને બદલે વ્યાવહારિક વિચારો ધરાવનારા તો કોઈ વિરલા જ હોય છે. આવા વિચારોમાં અટવાયેલાં સૂરજમલજીએ ઑફિસે જવાનું પણ છોડી દીધું હતું.

એક દિવસ એમના સહયોગી સીતારામજી એમને મળવા આવ્યા.

'આ શું હાલ કર્યા છે સૂરજમલ ? તમે તો સમજદાર છો. તમે જ જો આ રીતે ભાંગી પડશો તો તમારી પત્ની અને દીકરીને કોણ હિંમત આપશે ? ભગવાનનો આભાર માનો કે દીકરીને એ રોગ થયો નથી. જે થઈ ગયું તેનો અફસોસ કરીને બેસી રહેવાને બદલે, હવે શું કરી શકાય, શું કરવું જોઈએ એનો વિચાર કરવો જોઈએ. એ જ સમજદાર વ્યક્તિનું લક્ષણ છે. આપણે કૃષ્ણલાલજીને મળીને મંજુલાના ભવિષ્ય વિશે વાત કરવી પડશે.'

ગાંધી પાર્ક... સાંજના સાડા છનો સમય હતો. હજુ અંધારું થયું નહોતું. પરંતુ પાર્કમાં બેઠેલા કૃષ્ણલાલ અને સૂરજમલના ચહેરાઓ પર અંધકારની ગાઢ છાયા જણાઈ રહી હતી. સીતારામ તો ગંભીર મુદ્રામાં જ બેઠા હતા. થોડીવાર રહીને એમણે

કહ્યું, 'હવે તો એ સ્પષ્ટ થઈ જ ગયું છે કે શ્રીકાંતને લગ્ન પહેલાંજ ખોટી આદતો હતી. બધું જાણતા હોવા છતાં પણ તમે તમારા દીકરાનાં લગ્ન કર્યા. આ કેવો ન્યાય છે કૃષ્ણલાલજી ?

'એ ભણેલો ગણેલો નવયુવાન છે, સારી નોકરી કરે છે. આ કૅમ્પ... મિત્રો... ખરાબ આદતો... વિશે જાણ મને થઈ ત્યારે બહુ મોડું થઈ ગયું હતું. તેમ છતાં મેં તાત્કાલિક બાજી સંભાળી લીધી. તજ્જ્ઞ ડોકટરો પાસે એનો ઈલાજ કરાવ્યો. યૌન રોગોથી છૂટકારો મળ્યા પછી મેં એનો એચઆઈવી ટેસ્ટ પણ કરાવ્યો હતો. જ્યારે પાકો રિપોર્ટ આવ્યો કે તે નેગેટિવ છે, પછી જ મેં એના સગપણની વાતો ચાલુ કરી હવે આમાં મારો શું દોષ છે ?'

'આ વાત તમે અમારાથી છૂપાવી શા માટે ? શું એ યોગ્ય છે ?'

'જવાનીના જોશમાં કેટલાયે છોકરાઓ ખોટી આદતોના શિકાર બને છે. તો શું એ બધાંના લગ્ન ન કરાવવા જોઈએ ?'

'એમ નહીં, પણ જો પહેલેથી આ વાતની જાણ હોત તો કંઈક સાવધાની તો રાખી શક્યા હોત ને ?' સૂરજમલજીએ કહ્યું.

'આવી વાતો બહાર પડે તો શું મારા દીકરા માટે કોઈનાં માંગાં આવત ? બાપ ભલે ગમે એટલો ભલો, ઉદાર દિલનો હોય, પણ જાણી પ્રીછીને સંતાનનું ભાવિ અંધકારમય તો ન થવા દે ને ?'

'છોકરાનું તો જે થવાનું હતું તે થયું. પણ મારી છોકરીનું જીવન તો બરબાદ થઈ ગયું ને ?

'હું માનું છું કે, મારા દીકરાનો દોષ છે. લગ્ન પછી પણ એની જૂની આદતો છૂટી નહીં, જાણતા-અજાણતા એની ભૂલ થઈ ગઈ છે. એટલે જ હવે એ સજા ભોગવી રહ્યો છે. આગળ પણ ભોગવતો રહેશે જ્યાં સુધી એડ્સ માટે કોઈ અકસીર દવા શોધાશે નહીં ત્યાં સુધી તો બીજો કોઈ રસ્તો જ નથી. એણે જિંદગીના બચેલા ગણ્યા-ગાંઠયાં દિવસોમાં ડગલે પગલે જોખમનો સામનો કરવાનો છે. જે થયું તેનું હું પ્રાયશ્ચિત કરીશ.'

'શું કરશો તમે ?' સીતારામે જિજ્ઞાસાવશ પ્રશ્ન કર્યો.

'શ્રીકાંતના અપરાધની સજા મંજુલાને ન મળવી જોઈએ. એટલે આપણે એમને છૂટાછેડા અપાવીશું. ભરણપોષણની રકમ સાથે તમે લગ્ન સમયે જે પણ આપ્યું છે તે અમે પાછું આપી દઈશું. અમે મંજુલાને જે ઘરેણાં આપ્યાં છે એ પણ તમારી પાસે જ રાખજો. એક નવી જિંદગીની શરૂઆત કરો. આજથી મંજુલા મારી વહુ નહીં, મારી દીકરી છે. એ પોતાના પગ પર ઊભી થાય, આત્મનિર્ભર બને એ માટે હું પૂરો સહયોગ આપીશ. એને જો કૉમ્પ્યૂટર કોર્સ કરવો હોય કે પછી કંઈ બીજું શીખવું, કરવું હોય તો એનો બધો ખર્ચ હું કરીશ. એના લાયક કોઈ સારી નોકરી મળી જાય એ માટે પ્રયત્ન કરીશ. એટલું જ નહીં, જો એ પોતાના માટે કોઈ યોગ્ય વરને પસંદ કરશે તો હું મારા હાથે એનું કન્યાદાન કરીશ. આ જ મારું પ્રાયશ્ચિત છે. આ બધું જ હું એક દસ્તાવેજમાં લિખિત સ્વરૂપે પ્રમાણિત કરી આપીશ. હવે બીજું શું કરવું જોઈએ, એ તમે સૂચવો. કૃષ્ણલાલજીની આંખો આંસુથી છલકાઈ ગઈ.

સૂરજમલ અને સીતારામ અવાક્ થઈને એમને તાકી રહ્યા. આનાથી વધારે તેઓ શું આશા રાખી શકે ?

બેવડાં ધોરણ

નરીમાન પૉઈન્ટ પર બેરોકટોક દોડી રહેલી મારી 'સિઓલો'ને માહિમ પહોંચીને અટકવું પડ્યું.

બુધવારનો દિવસ હતો. માહિમના ચર્ચ 'નૌવીના' માં આવેલા ભક્તજનોથી રસ્તો ખીચોખીચ ભરેલો હતો. એના લીધે વાહનોની અવરજવરમાં રુકાવટ ઉત્પન્ન થઈ રહી હતી. મુંબઈમાં આ રીતે ટ્રાફિક જામ થવો એ એકદમ સામાન્ય વાત છે. મેં ડ્રાઈવરને સિગ્નલ પાર કરીને ગાડીને હાઈવેના બદલે સીધી લેવા કહ્યું.

'કઈ હોટલમાં જઈશું ?' રાજાએ પૂછ્યું.

'સિદ્ધાર્થમાં'.

'દર વખતે ત્યાં જ જવું છે, પ્રવીણ ?'

'શું થાય ? આ બાજુ આ જ એક સારી હોટલ-કમ-બાર છે.'

'હું તો દારૂનો ગુલામ છું. તેમ છતાં સંપૂર્ણ શાકાહારી.'

'લિંકિંગ રોડ પર આવેલી 'ધનરાજ'માં જઈએ. વૈવિધ્ય પણ મળશે. એ પણ શુદ્ધ શાકાહારી જ છે.'

'અમારી કાર લિંકિંગ રોડ તરફ આગળ વધી.'

'રાજા... મારો પિતરાઈ ભાઈ... એક ફાયનાન્સ કંપનીમાં કામ કરે છે. હું એક વિદેશી બેંકમાં વાઈસ પ્રેસિડેંટના પદ પર કાર્યરત છું. અમે બંને જૂહુમાં રહીએ છીએ. પરંતુ બંનેની ઑફિસ નરીમાન પૉઈન્ટમાં આવેલી છે. બંને પાસે કંપનીએ આપેલી પોતાની કાર છે. તેમ છતાં અમે બંને કોઈ એકની કારમાં એક સાથે જ જઈએ. જ્યારે મન થાય ત્યારે આ રીતે ડ્રિંક લેવા જતા રહીએ.

ડ્રાઈવર અમને 'ધનરાજ' પાસે મૂકીને કાર પાર્ક કરવા આગળ ગયો.

'સાહેબ ! કંઈક દાન-પુણ્ય કરતા જાઓ. બે દિવસથી ભૂખ્યો છું. કંઈક ખાવાનું આપો સાહેબ, આપને બહુ પુણ્ય મળશે. ભગવાન તમારું ભલું કરશે.' એક લંગડો માણસ અમારી પાછળ પડી ગયો. મને આવા લોકો પ્રત્યે સખત નફરત છે. આપણો

એકદમ સારામાં સારો મૂડ પણ આ લોકો ખરાબ કરી નાખે છે. મેં એ માણસની ઝાટકણી કાઢી નાખી અને હોટલમાં પગ મૂક્યો.

રાજા પોતાની જાતને દાનવીર સિદ્ધ કરી અંદર આવી ગયો.

રાજાનું આ રીતે આવા લોકોને ઉત્તેજન આપવું મને ગમ્યું નહીં. અમારી વચ્ચે આ વિશે દલીલો શરૂ થઈ ગઈ. ડ્રિંક્સ, ચિપ્સ, સોડા, મગફળી અને બીજી વસ્તુઓ ટેબલ પર આવી જતા મેં વાતનો વિષય બદલી નાખ્યો. એક લંગડા ભિખારીને કારણે અમારી સાંજ શા માટે બગાડવી ?

'ધનરાજ' 'સિદ્ધાર્થ' કરતાં સારી હતી. વ્યંજનો જેવા હોય તેવા, પણ મને તેમની સર્વિસ ઘણી જ ગમી.

ખાવા-પીવાનો કાર્યક્રમ પૂરો થતા મેં મારા કોર્પોરેટ ક્રેડિટ કાર્ડ વડે બિલ ચૂકવી દીધું. વીસ રૂપિયાની નોટ પ્લેટમાં મૂકીને, 'પેઈડ' સિક્કો મારેલું બિલ લઈને અમે નીકળી ગયા. ચોકીદાર અમારા ડ્રાઈવરને બોલાવી લાવ્યો. મેં એના હાથમાં પાંચ રૂપિયાની નોટ પકડાવી અને કારમાં બેસી ગયો. રાજા પણ કારમાં બેઠો અને કાર ચાલવા લાગી.

મારું મન પ્રફુલ્લિત હતું. તન તો જાણે હવામાં તરી રહ્યું હતું. ક્યારે ઘરે પહોંચ્યો અને ક્યારે પથારીમાં પડ્યો. એનું મને કંઈ ભાન જ નહતું.

બીજા દિવસે ફરીથી બધું યથાવત્ ચાલી રહ્યું હતું. રાજા અને હું ઑફિસે જવા નીકળ્યાં.

ખબર નહીં કેમ પણ રાજા આત્મલીન થઈને ચૂપચાપ મંદમંદ હસી રહ્યો હતો.

'એ ભાઈ, મને પણ એ ટૂચકો સંભળાવને, હું પણ થોડું હસી લઈશ.'

'હું કોઈ ટૂચકો યાદ આવતા નથી હસ્યો. મનુષ્યની અંદર જે દ્વંદ્વનીતિ વિદ્યમાન છે, તેના પર હસવું આવી ગયું,' રાજાએ કહ્યું.

'મોટી-મોટી વાતો કરીને મારું માથું નહીં ખા. સાફ-સાફ બોલને શું વાત છે ?'

'મને ગઈ કાલનો પ્રસંગ યાદ આવી ગયો.'

'હા, બહુ મજા આવી કાલે તો. પણ એમાં મનુષ્ય અને દ્વંદ્વ નીતિ ક્યાં આવ્યા ?'

'એને જ પરસ્પેક્ટિવ એટલે કે દૃષ્ટિકોણ કહે છે.'

'પાછો મોટી-મોટી વાતો કરવા માંડ્યો. તારી મેનેજમેન્ટ વાળી ભાષામાં નહીં, પણ સાફ-સરળ ભાષામાં બોલ એટલે મને કંઈ સમજાય.'

'તને કાલવાળો લંગડો માણસ યાદ છે ? મેં એને બે રૂપિયા આપ્યા એમાં તો તે મને કેટકેટલું સંભળાવ્યું ? તારા મત મુજબ તો મેં એ માણસને પૈસા આપીને સમાજનું અહિત કર્યું. તે મને કહ્યું હતું કે મારા જેવા લોકો જ એમને પૈસા આપીને ઉત્તેજન આપે છે. પણ તે શું કર્યું હતું ?'

'મેં શું કર્યું હતું ? તારી જેમ એને મફતમાં પૈસા આપીને પૈસા બગાડયા ન હતાં.'

'એ ભિખારીને તો તે પૈસા નહોતા આપ્યા. પણ વેટરને વીસ રૂપિયા અને વૉચમેનને તે ટિપમાં પાંચ રૂપિયા આપ્યા તે ફોગટમાં નહોતા આપ્યા ? આ રીતે પૈસા આપવા એ તેમને ઉત્તેજન આપ્યું ન કહેવાય ?' રાજાએ કહ્યું.

'એ ફોગટ આપ્યા કેવી રીતે કહેવાય ? મને એમની સર્વિસ ગમી. એટલે ખુશ થઈને મેં એમને બક્ષિસ આપી હતી. એમાં શું ખોટું છે ?'

'પ્રશ્ન સાચા કે ખોટાનો નથી. ખરી સમસ્યા તો એ દ્વંદ્વનીતિ છે જે આપણી અંદર રહેલી છે. લંગડા ભિખારીને બે રૂપિયા આપ્યા એ તારાથી સહન ન થયું, પણ વેટરને ટિપમાં વીસ રૂપિયા આપી દીધા. એવું કેમ ? એણે તારા અહંને પોષ્યો એટલે જ ને ? એણે લળી-લળીને તને સલામ કર્યા, બસ એજ કારણે ને. એણે તારા માટે વિશેષ શું કર્યું હતું ? સર્વ કરવું એ એની ડ્યૂટી હતી, જે એણે પૂરી કરી. બસ એ માટે એને આટલી બધી બક્ષિસ આપવી કેટલું યોગ્ય ગણાય ? બે દિવસના ભૂખ્યા ભિખારીને મેં સ્વેચ્છાએ કરેલા દાન સામે તને વાંધો હતો, પણ પેલો વેટર જેણે દિવસમાં ત્રણવાર ભરપેટ ભોજન કર્યું હતું, એને તે બક્ષિસ આપી. બક્ષિસમાં પણ પાછા ચાર-પાંચ રૂપિયા નહીં, પૂરા વીસ રૂપિયા આપ્યા. તારા હોદ્દા અને દરજ્જાને અનુરૂપ ટિપ આપી,' રાજાએ તો મોટું પ્રવચન જ આપી દીધું. હું પણ ચૂપ ન રહ્યો.

'મારે શું કરવું જોઈએ, એ તારે મને કહેવાની કોઈ જરૂર નથી. એ વ્યક્તિએ આપણને સેવા પૂરી પાડી હતી. ખાવા-પીવાની બધી વસ્તુઓ સારી રીતે પીરસી હતી. જમ્યા પછી આપણી પ્લેટ અને ગ્લાસ ઉપાડ્યા હતા. પણ પેલા લંગડા માણસે શું કર્યું હતું ?'

'વેટરે જે સેવા પૂરી પાડી એના માટે હોટલવાળા એને પગાર આપે છે. ભરપેટ ભોજન આપે છે. લંગડા માણસ પાસે રોજીરોટી કમાવાનો કોઈ બીજો રસ્તો નથી. એને કોઈ નોકરી આપતું નથી, તો એની પાસે ભીખ માંગવા સિવાય બીજો કોઈ રસ્તો જ નથી. ખરી રીતે તો આપણે એવો લોકો પ્રત્યે સહાનુભૂતિ રાખવી જોઈએ. બની શકે તો એમની મદદ કરવી જોઈએ. વેટરની જેમ ૨૦ રૂપિયા ન આપો તો, કમ-સે-કમ એક-બે રૂપિયા તો આપવા જોઈએ.

'વેટરને વીસ રૂપિયા આપ્યા એના માટે તું મને વારે-વારે મેણાં શેના મારે છે? વાતાનુકૂલિત બારમાં જઈને, છસો-સાતસો રૂપિયાનું બિલ ચૂકવ્યા પછી ખાલી પાંચ રૂપિયાની ટિપ આપવાનું આપણને શોભે ? આપણી પ્રતિષ્ઠાનું શું ?'

'આજ તો છે ડબલસ્ટાન્ડર્ડ, જેની હું વાત કરી રહ્યો છું. પ્રતિષ્ઠા માટે આપણે ગમે તેટલા પૈસા ખર્ચીશું, પણ કોઈ ગરીબની મદદ નહીં કરીએ, કોઈ ભૂખ્યાને રોટલો ન આપી શકીએ.'

'તમારા જેવા લોકો આવા લોકોની મદદ કરે છે, એટલે જ આપણા દેશમાં ભિખારીઓની સંખ્યા વધી રહી છે.'

હું હાર માનવા તૈયાર ન હતો.

'દેશની સમસ્યાઓ વિશે ચર્ચા કરવા બેસીશું તો આપણે ઑફિસે જવાનું માંડી વાળવું પડશે. મેં કહ્યું ને કે આ જ 'પરસ્પેક્ટિવ' એટલે કે દૃષ્ટિકોણ છે. દરેકનો પોતપોતાનો દૃષ્ટિકોણ હોય છે. અરે જો, મારી ઑફિસ આવી ગઈ. ચાલ, સાંજે મળીએ,' કહીને રાજા કારમાંથી ઉતરી ગયો. કાર મારી ઑફિસ તરફ આગળ વધી.

હું ઑફિસમાં કામ કરી રહ્યો હતો. ફોન પર વાત કરી રહ્યો હતો. ઑફિસના કાગળિયાઓ વાંચી રહ્યો હતો. સહીઓ કરી રહ્યો હતો. કોઈ આવી રહ્યું હતું, કોઈ જઈ રહ્યું હતું, પરંતુ મારા મનમાં તો રાજાએ કીધેલા 'ડબલ સ્ટાન્ડર્ડ'ના જ વિચારો ચાલી રહ્યા હતા. રાજા સાથે દલીલો કરીને મારો 'અહં' ભલે શાંત થઈ ગયો હતો, પરંતુ મારા મનમાં ઘણી ઉથલ-પાથલ ચાલુ હતી. જે મારા માટે અસહ્ય હતી.

અત્યારે હું અનુભવી રહ્યો હતો કે સત્ય હંમેશા કડવું હોય છે. જો રોગ દૂર કરવો હોય તો દવા ગમે તેટલી કડવી હોય, પીવી તો પડે ને ?

કહીં પર નિગાહેં

આજે શનિવાર છે. સાંજના સાત વાગ્યા છે. મુંબઈ આંધ્ર મહાસભાનું પરિસર દર્શકોથી ખીચોખીચ ભરાઈ ગયું છે. અવસર પણ ખાસ છે. લોકપ્રિય લેખક શ્રી દંડમૂડિ સુરેન્દ્રનાથજી સાથે પ્રત્યક્ષ મુલાકાત, ચર્ચા, પ્રશ્નોત્તર કરવાના, એટલે આ પ્રસંગે લોકોની ભીડ ઉમટે એમાં કોઈ નવાઈ નહોતી. જો કે તેઓ મારા પ્રિય લેખક નથી. તેમ છતાં તેઓ તેલુગુ સાહિત્યના આકાશમાં ઝગમગતા સિતારા છે. અનેક ઉત્તમ રચનાઓનું સર્જન કરનાર મેધાવી લેખક છે. માટે જ એમના આલોચકો પણ એમનું સન્માન કરવા માટે વિવશ થઈ જાય છે. હું પણ અત્યંત પ્રસન્ન હતો, કારણ કે એક આલોચક તરીકે એમને પ્રશ્નો પૂછવાનો મને મોકો મળશે.

દર્શકોમાં વિશેષ રૂપથી સ્ત્રીઓની હાજરી ઉલ્લેખનીય હતી. શ્રી સુરેન્દ્રનાથની રચનાઓ અને એની પૃષ્ઠભૂમિ વિશે પ્રશ્નો પૂછાઈ રહ્યા હતા. કેટલાક પાત્રોના ચિત્રણ વિશે આલોચના થઈ રહી હતી. પત્રકારિતાના ક્ષેત્રે એમના કારણે જે ખળભળાટ મચ્યો હતો, તેના વિશે પણ વાતો થઈ રહી હતી. પરંતુ તેઓ ખૂબ જ સંયમ અને ગંભીરતાપૂર્વક ઉત્તર આપી રહ્યા હતા.

મને પણ એમને અમુક પ્રશ્નો પૂછવાની ખૂબજ ઇચ્છા હતી. પરંતુ મને મોકો મળી રહ્યો નહોતો. તેઓ સ્ત્રીઓને પ્રાથમિકતા આપી રહ્યા હતા. મેં ઘડિયાળ સામે જોયું. સાડા આઠનો સમય થઈ રહ્યો હતો. હવે તો મારે ત્યાંથી નીકળી જવું જોઈએ. દાદરથી અંધેરી સુધી ટ્રેનમાં અને ત્યાંથી પછી અમારા કૅમ્પસની ગાડીમાં જવાનું હતું. છેલ્લી ગાડી સાડા નવ વાગ્યાની હતી. એ નીકળી જાય તો ઑટોના પચાસ રૂપિયા ખર્ચવા પડે. બસમાં જવાનું મન હતું નહીં. આપણી પ્રતિષ્ઠા પણ ન જળવાય અને વધતી ઊંમરને કારણે બસની લાઇનમાં ઊભા રહેવું, ધક્કામુક્કી વચ્ચે બસમાં ચઢવું, સીટ ન મળે તો ઊભા રહેવા માટે શરીર સાથ આપતું નથી. અને મન પણ માનતું નથી. એટલે મારા પ્રશ્નોને મનમાં જ દબાવીને હું ઘરે જવા નીકળી ગયો. ટ્રેનમાં બેઠો તો ખરો, પણ મારું મન તો મહાસભામાં જ હતું. આટલો સારો મોકો ગુમાવવાની પીડા અનુભવી રહ્યો હતો. જ્યારે ઘરે પહોંચ્યો ત્યારે રાતના સવા દસ થવા આવ્યા હતા. ફ્રેશ થઈને જમવા બેઠો.

'શું વાત છે ? આમ ખોવાયેલા કેમ છો ? સભામાં કંઈ ગડબડ થઈ છે કે શું ?' જમવાનું પીરસી રહેલી પત્નીએ પૂછયું.

'એવું કંઈ નથી. પણ કાર્યક્રમ છ વાગે ચાલુ થવાને બદલે સાડા સાતે ચાલુ થયો. એમાં પણ તમારી સ્ત્રીઓ દંડમૂડિનો કેડો છોડે તો મારા જેવાને મોકો મળે ને ? દર વખતની જેમ સાડા આઠે તો મારે નીકળી જવું પડ્યું. કેમ્પસની ગાડી છૂટી જાય તો કેટલી તકલીફ થાય છે એ તો તને ખબર જ છે.'

'ઓહ, તો એમ વાત છે. અરે, એમાં નવું શું છે ? તમે અને તમારી આંધ્ર મહાસભા ક્યારેય બદલાવાના નથી. તેઓ સમયસર કાર્યક્રમ શરૂ કરતા નથી અને તમે કેમ્પસની ગાડી છોડતા નથી. તો છેલ્લે સુધી કાર્યક્રમ નિહાળવાનો યોગ તમને કેવી રીતે મળશે ?'

જો કાર્યક્રમ છ વાગે શરૂ થઈ જાય તો સાડા આઠ સુધી પૂરો થઈ જ જાય. અને તો આપણા જેવા દૂર રહેતા લોકોને કેટલી સુવિધા રહે ? આપણી ભાષા માટે પ્રેમ છે, એટલે અમે ત્યાં જઈએ છીએ. પરંતુ દર વખતે આજની જેમ ચાલુ કાર્યક્રમે જ નીકળી જવું પડે છે. એક તો દર્શકો સાત વાગ્યા પહેલા આવતા નથી. અને બીજી બાજુ આયોજકોને ધર્મસંકટ થઈ જાય છે કે જે આમંત્રિત મહાનુભવો, અતિથિ છે તેઓ ન આવે ત્યાં સુધી કાર્યક્રમ કેવી રીતે શરૂ કરવો ? જેને કારણે મારા જેવા સાહિત્ય અને કલાના નિષ્ઠાવાન ચાહકોએ નુકશાન સહન કરવું પડે છે.

'પેલું ગીત છે ને, કહીં પર નિગાહેં, કહીં પર નિશાના' એ તમને બરાબર લાગુ પડે છે' મારી પત્નીએ હસતાં હસતાં કહ્યું.

'આમાં હસવા જેવું શું છે ? તારા જેવા અરસિકને અમારી પીડા ક્યારેય નહીં સમજાય ?'

'એકદમ બરાબર સમજાય છે. ફરક માત્ર એટલો જ છે કે મારા જેવા અરસિક પોતાની અભિરુચિનું દમન કરીને પચાસ રૂપિયાનો લોભ કરતા નથી.'

'પત્નીએ કહેલું વ્યંગસભર કડવું સત્ય સાંભળીને મને અંતરસ પડી ગઈ. હું એક ગ્લાસ પાણી ગટગટાવી ગયો. હું પ્રોફેસર છું અને પચાસ રૂપિયા ખર્ચવા મારા માટે કોઈ મોટી વાત નથી. પરંતુ જે મફતમાં મળે છે એના માટે પચાસ રૂપિયા શા

માટે ખર્ચવા જોઈએ, એવું વિચારીને મનમાં ખેંચતાણ ઊભી થાય છે. મેં પત્નીને પણ આ વાત કરી.

'તું તો રસોડામાં જ રચીપચી રહે છે. કલાપ્રેમ શું હોય, એની તને શું ખબર પડે?' મેં પણ વ્યંગમાં કહ્યું.

'દહીંમાં અને દૂધમાં એમ બંને જગ્યાએ પગ કેવી રીતે રહે? તમને તો બંને હાથમાં લાડવા જોઈએ છે. એક વાર એક સાસુ તીર્થયાત્રા કરવા ગઈ. પણ એનું મન તો ઘરમાં જ ચોંટેલું હતું. તે સતત એજ વિચારતી કે મારી વહુ મારા દીકરાની કાન ભંભેરણી કરતી હશે. ઘરે પાછા ગયા પછી ઘર પર મારું વર્ચસ્વ કાયમ રહેશે કે નહીં? એકલા આવવાને બદલે દીકરા-વહુને પણ સાથે લાવી હોત તો સારું થાત. બીજી બાજુ વહુ એવું વિચારતી કે આજે સાસુમાને આ તીર્થના દર્શનનો લાભ મળ્યો હશે. આજે આ મંદિરે ગયા હશે. યાત્રાના પૂર્વનિર્ધારિત કાર્યક્રમ અનુસાર દરરોજ સાસુ જે જે મંદિરે દર્શન કરવા જાય એ ભગવાનને વહુ ઘરે બેઠાં બેઠાં પ્રણામ કરતી અને પ્રાર્થના કરતી.'

'આમ જુદાં જુદાં તીર્થસ્થળોની યાત્રા કરીને જે પુણ્ય સાસુને મળવું જોઈતું હતું તે વહુને ઘેર બેઠા મળી ગયું. આ જ રીતે હું તમારી સાથે સભામાં ભલે ન આવતી હોઉં, પણ માતૃભાષા માટે મને પણ પ્રેમ છે. કલા પ્રત્યે રુચિ છે. જો હું તમારી સાથે આવું તો પણ મને સંતોષ ન થાય. કારણ કે તમારું ધ્યાન ઘડિયાળ તરફ અને કૅમ્પસની ગાડી પર જ હોય. ક્યાંય ગાડી ન છૂટી જાય એની જ ચિંતા તમને થાય. ન તમે પૂરો કાર્યક્રમ જુઓ કે ન મને જોવા દો.'

જમીને હું મારા શયનકક્ષમાં આવ્યો, પણ મારું મન હજુ પણ ઉદાસ હતું. હું શૂન્ય-મનસ્ક થઈને બેઠો હતો.

'સાંભળો, આપણને ક્યાં પૈસાનો કંઈ વાંધો છે? એટલે તમે બિલકુલ સંકોચ ન કરો. દર મહિને ઑટોના ખર્ચ પેટે અમુક રકમ ફાળવી દો.'

'તમને મનગમતા બધાં જ કાર્યક્રમોમાં ભાગ લો. પછી કોઈ તકલીફ નહીં થાય,' મારા શ્રીમતીએ હળવેકથી મને કહ્યું.

પત્નીની વાતોથી મારું મન શાંત થઈ ગયું. હું ભલેને ગમે તેટલો મોટો પ્રોફેસર હોઉં, પણ આવી બાબતોમાં મારી પત્નીનું દિમાગ બહું સારું ચાલે છે. પૂરો કાર્યક્રમ

માણી ન શકાયો તેનો અફસોસ કરવાને બદલે, ઑટોનો ખર્ચ કરીને પણ મારી રુચિ અનુસાર આંધ્ર મહાસભાના સાહિત્યિક અને સાંસ્કૃતિક કાર્યક્રમોમાં ભાગ લેવાનો મેં નિશ્ચય કરી લીધો.

હવે મારી નજર અને નિશાન બંને એકજ લક્ષ્ય પર છે. પણ મારા હાથ તો...

અજબ સંયોગ

મુંબઈ-પુણે રાજમાર્ગ પર એક મારુતિ એસ્ટીમ કાર દોડી રહી હતી.

કુમાર ગાડી ચલાવી રહ્યો હતો. કાર પનવેલ વટાવીને લોનાવાલા તરફ આગળ વધી રહી હતી. કારમાં સ્વામી, રેડ્ડી અને મૂર્તિ પણ બેઠા હતા.

મૂર્તિ ચાર્ટર્ડ એકાઉન્ટન્ટ એટલે કે સનદી લેખાકાર છે. એની ઑફિસ દાદરમાં છે. જ્યાં એ પોતાની સ્વતંત્ર પ્રૅક્ટિસ કરી રહ્યો છે. તે મલાડમાં રહે છે. સ્વામી એક બેંકમાં મૅનેજર છે અને શીવ (સાયન)માં રહે છે. એની ઑફિસ નરિમન પૉઇન્ટમાં છે. રેડ્ડી ડૉક્ટર છે. એનું દવાખાનું ચેમ્બુરમાં છે, જ્યારે ઘર નવી મુંબઈમાં છે. કુમાર ઓએનજીસીમાં નોકરી કરે છે. જેની ઑફિસ બાંદરામાં છે. એ ત્યાં ઍંજિનિયર છે અને કંપનીના ગોરેગામ સ્થિત ક્વાર્ટરમાં રહે છે.

ચારેય મિત્રો આંધ્રપ્રદેશના જુદા જુદા જિલ્લાઓમાંથી આવ્યા છે. મુંબઈ તેલુગુ સમાજના તેઓ સભ્ય છે. ક્યારેક ક્યારેક શહેરથી દૂર પિકનિક માટે જતા હોય છે. એ ચારેયનો એક મિત્ર જગ્ગી લોનાવાલામાં રહે છે. લોનાવાલામાં એનો પોતાનો એક બંગલો છે. આ ચારેય જણા ત્યાં જ જઈ રહ્યા છે. બંગલાના કેરટેકર નામદેવને પહેલેથી ફોન કરીને જાણ કરી દઈએ એટલે એ ખાવા-પીવાની બધી વ્યવસ્થા કરી આપે છે.

એ લોકો લોનાવાલા પહોંચ્યા, ત્યારે સાંજના સાડા છ વાગી ગયા હતા. બધાએ નાહી-ધોઈને ચા-નાસ્તો કર્યો ત્યાં તો આઠ વાગી ગયા. નામદેવ દારૂની પાર્ટીની વ્યવસ્થા કરી રહ્યો હતો. જે અંતિમ ચરણમાં હતી.

સ્કોચની બોટલો, ચાર ગ્લાસ, મગફળી, ભજીયા, કાજુ, બટેટાની ચિપ્સ, બાફેલા ઈંડાં... બધું જ ટેબલ પર ગોઠવી દીધું હતું. સોડા અને પાણીની બોટલો પણ એક બાજુ મૂકી દીધી. મિત્રવૃંદ સિગરેટ સળગાવીને વાતચીતમાં મશગૂલ થઈ ગયા. કુમાર ગ્લાસ ભરી રહ્યો હતો. આ એનો શોખ છે. એનું માનવું છે કે દારૂની એક બૂંદ પણ વ્યર્થ ન જવી જોઈએ.

'સ્વામી તારી પેન આપ તો', રેડ્ડીએ કહ્યું,

'હા... હા... આ લે. આ પેન તો બહુ શુભ છે મારા માટે' કહેતા કહેતા

સ્વામીએ પોતાની પેન ધરી.

'અરે વાહ' ! પેનને પોતાના હાથમાં પકડીને ધ્યાનથી જોતા જોતા રેડ્ડીએ પૂછ્યું, 'કઈ રીતે શુભ છે ?'

'મેં આ જ પેનથી સ્નાતક અને સ્નાતકોત્તર પરીક્ષા આપી હતી. પ્રોબેશનરી ઑફિસર અને સીએઆઈઆઈબી-દરેક પરીક્ષાઓમાં પહેલા પ્રયત્નમાં જ સફળતા મેળવી છે.' સ્વામીએ કહ્યું.

'આને હું તો બકવાસ જ કહીશ. તારી સફળતાનું કારણ તારી મહેનત છે. આ પેનને બદલે કોઈ પચાસ પૈસાની પેનથી પરીક્ષા આપી હોત તો પણ તને સફળતા મળી જ હોત' કુમારે પોતાની પ્રતિક્રિયા આપતા કહ્યું.

'અરે બાબા, એવી વાત નથી. હું તો એમ કહેવા માંગું છું કે આ મારી લકી પેન છે, બસ.' આમ કહીને સ્વામીએ સ્પષ્ટ સંકેત આપી દીધો કે હવે કોઈ વાદ-વિવાદની આવશ્યકતા નથી.

'આપણે ગમે તેટલો પુરુષાર્થ કરીએ તેમ છતાં ક્યારેક-ક્યારેક ફળ મળતું નથી. એના માટે પ્રારબ્ધની પણ જરૂર પડે છે,' રેડ્ડીએ વાતને આગળ વધારતા કહ્યું.

'પ્રારબ્ધ જેવું કંઈ હોતું નથી. હું એવી વાતો પર વિશ્વાસ નથી કરતો,' કુમારે કહ્યું.

પણ સેન્ટિમેન્ટને તો માને છે ને ?' મૂર્તિએ પૂછ્યું.

'કોઈ સેન્ટિમેન્ટ-વેન્ટિમેન્ટ નહીં, હવે તો બસ આ ડ્રિંક બાકી છે.' કુમારે બધાંને યાદ કરાવ્યું.

'આ જ સૌથી મોટો સેન્ટિમેન્ટ છે,' ડૉક્ટર રેડ્ડીએ કહ્યું. એની વાત સાંભળીને કુમાર પણ હસી પડ્યો.

'આ સંદર્ભમાં હું મારો અનુભવ કહેવા માંગુ છું,' મૂર્તિએ કહ્યું.

'હા ભાઈ, સંભળાવો' બધાએ હામી ભરી. ચારેય જણાએ હાથમાં ભરેલા ગ્લાસ લઈને 'ચિયર્સ' કર્યું. મૂર્તિએ વાત શરૂ કરી.

'એ દિવસે મારી નાની દીકરીનો પહેલો જન્મદિવસ હતો. મારી પત્નીએ મને

ઘરે વહેલા આવી જવા કહ્યું હતું. આમ તો હું રોજ ઑફિસેથી સાત-આઠ વાગ્યા પહેલા નીકળતો નથી. પરંતુ એ દિવસે ત્રણ વાગ્યે જ નીકળી ગયો. દાદરથી લોકલ પકડી. પ્રથમ શ્રેણીના ડબ્બામાં વધારે ભીડ નહોતી. મેં મારી બેગ રેક ઉપર રાખી દીધી અને ગોપીચંદ લિખિત ઉપન્યાસ 'પંડિત પરમેશ્વર શાસ્ત્રીની વસિયત' વાંચવામાં તલ્લીન થઈ ગયો. પુસ્તકમાં કરાયેલું પોંડિચેરીના અરવિંદ આશ્રમનું વર્ણન અને આધ્યાત્મિક પ્રવચનો વાંચવામાં આનંદ આવી રહ્યો હતો. ગાડી ઊભી રહી. કયું સ્ટેશન આવ્યું એ જોવા મેં બહાર નજર કરી તો આ શું, મલાડ સ્ટેશન જ હતું. હું ફટાફટ ઊતરી ગયો. સ્ટેશનની સામે આવેલી દુકાનમાંથી મિઠાઈ અને ફરસાણ લીધા. એકાએક મારું ધ્યાન ગયું કે મારા હાથમાં માત્ર પુસ્તક જ હતું, બેગ નહોતી. એ તો લોકલ ટ્રેનમાં જ રહી ગઈ હતી, એની અંદર મારી રેલવેની સિઝન ટિકિટ, કારનું ડ્રાઇવિંગ લાઈસન્સ, ક્રેડિટ કાર્ડ, આશરે એક હજાર રૂપિયા રોકડા અને કેટલાક અગત્યના કાગળો પણ હતા. મને તો પસીનો છૂટી ગયો. બહુ અસમંજસભરી સ્થિતિ હતી. મેં ઘડિયાળમાં જોયું. ગાડીમાંથી હું ઉતર્યો એને બરાબર પંદર મિનિટ થઈ હતી. પેકેટ ત્યાં દુકાનમાં જ રાખીને મેં કહ્યું કે હમણાં દસ મિનિટમાં આવું છું. અને સીધો સ્ટેશન તરફ દોડ્યો. બધા જ એકદમ ઉત્સુકતાપૂર્વક સાંભળી રહ્યા હતા.

હું જે ટ્રેનમાંથી ઉતર્યો હતો, તેને બોરીવલી પહોંચીને પાછી મલાડ પહોંચતા પચ્ચીસ મિનિટ લાગે છે. બે નંબરના પ્લૅટફૉર્મ પર પહોંચ્યો તો ઇંડિકેટર પર સૂચના હતી કે ત્રણ મિનિટમાં એક ગાડી આવી રહી છે. કદાચ આ એજ ગાડી હોય જેમાં હું આવ્યો હતો. શું મારી બેગ એમાં મળશે ? બેગ મળી જાય તો પણ એમાં રહેલી બધી વસ્તુઓ સહી સલામત હશે કે પછી ચોરી થઈ ગઈ હશે ? મારો તણાવ તો વધતો જતો હતો. મુંબઈમાં થયેલા બોમ્બ વિસ્ફોટ પછી રેલ્વે સ્ટેશન, ટીવી અને રેડિયો પર અવારનવાર ઘોષણા કરવામાં આવતી હતી કે બિનવારસી વસ્તુઓને અડવું નહીં. એવી કોઈ વસ્તુઓ મળે તો એની સૂચના રેલવે અધિકારીને આપવી. શું કોઈએ બોરીવલી સ્ટેશન પર મારી બેગની રિપોર્ટ કરાવી હશે ? જો બેગ અધિકારીઓ સુધી પહોંચી ગઈ હશે તો પાછી મેળવવા માટે બહુ મહેનત કરવી પડશે. બેગ પાછી મળે તો પણ એમાં રહેલી બધી વસ્તુઓ સલામત રહેશે કે કેમ ? સવાલ... સવાલ... સવાલ... ! અને ત્યાં તો ગાડી આવી પહોંચી. પ્રથમ શ્રેણીના ડબ્બામાં ઘુસીને મેં બેગ શોધી. પરંતુ મળી નહીં. હતાશ થઈને ટ્રેનમાંથી ઉતરી ગયો.

ડ્રિંકનું સેવન ભૂલીને દરેકે દરેક જણ ધ્યાનપૂર્વક સાંભળી રહ્યા હતા. જાણે કે તેઓ કોઈ રહસ્ય-રોમાંચથી છલોછલ ફિલ્મ જોઈ રહ્યા હોય. એક ઘૂંટડો ભરીને મૂર્તિએ પોતાની વાત આગળ વધારી.

'મેં ઇંડિકેટરમાં જોયું કે પ્લૅટફૉર્મ નંબર ચાર પર ચર્ચગેટ જતી એક ટ્રેન આવવાની છે. બની શકે કે એ મારી ગાડી હોય. એ ગાડી અને પ્લૅટફૉર્મ નંબર બે પર હવે આવનારી ગાડી વચ્ચે માત્ર બે જ મિનિટનું અંતર હતું. જો એ મારી ગાડી હશે તો ? બંને ગાડીમાં તપાસ કરવી સંભવ નહોતું. એટલે પ્લૅટફૉર્મ નંબર બે પર જ ઊભા રહેવાનો નિર્ણય કર્યો.

વ્યાકુળ ચિત્તે અહીં-તહીં ફરી રહ્યો હતો. મારું મન બેચેન હતું. બરાબર ત્રણ મિનિટ પછી ગાડી પ્લૅટફૉર્મ પર આવી પહોંચી.

મૂર્તિ કહેતા કહેતા અટકી ગયો. એક ઘૂંટડો ભરીને બટેટાની ચિપ્સ હાથમાં ઉપાડી.

'એ ભાઈ, આ ઈન્ટરવલ લેવાનું માંડી વાળ. અમારું કુતૂહલ ચરમસીમાએ છે.' કુમારે ગ્લાસ હાથમાં લેતા લેતા કહ્યું.

'પછી શું થયું એ કહે ને ?' બીજા બંનેએ પણ આગ્રહ કર્યો.

'હું તરત જ ડબ્બામાં ચડ્યો. ઉપર રેક તરફ નજર નાંખી તો.... મારી બેગ.. જ્યાં મેં રાખી હતી ત્યાં જ એકદમ સુરક્ષિત પડી હતી. એને છાતી સરસી પકડીને હું ગાડીમાંથી ઉતરી ગયો. બેગ ખોલીને જોયું તો મારી બધી વસ્તુઓ સુરક્ષિત હતી.

એ ભાઈ, માન્યું કે તું મોટો લેખક છે. તો પણ આવી રીતે વર્ણન કરવું જરૂરી હતું કે ?' સ્વામીએ ઠપકો આપતા કહ્યું.

'અરે પણ વાત હજી પૂરી નથી થઈ'

'એટલે હજી તારો બકવાસ સાંભળવાનો છે ?' કુમારે ઝાટકણી કાઢી.

'મૂર્તિ, તું તારે વાત ચાલુ રાખ', રેડ્ડી અને સ્વામીએ એક સાથે કહ્યું,

કુમારે એક મોટો પેગ બનાવ્યો. પોતાના હાથમાં રહેલો પેગ પૂરો કરીને બીજો 'સ્મોલ' હાથમાં લઈને મૂર્તિએ પોતાની વાત આગળ વધારી.

'એ દિવસે મને મસ્કતથી એક ફોન આવ્યો હતો. મારો મિત્ર રવિ મુંબઈ આવી રહ્યો હતો. બે દિવસ મારી સાથે રહીને પછી એ હૈદરાબાદ જવાનો હતો. એને સીધી હૈદરાબાદની ટિકિટ મળી નહોતી. એટલે એણે મને મુંબઈથી હૈદરાબાદની ફ્લાઈટમાં ટિકિટ બુક કરવા જણાવ્યું હતું.

હવાઈ મથકે જઈ એને રિસીવ કરીને મારા ઘરે આવ્યા. જમી કરીને એણે થોડીવાર આરામ કર્યો અને પછી અમે બંને જણા મલાડ સ્ટેશન તરફ જવા નીકળી પડ્યા. રસ્તામાં ટ્રાવેલ એજન્ટની ઑફિસ પાસે કાર ઊભી રાખીને એજન્ટ પાસેથી ટિકિટ લીધી. સ્ટેશન પાસે પાર્કિંગ મળે એમ ન હોવાથી અમે કાર ત્યાં જ રહેવા દીધી. જરૂરી ચીજવસ્તુઓ ખરીદ્યા પછી જોયું તો એજ સમસ્યા ફરીથી મારી સામે હતી. હાથમાં બેગ નહતી. ખીસામાં હાથ નાખ્યો તો કારની ચાવી પણ ન હતી.વાતવાતમાં મેં કાર લૉક જ નહોતી કરી. દોડતો-દોડતો હું મારી કાર પાસે પહોંચ્યો.

કાર ત્યાં જ હતી. બારીઓના કાચ પણ એમ જ ઉતરેલા હતા. ઈગ્નિશનમાં ચાવી લગાવેલી હતી. સૌથી અગત્યની વાત તો એ કે કારની પાછલી સીટ પર મૂકેલી મારી બેગ સુરક્ષિત હતી. અને અંદર મૂકેલી બધી જ વસ્તુઓ પણ સલામત હતી.

'ત્યારથી જ એ મારી લક્કી બેગ છે.' એમ કહીને મૂર્તિ ઊઠ્યો અને પોતાની બેગ લઈ આવ્યો. સ્વામીએ એને હાથમાં લઈને ચુમી લીધી. રેડ્ડીએ એક નશીલું હાસ્ય વેર્યું.

કુમાર ત્યાં સુધીમાં ચોથો રાઉન્ડ પૂરો કરી ચૂક્યો હતો. એટલે એ કંઈ વાત કરવાની સ્થિતિમાં ન હતો. તેમ છતાં પણ 'બકવાસ' કહીને એ કંઈ બબડ્યો અને સોફા પર ઢળી પડ્યો.

મિત્રો, દરેકની પોતપોતાની ભાવના છે, સેન્ટિમેન્ટ છે, જે બીજાને સનક લાગે છે. એમાં આપણે કંઈ ન કરી શકીએ. આને આપણે એક 'અજીબ સંયોગ' પણ કહી શકીએ છીએ.

'પાસિંગ ધ બક' એટલે ધકેલવાની રમત

'નારાયણ! નારાયણ! કહેતા કહેતા મહર્ષિ નારદ વૈકુંઠમાં પ્રવેશ્યા. આવીને એમણે જોયું તો ભગવાન વિષ્ણુ પીડાથી વિહ્વળ બન્યા છે. દેવી લક્ષ્મી પણ વ્યગ્રતા અનુભવી રહ્યાં છે.

'દેવર્ષિ નારદ, શું વાત કરું? એક કલાકથી એમની આજ હાલત છે. પેટમાં તીવ્ર વેદના હોવાથી તેઓ અત્યંત વ્યાકુળ છે.'

'હે માતા! પ્રભુએ કોઈ ઔષધનું સેવન કર્યું?'

'વત્સ! આ વેદના સાધારણ ઔષધથી દૂર થાય એમ નથી. ધરતી પર પાપ હદથી વધારે વધી ગયું છે. એથી જ મને આ પીડા થઈ રહી છે. જ્યાં સુધી હું મારા કોઈ સાચા ભક્તનું કાળજુ ઉકાળીને ઉકાળો નહીં પીઉં ત્યાં સુધી આ પીડા દૂર થશે નહીં,' વિષ્ણુ ભગવાને કહ્યું.

'નારદજી! તમે તો ત્રણેય લોકમાં વિચરો છો. શું તમે પ્રભુ માટે તેમના કોઈ સાચા ભક્તનું કાળજું ન લાવી આપો?' લક્ષ્મીજીએ પ્રાર્થના કરી.

'અવશ્ય માતા! પૃથ્વી પર પાપીઓની સંખ્યા વધારે છે, તો સ્વામીના ભક્તો પણ ઘણા છે. એમાંથી એક સાચા ભક્તનું કાળજું તો મળી જ જશે.'

ઉતાવળે ઉતાવળે મહર્ષિ નારદે મુંબઈમાં પગ મૂક્યો.

સુરેખા!

હિન્દી ફિલ્મજગતની તારિકા! ભગવાન વિષ્ણુની ભક્ત. અનેક મંદિરોમાં મોટી રકમનું દાન આપનારી મહાન દાત્રી. એ અઠવાડિયામાં એક વાર પ્રસિદ્ધ રામ મંદિરમાં પૂજા-અર્ચના કરાવે. એનો સહકલાકાર જે બીજી અભિનેત્રીનો પતિ છે, તેને જ્યારે મોટી બીમારીને કારણે હૉસ્પિટલમાં દાખલ કરવામાં આવ્યો, ત્યારે દેશના અનેક મંદિરોમાં જઈને એણે પોતાના ચિત્તચોરના સ્વાસ્થ્ય માટે વિશેષ પૂજા કરાવી હતી. કોણ જાણે ક્યા દેવનું વરદાન ફળે, એવું વિચારીને એણે પ્રસિદ્ધ સિદ્ધિવિનાયક મંદિરમાં સળંગ પાંચ મંગળવાર પૂજા કરાવી. પોતાના પ્રશંસકોની પ્રાર્થના, બળવાન આયુષ્ય કે પછી પોતાની પ્રેમિકાએ ભક્તિભાવ પૂર્વક કરાવેલી પૂજાના ફળસ્વરૂપે એ

અભિનેતા સંપૂર્ણપણે સ્વસ્થ થઈ ગયો અને અભિનય ક્ષેત્રે પાછો જામી ગયો. નારદજી સુરેખાને મળ્યા અને ભગવાન વિષ્ણુની અસ્વસ્થતાના સમાચાર આપી એના કાળજાની માંગણી કરી.

નારદજીની વાત સાંભળીને સુરેખા તો અવાક્ થઈ ગઈ. તેના ચહેરા પર વિવિધ પ્રકારના રંગો ઉપસી રહ્યા.

સળંગ ફ્લોપ ફિલ્મોની હારમાળાથી માંડ તેને છૂટકારો મળ્યો હતો. તેની નવી બે ફિલ્મો હિટ ગઈ હતી. સહઅભિનેતાઓ સાથે સારા સંબંધો કેળવીને મહામુસીબતે એક ઉદ્યોગપતિ સાથે લગ્ન કર્યાં. પરંતુ દુર્ભાગ્યવશ તેનું આયુષ્ય ઓછું હતું. જોકે એટલે જ, પ્રેમ અને વિવાહ માટેના એના દૃષ્ટિકોણમાં ઉદારતા આવી ગઈ હતી.

હાલમાં જ સુરેખાનો એક નવો સંબંધ પલ્લવિત થઈ રહ્યો હતો. એનું જીવન સુખમય વીતી રહ્યું હતું. એને સમગ્ર વિશ્વ રળિયામણું, લીલુંછમ લાગી રહ્યું હતું અને એવામાં એણે પોતાનું શરીર ત્યાગી દેવાનું ? હાય ! હાય ! એનું મન આ માનવા તૈયાર ન હતું. શૂન્યમનસ્કપણે વિચારોમાં ડૂબેલી સુરેખાના ચહેરા પર અચાનક સ્મિત ફરકી ઉઠ્યું. એની અંદર છૂપાયેલી અભિનેત્રી બહાર આવી ગઈ.

'નારદજી ! તમારા જેવા મહાનુભવે મારા ઘરે પધારીને મારું ઘર પાવન કરી દીધું. આ તો મારા અનંત જન્મોના સુકૃત્યોના પુણ્યનું ફળ છે. પણ આપ મને જેટલી મહાન સમજો છો, એટલી હું મહાન નથી. આપ તો જાણો જ છો કે, હું ગ્લેમર વિશ્વમાં છું. અહીં ટકી રહેવા અનેક તિકડમો કરવા પડે. મારી ભક્તિ પણ પ્રચારનો જ એક ભાગ છે. આ રીતે જ્યાં સુધી વર્તમાનપત્ર-પત્રિકા અને ટીવીમાં અમારો પ્રચાર ન કરીએ તો અમારી સાખ ન વધે. અમારા અભિનય જીવન કરતાં અમારા વ્યક્તિગત જીવનમાં લોકોને વધુ રસ હોય છે. અમે એની જ રોકડી કરી લેતાં હોઈએ છીએ. ઇન્ડસ્ટ્રીમાં પોતાનું સ્થાન ટકાવી રાખવા માટે નીતનવા નાટક કરવા પડે છે. માટે આપ મને ક્ષમા કરો.'

ત્રિલોકવિહારી નારદજીને એની આધુનિક ભાષા એકવારમાં સમજાણી નહીં. એમણે એની વાતોનો આશય સમજવા માટે ઘણો વિચાર કરવો પડ્યો.

'તમે તમારા વ્યવસાયમાં જે પણ કરો, એ તમારું વ્યાવસાયિક કર્તવ્ય છે. એ કાયિક પાપ છે. મનનું પાપ નથી. એને કારણે પ્રભુ પ્રત્યેની તમારી ભક્તિમાં કોઈ

ઉણપ આવતી નથી. મારા મત મુજબ તમે પ્રભુના પરમ ભક્ત છો. તમારા કાળજાથી ભગવાન વિષ્ણુનું સ્વાસ્થ્ય સારું થઈ જશે અને તમારો જન્મ પણ સાર્થક થઈ જશે. તમને બીજું શું જોઈએ છે ?'

સુરેખા પણ કંઈ ઓછી ઉતરે એમ ન હતી;

'હે મુનીન્દ્ર ! મેં કહ્યું ને કે મારી ભક્તિ એ મારા પ્રચારનું એક અંગ છે. એટલું જ નહીં, મારા આ પાપી દેહનું કાળજું મારા આરાધ્ય દેવને અર્પિત કરીને હું પાપની ભાગીદાર બનવા ઇચ્છતી નથી. હજુ જીવનમાં મારે ઘણું કરવાનું બાકી છે. આપ મારી આશાઓનો આ રીતે અંત ન આણો. આપને જો સાચો ભક્ત જોઈતો હોય તો હું એક એવા ભક્ત વિશે જાણું છું. પ્રતાપચંદ્રજી, તેઓ એક મોટા ઉદ્યોગપતિ છે. આપ એમને મળો.'

'ઠીક છે દેવી, તમે કહ્યું તે પ્રમાણે પ્રતાપચંદ્રજીને મળું છું.' કહીને નારદજીએ પોતાની દિવ્ય દૃષ્ટિનો ઉપયોગ કર્યો.

'હા, વાત તો સાચી છે આમની. પ્રતાપચંદ્રજી પરમ રામભક્ત છે. પોતાના વિશાળ ભવનની ઉત્તર-પૂર્વ દિશામાં આરસપહાણમાંથી બનાવેલા મંદિરમાં તેઓ દરરોજ એક કલાક ધ્યાનમગ્ન બની જાય છે. દેશમાં એમની ઘણી ફેક્ટરીઓ આવેલી છે. એમણે દરેક રાજ્યની રાજધાનીમાં મંદિર બનાવ્યા છે. એમના નામે એક ટ્રસ્ટ પણ ચાલે છે. જે એમણે બનાવેલા મંદિરોનું સંચાલન-વહીવટ સંભાળે છે. પ્રતાપચંદ્ર સમૂહની દરેક કંપની પોતાના નફામાંથી અમુક ટકા રકમ આ ટ્રસ્ટને ફાળા રૂપે આપે છે. આરસપહાણમાંથી બનેલા આ મંદિરો પર્યટકો માટે વિશેષ આકર્ષણનાં કેન્દ્ર બન્યાં છે. આ મંદિરો રામમંદિર તરીકે નહીં, પણ પ્રતાપચંદ્ર મંદિર તરીકે જાણીતા છે. નારદજીએ નિશ્ચય કરી લીધો કે તેમના કાર્ય માટે પ્રતાપચંદ્રજી જ યોગ્ય વ્યક્તિ છે.

'નારાયણ' ! નારાયણ ! પ્રતાપચંદ્રજી કેમ છો તમે ?'

પોતાના શયનખંડમાં આરામ કરી રહેલા પ્રતાપચંદ્ર તો ચોંકી ગયા. દરવાજા તો બધા બરાબર બંધ કર્યા હતા. તો પછી આ બહુરૂપિયો અંદર કેવી રીતે આવી ગયો, એમ વિચારીને તેઓ આશ્ચર્યચકિત થઈ ગયા. શું આ હફતાની રકમ પડાવવાની માફિયા ગેંગની કોઈ યોજના છે ? કે પછી પ્રતિસ્પર્ધીઓની કોઈ ચાલ ?' પ્રતાપચંદ્રનું મોઢું ખુલ્લું જ રહી ગયું.

એમની શંકા સમજીને નારદજીએ કહ્યું, 'ડરો નહીં! હું કોઈ બહુરૂપિયો નથી, જાદુગર પણ નથી. તમારા પ્રતિસ્પર્ધિઓ કે માફિયાઓનો નોકર પણ નથી. હું ખરેખર નારદ જ છું.' મહર્ષિ નારદે એમને વિશ્વાસ અપાવ્યો. એમના તેજને જોઈને પ્રતાપચંદ્રજીના જીવમાં જીવ આવ્યો. નારદજીએ તેમને પોતાના આગમનનું કારણ જણાવ્યું.

પ્રતાપચંદ્રજીને તો કાપો તો પણ લોહી ન નીકળે એવી હાલત થઈ ગઈ. આમ પણે તેઓ હૃદયરોગથી ગ્રસ્ત હતા. એમાં નારદજીની વાત સાંભળીને એમના ધબકારા એકદમ જ વધી ગયા.

મહર્ષિ નારદે એમના હાવભાવ જોયા. પછી ત્યાં રહેલો પાણીનો ગ્લાસ હાથમાં લઈ, મંત્ર બોલીને પ્રતાપચંદ્રજીને પીવા આપ્યો. ધીમે ધીમે પ્રતાપચંદ્રજી સ્વસ્થ થઈ ગયા.

'હે મહામુનિ! આપે આ પવિત્ર કાર્ય માટે મને પસંદ કર્યો, એને હું મારા પૂર્વજન્મના પુણ્યનું ફળ માનું છું. પરંતુ હું આપને ખોટું નહીં કહું. હું જે કંઈ પણ દાન-પુણ્ય કરું છું એ મારા સનદી લેખાકારોની સલાહથી કરું છું. એમાં ભક્તિ કરતાં વધારે આયકરથી બચવાનો હેતુ છૂપાયેલો છે. તમારાથી શું છૂપાવવું ? મારું ટ્રસ્ટ તો મારા કાળા ધનને સફેદ કરવાનું એક સાધન છે. મેં સાચા હૃદયથી શરૂ કરેલી સંસ્થા નથી. એમણે નારદજીને બધું કહી તો દીધું પણ અંદરથી તેઓ ખૂબ વ્યાકુળ હતા.

તેઓ આ રીતે અચાનક પોતાનો દેહ ત્યાગી દે તો એમના વેપાર-ધંધાનું શું થશે ? ઘણી મહેનત કરીને, કેટલાયે કાવા-દાવા કરીને સ્થાપેલું એમનું આ સામ્રાજ્ય ધ્વસ્ત નહીં થઈ જાય ? મૃત્યુ તો અનિવાર્ય છે. ક્યારેક ને ક્યારેક તો આવવાનું જ છે. પરંતુ એની પહેલાં એમણે પોતાના દીકરાઓને ધંધાની આંટી ઘૂંટી શીખવવી પડશે. પોતાના છૂપા ખાતાઓની માહિતી પણ તેમને આપવી પડશે. મોટો દીકરો તો હમણાંથી કેટલીક કંપનીઓ સંભાળી રહ્યો છે. નાનો દીકરો અમેરિકામાં એમ.બી.એ.નો અભ્યાસ કરી રહ્યો છે. પોતાના દીકરાઓને ધંધામાં સારી રીતે તૈયાર કરવા માટે ઓછામાં ઓછા પાંચ વર્ષ તો લાગશે જ. હવે આ સ્થિતિમાંથી કેવી રીતે બચવું ?

એકાએક પ્રતાપચંદ્રના મગજમાં ચમકારો થયો અને તેમના ચહેરા પર સ્મિત છવાઈ ગયું.

'નારદજી! તમે તમારી દિવ્ય દૃષ્ટિથી જોઈ જ લીધું હશે કે મેં વેપારમાં કેવા કેવાં છળકપટ કર્યાં છે. માટે આપ મને ક્ષમા કરો અને મને છોડી દો. આ કાર્ય માટે ઋષિકેશમાં બિરાજતા દિગંબર બાબા એકદમ યોગ્ય છે. તેઓ આપની વાત નહીં ટાળે અને પોતાનું કાળજું આપી દેશે.

મહર્ષિ નારદ ઋષિકેશ જવા નીકળી પડ્યા.

દિગંબર બાબાનો આશ્રમ હજારો ભક્તો અને સેંકડો શિષ્યોથી ખીચોખીચ ભરેલો હતો. ત્યાં આસપાસની હવામાં પણ હરિનામ સ્મરણ ગૂંજી રહ્યું હતું. નારદજી પુલકિત થઈ ગયા. એમણે અપાર પ્રસન્નતા અનુભવી. તેમ છતાં તેઓ કોઈ જોખમ લેવા નહોતા ઇચ્છતા, માટે તેઓ એક સાધારણ મનુષ્યના રૂપમાં આશ્રમમાં પ્રવેશ્યા. તેમણે આખો દિવસ ત્યાં પસાર કર્યો. ત્યાંના પવિત્ર વાતાવરણથી તેઓ મુગ્ધ થઈ ગયાં.

પોતાની દિનચર્યા પૂરી કરીને બાબા પોતાના શયનકક્ષમાં રેશમી પલંગ પર આરામ કરી રહ્યા હતા. એ જ સમય ઉચિત છે, એવું માનીને મહર્ષિ નારદ ત્યાં પ્રગટ થયા. હજારો ભક્તો સમક્ષ મંદ હાસ્ય વેરાવતા અને શાંતચિત્ત રહેતા બાબા પોતાના એકાંત સદનમાં આ આગંતુક આવતા ગભરાઈ ગયા.

'આપ ... આપ.... ?'

'બાબા, મને ન ઓળખ્યો ?'

બાબાને તો પસીનો છૂટી ગયો. અરે! તેઓ થર થર કાંપવા લાગ્યા.

'નહીં... નહીં... આપ કોણ છો ?'

'ડરો નહીં. હું તો સાક્ષાત્ નારાયણનો દૂત નારદ છું. આશ્ચર્ય તો એ વાતનું છે કે તમારા જેવા જ્ઞાની મને ઓળખી નથી રહ્યા.' બાબાને સામાન્ય સ્થિતિમાં લાવવા માટે નારદજીએ ઘણી મહેનત કરવી પડી.

જ્યારે બાબા સામાન્ય થયા, ત્યારે નારદજીએ પોતાના આગમનનું પ્રયોજન જણાવ્યું. જો બાબા પોતાનું કાળજું આપે તો ભગવાન વિષ્ણુ સ્વસ્થ થઈ શકશે, એ પણ એમને સમજાવ્યું.

બાબાનું હૃદય એક ધબકારો ચૂકી ગયું. પછી એમના મનમાં શંકા ઉત્પન્ન થઈ

કે એમનો કાંટો કાઢી નાખવાનું અષાઢભૂતિ જેવા કોઈ શિષ્યનું આ ષડયંત્ર છે. એમણે કૉલબેલ દબાવી તો તે વાગી નહીં. નારદજી એમના મનની વાત પામી ગયા. પોતાની દિવ્ય શક્તિથી તેમણે બાબાને વિશ્વાસ અપાવ્યો. બાબાને વિશ્વાસ તો બેઠો, પણ પોતાનું કાળજું આપી દઈને દેહ ત્યાગવા તેમનું મન તૈયાર ન હતું. આથી એમણે નક્કી કર્યું કે નારદજીને બધું સાચેસાચું કહી દેવું.

''આર્ય ! અહીં હું માત્ર એક બાબાના રૂપમાં જ નહીં, પણ કેટલાક ભક્તોની નજરે તો ભગવાનના અવતાર તરીકે પૂજાઉં છું. પરંતુ હકીકતમાં તો હું અધમથીયે અધમ છું. આ આશ્રમની આડમાં હું ઘણું ધન, સુવર્ણ, દ્રવ્ય, વાહનો કમાયો છું. કેટલીયે મહિલા ભક્તો સાથે છાનગપતિયાં કરી ચૂક્યો છું. મારા વિશ્વાસુ અનુચરો દ્વારા પ્રચાર કરાવીને મારો મહિમા ચારે દિશાઓમાં ફેલાવ્યો છે. મારા સ્વાર્થ માટે હું વશીકરણ શક્તિનો ઉપયોગ કરું છું. હું આટલો નીચ છું તો પછી મારું કાળજું ભગવાનને કેવી રીતે અર્પિત કરી શકું ? મેં ઘણાં પાપો કર્યા છે. ભગવાનના નામે કેટલાયે ખોટા કામો કર્યા છે. પરંતુ જાણીજોઈને આ અનર્થ તો હું નહીં જ કરી શકું. આવી પડેલી વિપત્તિથી બચવા માટે દિગંબર બાબા સ્વનિંદા કરવાનું પણ ચૂક્યા નહીં.

નારદજી નિરાશ થઈ ગયા. આટલી વિશાળ ધરતી પર કરોડો લોકોમાંથી માત્ર એક સાચો ભક્ત મળ્યો નહીં. ભગવાન વિષ્ણુના પેટની પીડા પોતે દૂર નથી કરી શકતા, એ વિચારે વ્યથિત હૃદયે મહર્ષિ નારદ એ આશ્રમની બહાર નીકળી ગયા.

નારદજીએ હવે પોતાની કાર્યપદ્ધતિ બદલી. મનુષ્યના માત્ર બાહ્ય આચરણ પર નહીં પણ એમના આંતરિક ચિંતન પર પણ દૃષ્ટિપાત કર્યો. એમને દરેક સ્થળે ભક્તિના નામે દગો, પ્રપંચ અને છળ-કપટ જ નજરે પડ્યા. વિરક્ત થઈને તેઓ વૈકુંઠ પાછા ફર્યા.

વૈકુંઠમાં ભગવાન વિષ્ણુની સ્થિતિમાં કોઈ ફેર પડ્યો નહોતો. તેઓ વેદનાથી આકુળવ્યાકુળ હતા.

નારદજીને જોઈને લક્ષ્મીજીના જીવમાં જીવ આવ્યો 'હે નારદ, ક્યાં છે સાચા ભક્તનું કાળજું ? જલદી આપો, મારા સ્વામીની આ પીડા મારાથી જોવાતી નથી.'

'માતા, મેં ઘણી શોધખોળ કરી. પરંતુ મને એક પણ સાચો ભક્ત મળ્યો નહીં. ભગવંતના કહ્યા મુજબ, સમગ્ર પૃથ્વીલોકમાં અત્યારે પાપનું જ સામ્રાજ્ય છવાયેલું છે.

છળ-કપટથી પૃથ્વી ખરડાઈ ગઈ છે. હવે તો પ્રભુ જ માનવ-સમુદાયને આ પાપ-પંકથી બચાવી શકે એમ છે.'

'જો પૃથ્વીલોકમાં કોઈ યોગ્ય વ્યક્તિ ન મળી તો કંઈ નહિ. તમે તો ત્રણેય લોકમાં વિચરો છો. શું કોઈ અન્ય લોકમાં એવો એક પણ ભક્ત નથી?'

'ના માતા, નથી. ઈન્દ્રલોકમાં તો બધાં જ ઈન્દ્રિયોના દાસ છે. યમલોક તો આખું પાપીઓથી ભરેલું છે. બાકી રહ્યા ઋષિમુનિઓ, તો તેઓ પણ કોઈને કોઈ સ્વાર્થથી પ્રેરાઈને જ તપશ્ચર્યા કરી રહ્યા છે, ભક્તિથી નહીં, પોતાના શરીરનો અંશ કાપીને દાનમાં આપનાર સમ્રાટ શિબિ જેવો કોઈ મહાન દાનવીર મને તો દૃષ્ટિગોચર નથી થઈ રહ્યો.'

'આ શું નારદ! સેંકડો કરોડ ભક્તોમાંથી એક પણ સાચો ભક્ત નથી? શું આવી છે કળિયુગની માયા?'

'હા, માતા! આ યુગમાં સ્વાર્થ જ બધી દિશામાં નિર્બંધપણે વિચરી રહ્યો છે. દરેક જણ માત્ર પોતાના વિશે જ વિચારે છે. એમને બીજાની કોઈ ફિકર નથી. એ બીજા માટે કંઈ જ કરતા નથી. અને જો કોઈ બીજા માટે કંઈ કરે છે, તો એમાં પણ કોઈને કોઈ સ્વાર્થ ચોક્કસ હોય છે. તેમનું કોઈ પણ કાર્ય નિષ્કામ ભાવથી કરેલું હોતું નથી.'

'હે નારદ! તો શું સદાય તમારા મુખેથી થતું 'નારાયણ! નારાયણ!' નું રટણ પણ માત્ર આદતને વશ થઈને બોલાતા શબ્દો છે? ભગવાન વિષ્ણુ પીડાવશ માંડમાંડ બોલ્યા.

મહર્ષિ નારદ એકદમ સ્તબ્ધ થઈ ગયા. તેમના મુખમાંથી એક પણ શબ્દ નીકળ્યો નહીં. તેઓ માતા લક્ષ્મી અને ભગવાન વિષ્ણુને એકનજરે તાકી રહ્યા.

એકાએક ભગવાન વિષ્ણુની પીડા અદૃશ્ય થઈ ગઈ. તેમણે નારદજીને સ્વસ્થ અને સામાન્ય કરી દીધાં.

'વત્સ! થોડી વાર પહેલા જ તમે કહ્યું કે બધાં પોતપોતાની ધૂનકીમાં મસ્ત છે. કોઈ બીજાની ફિકર કરતું નથી. પરંતુ આ સત્ય નથી. બધાં જ એવું ઈચ્છે છે કે બીજા લોકો એની મદદ કરે, પણ કોઈ એવું નથી વિચારતું કે તે બીજાની શી મદદ કરી શકે છે? કઈ રીતે બીજાને કામ આવી શકે? તમે પણ એમાં અપવાદ નથી. હવે તો સમજી

ગયાને મારા પેટની પીડાનું રહસ્ય? સમગ્ર પૃથ્વીલોકમાં આ રોગ વ્યાપી ગયો છે. બીજા પાસેથી કંઈ લેવાનું હોય તો બધાં એવું જ માને છે કે એના માટે તો હું જ યોગ્ય છું. પણ જો બીજાને કંઈક આપવાનું હોય, બીજા માટે કંઈક કરવાનું હોય તો તેઓ પાછળ હટી જાય છે અને કહે છે કે તેમને તો તેમનું ભાગ્ય આપશે. આમ, બધાં જ માત્ર લેવા ઇચ્છે છે. કોઈને કંઈ આપવાની તેમની તૈયારી નથી. લોકોને માત્ર હક્ક-અધિકાર ભોગવવા છે, જ્યારે ફરજ બીજાના માથે થોપી દેવી છે. આ મનોવૃત્તિને જ આધુનિક ભાષામાં 'પાસિંગ ધ બક' કહે છે: ભગવાન વિષ્ણુએ પોતાની વાતને આગળ વધારતા કહ્યું.

'આ ધકેલવાની રમત વિશેષ રીતે પૃથ્વીલોકમાં અને એમાં પણ ભારત દેશના સરકારી કાર્યાલયોમાં તો બહુજ પ્રચલિત છે. તમે તમારી નારદવૃત્તિ ઓછી કરો અને લોકોને જાગૃત કરો કે તેઓ તેમના કર્તવ્ય પ્રત્યે નિષ્ઠાવાન બને. લોકોમાં સૌહાર્દની ભાવના વધારો, તેમને સામૂહિક પરિશ્રમનું મહત્વ સમજાવો, તેમનામાં ત્યાગ ભાવના વિકસાવો' આટલું કહીને ભગવાન વિષ્ણુ મૌન થઈ ગયા.

નારદજીએ હકારમાં પોતાનું શીશ હલાવ્યું. પછી પોતાનો એકતારો વગાડતા વગાડતા બોઝિલ મને ત્યાંથી નીકળી ગયા.

ક્ષેત્ર વિસ્તાર

'સાંભળો હજી કેટલા દિવસ આ ત્રાસ સહન કરવો પડશે ?'

'ક્યા ત્રાસની વાત કરે છે તું ?'

'ભોળા ન બનો. તમારા ગામના લોકોને બોલાવીને મારા માથે મારી દીધા છે. એમની ચાકરી કરી કરીને હું ઊંધી વળી જાઉં છું. તમને કાંઈ ફરક જ નથી પડતો ?'

'શું કામ ખોટો બકવાસ કરે છે ? તારી ખરી-ખોટી વાતોથી કંટાળીને તો એ લોકોએ કહી દીધું, 'પરમદિવસે જ જતા રહીશું.' મેં વધુ ચાર દિવસ રોકાવાનો આગ્રહ કર્યો તો પણ જરાય ન માન્યા. એટલે નાછૂટકે આવતા રવિવારની ટ્રેનની ટિકિટ બુક કરાવી દીધી છે. એટલે હવે તું આ ઉધામા બંધ કર અને શાંતિ રાખ.'

'હા, હા... સંભળાવો. આટઆટલું કર્યા કારવ્યા પછી પણ તમે મને જ સંભળાવો. મારા સિવાય બીજું કોણ છે જેને તમે સંભળાવી શકો ? તમે વિનાકારણ મને દોષ આપો છો, પણ શું ક્યારેય તમે મારી તકલીફ સમજવાની કોશિશ કરી છે ? છોકરાઓની પરીક્ષા ચાલુ છે. એમનું ધ્યાન રાખું કે તમારા મહેમાનો માટે ચા નાસ્તો, જમવાનું બનાવું. આ રીતે એ લોકોની આવભગત કરવામાં, ખવડાવવા-પીવડાવવામાં અને શહેર દેખાડવામાં જે ખર્ચો થશે એ અલગ. આ બંને જણ તો દસ દિવસ રોકાઈને જતાં રહેશે. પણ હું એક મહિના સુધી સામાન્ય નહીં થઈ શકું.'

'શું તારી તકલીફો હું નથી જાણતો સુનીતા ? પણ જરા એ લોકોનો પણ વિચાર કર. આપણા આગ્રહને કારણે જ એ લોકો મુંબઈ આવ્યા છે. એમને ખવડાવવા-પીવડાવવામાં કે ફરાવવામાં શું આપણે ઘસાઈ જવાના છીએ ? એ લોકો જે રીતે મારા માતા-પિતાની સેવા કરે છે, એની તુલનામાં આપણે શું મહેનત કરવાની છે ? તું તો જાણે જ છે કે, હું મારા માતા-પિતાનું એક માત્ર સંતાન છું. તેમ છતાં એટલો નસીબદાર નથી કે હું મારા માતા-પિતાની સેવા કરી શકું, કારણ ગમે તે હોય, તેઓ આપણી સાથે અહીં આવીને રહેશે નહીં. અને આપણે પણ ગામડે રહી શકીએ એમ નથી. તો એવા સંજોગોમાં વીરુ અને એની પત્ની જ મારા પોતીકાઓને સહાયભૂત થઈ રહ્યા છે ને ? ઔપચારિકતા ખાતર દર મહિને થોડા પૈસા મોકલી દેવા તો પૂરતા નથી ને ? શું એનાથી એમને આપણી સાથે, આપણાં સંતાનો સાથે રહેવાનું સુખ મળી શકશે ? આ

ઉંમરે એમને ભગવાન ભરોસે મૂકીને આપણે તો અહીંયા મજા કરીએ છીએ. વીરુ જ એમને સાથ આપે છે. રાશન લાવી આપવાનું હોય કે નાની-મોટી બિમારીમાં એમને શહેર લઈ જઈ દવા કરાવવાની હોય, બધું એ બંને જ સંભાળે છે. એટલે જ કહું છું કે, થોડાક દિવસ ધીરજ રાખ. પછી તો આપણે કહીશું તો પણ એ લોકો આવવાના નથી, વિવેકે ખિન્ન સ્વરે કહ્યું.

સુનિતા મોં મચકોડીને રસોડામાં ચાલી ગઈ.

વીરુ અને વિવેક એક જ ગામના હતા. બંનેના ઘર બાજુ બાજુમાં હતા. જાતિ જુદી હોવા છતાં આત્મીયતાસભર એમનો સંબંધ લોહીની સગાઈ કરતાં પણ વિશેષ હતો.

પાર્વતીએ નાનપણમાં જ પોતાના માતાપિતાને ગુમાવનાર વિવેકની સારસંભાળ લીધી. દૂધની સાથે સાથે મમતા વહેંચી, ભોજનમાં પોતાપણું મેળવીને એનો ઉછેર કર્યો અને મોટો કર્યો.

ગૌરીનાથજી પણ પત્નીથી પાછળ રહે એમ નહોતા. એમણે બહુ લગનથી-નિષ્ઠાથી વીરુની જમીન-સંપત્તિનું રક્ષણ કર્યું. પોતાના ખેતરની સાથે સાથે વીરુના ખેતર પણ ખેડ્યા. પોતાના શ્રમનું કંઈ પણ વળતર લીધા વગર એમણે આના-પાઈનો હિસાબ રાખ્યો. વીરુ ઉંમરલાયક થતાં જ એમણે બધું વીરુને સોંપી દીધું. વિવેક વીરુ કરતાં પાંચ વર્ષ મોટો હતો. પહેલા ભણતરને કારણે અને પછી નોકરીના કારણે એ હંમેશા પોતાના માતા-પિતાથી દૂર જ રહ્યો હતો.

વીરુને ભણવામાં બહુ રસ ન હતો. એટલે હાઈસ્કૂલ પૂરી થયા બાદ ભણવાનું પૂરું થયું માનીને એ ગૌરીનાથની મદદ કરવા લાગ્યો. પોતાના કામકાજની સાથે સાથે ગૌરીનાથજીની ખેતી-વાડી પણ સંભાળતો થયો. ગયા વૈશાખમાં જ એના લગ્ન લેવાયા હતા.

વિવેકે વીરુને કહ્યું કે મુંબઈમાં ગણેશોત્સવ બહુ ધામધૂમથી ઉજવવામાં આવે છે. વિવેકના વારંવારના આગ્રહને માન આપીને વીરુ પોતાની પત્ની સાથે ગામડેથી મુંબઈ આવ્યો.

વિવેકે ઑફિસેથી અડધા દિવસની રજા લીધી હતી. મહેમાનોને લઈને તે

લાલબાગ આવ્યો. ત્યાં ગણેશજીની ચોવીસ ફૂટ ઊંચી પ્રતિમાજીની સ્થાપના કરવામાં આવી હતી. ત્યાં ખૂબ જ ભીડ હતી. દર્શનાર્થીઓની લાંબી લાઈન હતી. લાઈનમાં ઊભા રહેશું તો અડધી રાત પછી વારો આવશે, એવું વિચારીને તેમણે પાંચ રૂપિયાની ટિકિટ લઈને ભગવાનના 'વિશેષ દર્શન' કર્યા. સંગીતના સથવારે ચાલુ-બંધ થતી મ્યૂઝિકલ લાઈટો આંખોને આંજી રહી હતી. જ્યાં જુઓ ત્યાં કોલાહલ હતો. એક બાજુ ઓર્કેસ્ટ્રા વાગી રહ્યું હતું. ગણેશગલ્લી અને ચિંચપોકલીના ગણપતિના દર્શન કરીને તેઓ ચેમ્બૂર જવા નીકળ્યા. વધુ પડતો ખર્ચ કરીને ચેમ્બૂરમાં ગણેશોત્સવનું આયોજન કરવામાં આવ્યું હતું. જેને જોવા માટે મુંબઈ મહાનગરના વિભિન્ન ભાગોમાંથી જ નહીં, પણ બહારગામથી પણ લોકો આવી રહ્યા હતા.

'સાર્વજનિક ગણેશોત્સવ'ની શરૂઆત લોકમાન્ય બાલગંગાધર ટિળકે કરી હતી. એ સમયે અંગ્રેજોની આંખોમાં ધૂળ નાખવા માટે રાજનૈતિક સભાઓને ટિળકજીએ ધર્મના વાઘા પહેરાવ્યાં હતા. જુદા જુદા સ્થળે દસ દિવસો સુધી ચાલતા આ ઉત્સવ દરમિયાન જનતા માટે ભક્તિ અને મનોરંજનની સાથે સાથે ટિળકે જનજાગૃતિનું કામ પણ કર્યું. ગોરાઓના રાજમાં આ ઉત્સવોના માધ્યમથી છૂપી રીતે જનચેતના જાગૃત કરવાનું તેમજ સ્વતંત્રતા આંદોલનને ગતિ આપવાના પ્રયત્નો કરવામાં આવ્યા. આ રીતનું ઐતિહાસિક મહત્વ ધરાવતા આ ઉત્સવો છેલ્લાં બે દશકોથી વિરૂપ થતા જાય છે. ધીમે ધીમે આ ઉત્સવોનું આયોજન એક રીતે વેપાર બનતું જાય છે. ગુંડાઓની ટોળકીઓ માટે આ ઉત્સવો જાણે કે પોતાનું બળપ્રદર્શન કરવાનું સાધન બની ગયા છે. ફિલ્મક્ષેત્ર, સિગારેટ, ગુટકા અને બીજી વસ્તુઓના વેપારીઓ પાસેથી મોટી રકમનો ફાળો ઉઘરાવવામાં આવે છે. તથા એમના ઉત્પાદનોની જાહેરખબર મોટાં-મોટાં બેનરો તથા આખા રસ્તા જેટલી મોટી કમાનો દ્વારા પ્રદર્શિત કરવામાં આવે છે. ફિલ્મ, વાદ્ય સંગીત, નાટક, બ્રેકડાન્સ જેવા કાર્યક્રમો રાખવામાં આવે છે. દરેક જગ્યાએ આડંબર અને ભપકો જોવા મળે છે, ભક્તિભાવ તો ક્યાંય નજરે પડતો નથી. આ પ્રવાહમાં તણાઈને નવયુવાન ભટકી જાય છે. આ અપસંસ્કૃતિની તીવ્ર ધારા સાથે વહી જાય છે.' બસ પ્રવાસ દરમિયાન વિવેકે સમજાવ્યું.

ચેમ્બૂરમાં દિલ્લીના લાલકિલ્લાને મળતા આવતા પ્રવેશદ્વારે એમનું સ્વાગત કર્યું. એ એક માફિયા ગેંગે એક કરોડ કરતાં પણ વધુ રૂપિયાનાં ખર્ચથી આયોજિત વૈભવ વિલાસ જ જણાતો હતો. ત્યાં ભગવાનના વિશેષ દર્શનનું મૂલ્ય દસ રૂપિયા

હતું. આવશ્યકતાની સીમા ઓળંગી ગયેલા એ આડંબરને જોઈ વીરુ દંપતીને વિરતિનો અનુભવ થયો. બહારથી જ ભગવાનને વંદન કરી એમણે ઘર તરફ પ્રયાણ કર્યું.

બીજા દિવસે ઑફિસમાંથી રજા ન મળતાં વિવેકે પર્યટન વિભાગની 'મુંબઈ દર્શન' બસની ટિકિટો લઈને વીરુને આપી દીધી. વીરુ અને એની પત્નીને લાગ્યું કે વિવેક સાથે આવ્યો હોત તો સારું થાત. તેમ છતાં પણ અનાયાસે મળેલા એકાંતથી તેઓ પણ ખુશ થઈ ગયા. અહીં એમનું કોઈ ઓળખીતું હતું નહીં એટલે વીરુ અને અંબિકાએ એકબીજાના હાથમાં હાથ પરોવીને ધરાઈને મુંબઈભ્રમણ કર્યું.

અલગ મહારાષ્ટ્ર રાજ્ય માટે થયેલા આંદોલનમાં પોતાના પ્રાણોની આહુતિ આપનાર વીરોના સ્મૃતિપ્રતિક ફલોરા ફાઉન્ટનને જોઈને એમની આંખો ભીની થઈ ગઈ. ગેટ વે ઓફ ઇંડિયા અને તાજ હોટલ પાસે એમણે ફોટા પડાવ્યા. મરીનડ્રાઈવમાં આવેલા માછલીઘરમાં રહેલા સેંકડો રંગબેરંગી જળચરોને જોઈને તેઓ પુલકિત થઈ ગયા. કમલા નહેરુ પાર્કના બૂટઘર પર ચડીને નાના બાળકોની જેમ ચિચિયારીઓ પાડી. એ ઊંચા સ્થળેથી ચોપાટીથી લઈને નરીમન પોઇંટ અને કફપરેડ સુધી વ્યાપેલા અરબી સમુદ્ર અને ગગનચુંબી ઈમારતોને જોઈને તેઓ આનંદિત થઈ ગયા. કીડીની જેમ લાઈનબધ્ધ આગળ વધી રહેલી સેંકડો બસ અને ગાડીઓને જોઈને તેઓ ચકિત થઈ ગયા. થોડીવાર હેંગિંગ ગાર્ડનમાં બેસીને સાથે લાવેલો નાસ્તો કર્યો. પાણીપુરી પણ ખાધી. મહાલક્ષ્મી મંદિરે જઈને માતા લક્ષ્મીને સાષ્ટાંગ પ્રણામ કર્યા. ઈસ્કોન મંદિરમાં ભક્તિભાવમાં લીન વિદેશીઓને જોઈને અચરજ અનુભવ્યું. મસ્તક પર મુંડન કરાવીને મૃદંગ વગાડતા, કૃષ્ણ નામ સ્મરણમાં લીન આ ગોરા યુવક-યુવતીઓને જોઈને તેઓ અવાક્ થઈ ગયા. ઘોડાગાડીમાં બેસીને ભેળપુરી ખાતાંખાતાં જુહૂ બીચ ફર્યા. ઘણી બધી વાતો કરી.

દેશની આર્થિક રાજધાનીમાં અનંત સાગરની સાથે સાથે અપાર જનસમૂહ જોઈને તેઓ તો મોંમા આંગળા જ નાખી ગયા. વીરુ અને અંબિકાને એ સમજાઈ ગયું કે મુંબઈમાં પૈસો માત્ર કમાવવામાં નથી આવતો પણ પાણીની જેમ ખર્ચવામાં પણ આવે છે.

આમ પણ અતડી અને નાખુશ જણાતી સુનિતાને તકલીફ આપવાને બદલે રાતનું ભોજન પણ બહાર જ પતાવીને તેઓ ઘાટકોપર સ્થિત વિવેકના ઘરે પાછા ફર્યા.

સવારે જ્યારે આ વાત નીકળી ત્યારે પણ સુનિતાએ વિવેક ખાતર પણ એમ ન કહ્યું કે બહાર જમવાની શું જરૂર હતી.

છત્રપતિ શિવાજી ટર્મિનસ (વી.ટી.) સ્ટેશને પહોંચીને વિવેકે વીરુ દંપતીને 'હૈદરાબાદ એક્સપ્રેસ'માં બેસાડ્યા. ખાસ આમંત્રણ આપીને મુંબઈ તેડાવ્યા હોવા છતાં એમનો સારી રીતે અતિથિ સત્કાર ન કરી શક્યો, એ માટે વિવેક મનથી ખૂબજ વ્યથિત હતો અને પોતાને દોષી માની રહ્યો હતો. એ સમયે પોતાના માતા-પિતાની યાદ આવતા એની આંખો છલકાઈ ગઈ.

'મારા પોતીકાઓને તમારા બંનેનો જ સહારો છે. અહીં જે થયું એને મનમાં ન લેતા, પહેલાંની જેમ જ એમનું ધ્યાન રાખજો,' વિવેકે રૂંધાયેલા સ્વરે કહ્યું. વીરુ અને અંબિકાની આંખોમા પણ આંસુ આવી ગયા.

'તું બિલકુલ ચિંતા ન કરતો, વિવેક. એમણે ભલે મને જન્મ નથી આપ્યો, તેમ છતાં તેઓ બંને જ મારા માતા-પિતા છે. મારા શરીરમાં રહેલા લોહીની દરેક બૂંદ પાર્વતીમાની કૃપાને આભારી છે. જો કાકાએ મારો સ્વીકાર ન કર્યો હોત, મને આશ્રય ન આપ્યો હોત તો કોણ જાણે મારાં સગાંવહાલાંઓ મારી સંપત્તિનું શું કરત ? અત્યારે મારું જીવન સુખમય પસાર થઈ રહ્યું છે એ તેમની જ દેન છે. તારે કંઈ ભલામણ કરવાની જરૂર જ નથી. એમને કંઈ પણ તકલીફ ન થાય એ જોવું એ મારું પરમ કર્તવ્ય છે. એમનું દરેક પ્રકારે ધ્યાન રાખવું, સેવા કરવી એ જ મારો ધર્મ છે. મોટા શહેરોમાં રહેતા લોકોના સુખદુઃખ અમે સમજીએ છીએ. તું પણ કંઈ મનમાં ન રાખતો. તમે બધાં જ દિવાળીની રજામાં ગામ આવજો. આપણે બધાં સાથે મળીને હસતાં રમતાં, મોજમજાથી દિવાળી ઉજવીશું. વીરુ અને અંબિકાએ હાથ જોડીને વિવેકનું અભિવાદન કરતાં કહ્યું.

જ્યાં સુધી ટ્રેન આંખોથી ઓઝલ ન થઈ, ત્યાં સુધી વિવેક હાથ હલાવતો જ રહ્યો.

અપરિચિત સહયાત્રિઓની વચમાં નવદંપતિને ફરીથી 'એકાંત' મળી ગયું. અહીંયા ત્યાંની વાતો કરતાં કરતાં સુનિતાની વાત નીકળી.

'તમે કહ્યું હતું કે પહેલાં તો એમણે બહુ સ્નેહ દર્શાવ્યો હતો ?'

'હા અંબી ! મને પણ એ વાતની જ નવાઈ લાગે છે. પાંચ વર્ષ પહેલા, જ્યારે હું મુંબઈ આવ્યો હતો, ત્યારે વિવેકે એક અઠવાડિયાની રજા લીધી હતી. ત્યારે તો એ લોકો એક ઓરડાના મકાનમાં જ રહેતા હતા. એક હૉલ હતો. જેનો ઉપયોગ રસોડાં તરીકે પણ થતો અને શયનકક્ષ તરીકે પણ થતો. મારા માટે પાટ પર સૂવાની વ્યવસ્થા કરી હતી. તેમના તાજેતરમાં જ લગ્ન થયાં હતાં. એક સાંકડા ઓરડામાં એમની સાથે રહેવામાં મને ખૂબજ સંકોચ થતો હતો. પણ બંને જણાએ પોતે સાથે આવીને મને ઘણાં બધાં સ્થળો દેખાડ્યા. પોતાની ઘણી-બધી જૂની વાતો કરી. સુનિતાએ તો સગી બહેનની જેમ આખું અઠવાડિયું જુદી જુદી સ્વાદિષ્ટ વાનગીઓ બનાવીને મને ભરપેટ જમાડ્યો હતો. પણ તેમનો આ વખતનો વ્યવહાર તો મને પણ સમજાયો નહીં,' વીરુએ સ્પષ્ટતા કરી.

'હું સુનિતાના વ્યવહારને થોડો ઘણો સમજી શકી છું, પહેલા તમે જ્યારે મુંબઈ આવ્યા હતા, ત્યારે એ પણ મુંબઈમાં નવી નવી આવી હતી. તમને જોઈને એમને એવું થયું હશે કે ગામેથી કોઈ આત્મીય સ્વજન આવ્યું છે. જ્યારે અત્યારે એમના લગ્નને પાંચ વર્ષ થઈ ગયા છે. બે બાળકો પણ છે. પતિની પદોન્નતિ પણ થઈ છે. હોદ્દો વધી ગયો છે. ચાર ઓરડાનો ફ્લેટ મળી ગયો છે. આ બધા કારણોથી જ એનામાં પણ પરિવર્તન આવ્યું છે. ઘર મોટું છે, પણ સ્વાર્થે દિલ નાનું કરી નાખ્યું છે. થોડો ઘમંડ પણ આવી ગયો છે. હવે તો એ મોટી સોસાયટીની થઈ ગઈ. જ્યારે આપણે રહ્યા ગામડાના. એની બરાબરી કેવી રીતે કરી શકીએ. બી.એ. (મનોવિજ્ઞાન) પાસ અંબિકાએ આ વિશ્લેષણ કર્યું.

'એટલે તું એમ કહેવા માંગે છે કે, જેમ જેમ ઘરનું ક્ષેત્રફળ વધતું ગયું, તેમ તેમ એમના હૃદયનું ક્ષેત્ર સંકુચિત થતું ગયું.'

'હૃદયને બદલે હું એમ કહીશ કે મન સંકુચિત થઈ ગયું છે. લાગે છે કે હવે એમના દિલમાં આપણા માટે કોઈ જગ્યા નથી. એમણે પોતાનું સંપૂર્ણ ધ્યાન માત્ર પોતાના બાળકો અને એમના ભવિષ્ય પર જ કેન્દ્રિત કરી લીધું છે. એટલું જ નહીં, હવે તો એ મુંબઈવાસી થઈ ગઈ છે. મોટા મોટા લોકો સાથે પરિચય અને મિત્રતા થઈ ગઈ છે. એમાં આપણે એમની નજરમાં કેવી રીતે આવવાના ?

'એ લોકોએ બહુ આગ્રહ કર્યો એટલે જ આપણે આવ્યા હતા. એક અઠવાડિયું

આપણી સાથે પ્રેમથી વર્તત તો એમાં એમનું શું બગડવાનું હતું ? તું રસોઈમાં મદદ કરવા ગઈ તો સાફ ના પાડી દીધી. તે કહ્યું કે છોકરાઓને ભણાવું તો પણ ના પાડી દીધી. એના કડવા વેણ સાંભળીને મને બહુ દુ:ખ થયું છે,' વીરુએ પોતાના મનની વાત કરી દીધી.

'વિવેકભાઈ તો બહુ લાગણીશીલ છે. એ બિચારા બહુ કફોડી હાલતમાં મૂકાઈ ગયા. કમ-સે-કમ એમના માટે તમારે આ બધી વાતો ભૂલી જવી પડશે. અરે હા, આપણે બે દિવસ હૈદરાબાદ રોકાઈ જઈએ અને નાગાર્જુન સાગર જોવા જઈએ તો ?' અંબિકાએ વાતને બીજે વાળતા કહ્યું.

આ બાજુ વિવેક પણ મનમાં ને મનમાં અજંપો અનુભવી રહ્યો હતો. નાનપણનો મિત્ર લગ્ન પછી એની પત્ની સાથે પોતાના ઘરે આવ્યો અને પોતે એની યોગ્ય આગતા-સ્વાગતા, આતિથ્ય ન કરી શક્યો એટલે દુ:ખી હતો. સુનિતાએ તેને સાથ ન આપ્યો, એટલે એ ઘણો નિરાશ હતો.

છોકરાઓની પરીક્ષા પૂરી થઈ ગઈ હતી. એક રવિવારે એ લોકો બોરીવલીના નેશનલ પાર્કમાં ફરવા ગયા હતા. વિવેક પોતાના પરિવાર સાથે એક નાનકડી ટ્રેનમાં બેસીને આખા પાર્કમાં ફર્યો. નૌકાવિહારનો આનંદ પણ માણ્યો. લીલાંછમ ઘાસ પર બેસીને સાથે લાવેલા નાસ્તા અને ફળની મોજ માણી. બાળકો લસરપટ્ટી પર રમી રહ્યાં હતાં. એ જોઈને ખુશી થઈ રહી હતી. પત્નીનો મૂડ સારો છે એવું જોઈને વિવેકે કહ્યું, 'સુનિ, તું ખોટું ન લગાડે તો એક વાત કહું ?'

'મને ખોટું લાગે તો પણ તમને શું ફરક પડવાનો છે ? બોલો જે બોલવું હોય તે,' સુનિતાનો સ્વર બદલાઈ ગયો.

'જો તું આમ અકળાઈ જઈશ તો હું શું બોલું ?' વિવેકે મીઠાશથી કહ્યું.

'મને ખોટું નહીં લાગે. કહો,' સુનિતાએ શાંતિથી કહ્યું.

'જો સુનિ, એમ નહીં માનતી કે હું તારી બુરાઈ કરી રહ્યો છું. મારી વાત તું ધ્યાનથી સાંભળ અને શાંતિથી વિચાર કર, તો જ તને મારી પીડા સમજાશે.'

થર્મોસમાંથી કૉફી ગ્લાસમાં રેડી, ઘૂંટડો ભરતા ભરતા વિવેકે વાત આગળ વધારી.

'એકબીજાને ત્યાં આવતા-જતા રહેવાથી જ સંબંધો મજબૂત બને છે. અહીં મારો અર્થ માત્ર લોહીના સંબંધો પૂરતો નથી. એનાથી પણ વિશેષ સ્નેહ જ્યાં હોય ત્યાં પણ આ વાત લાગુ પડે છે. જ્યારે મોંમાંથી ખૂંચે એવા શબ્દો નીકળે છે ત્યારે હૃદયને ઠેસ લાગે છે. સંબંધોમાં તિરાડ પડી જાય છે. અને તો પછી આપણી સંપત્તિ, ધનવૈભવનો શું અર્થ રહી જવાનો? હંમેશા પોતાનો જ વિચાર કરવાને બદલે બીજાની નજરે પણ જોવું વિચારવું જોઈએ. ત્યારે કોઈપણ ગેરસમજણ માટે અવકાશ રહેતો નથી. આપણા પોતાના જ એવા વીરુની પત્ની અંબિકા જે આપણા ઘરે આવી હતી. તે બહુ ભણેલી-ગણેલી છે. પોતે સ્નાતકની ઉપાધિ મેળવી છે. તેમ છતાં પણ મેટ્રિક સુધી ભણેલા વીરુ સાથે લગ્ન કર્યા. તું પણ ગ્રેજ્યુએટ છો. તમે બંને તો એકબીજાને સારી રીતે સમજી શકો એમ છો. તેમ છતાં તે તારા મેણાંટોણાથી એમનું દિલ દુભાવ્યું. મોટા અવાજે ઝગડો કર્યો.'

'તમે ખાલી મારા મોટા અવાજની જ નોંધ લીધી. પણ શું તમે એવું વિચાર્યું કે મારે શા માટે એવું કહેવું પડ્યુ અને એવું કહ્યા પછી મારા મન પર શું વીતી હશે?'

'બધો વિચાર કરીને પછી જ હું તારી સાથે દિલ ખોલીને (મોકળા મને) વાત કરી રહ્યો છું. છોકરાઓના ભણતર માટેની તારી ચિંતા હું સમજી શકું છું. પણ જો તે રસોઈમાં અથવા બાળકોને ભણાવવામાં અંબિકાની મદદ લીધી હોય તો સારું થાત. એ તો સામેથી મદદ કરવા આવી હતી, તો પણ તે ના પાડી દીધી. યાદ કર, જ્યારે આપણે ગામડે જઈએ છીએ ત્યારે દર વખતે વીરુ કેવી રીતે આપણું ધ્યાન રાખે છે. પૂજા-પાઠ હોય કે વાર-તહેવાર, આપણને ટ્રેક્ટર પર ફરવા લઈ જાય, શાકભાજી લાવી આપે. મુંબઈ આવવા નીકળીએ ત્યારે તલ-આમલી વગેરે વસ્તુઓ સાથે આપે. આ બધું તું કેવી રીતે ભૂલી ગઈ? તું દસ જ દિવસમાં કંટાળી ગઈ? અને એ લોકો જો. દીકરો થઈને પણ હું આટલો દૂર છું અને ત્યાં વીરુ પોતે મારા માતા-પિતાનો દીકરો બનીને એમની સાથે ઊભો છે. આપણે એનું આ ઋણ કેવી રીતે ચૂકવી શકીશું? શિક્ષણની સાથે સાથે સારા સંસ્કારો મેળવેલી અંબિકા, પોતાના પતિની ઈચ્છા-અનિચ્છાનો ખ્યાલ રાખીને પતિને સાથ આપી રહી છે. બંધ દરવાજાવાળા ફ્લેટની સંસ્કૃતિમાં તણાઈને જો આપણે આપણા હૃદયના દ્વાર પણ બંધ કરી લઈશું તો કેમ ચાલશે? તું એમ નહીં માનતી કે પારકાની પ્રશંસા કરીને પોતાના ઘરમાં હું કચકચ કરું છું. જરા ઠંડા દિમાગથી વિચાર કરજે.' કહીને વિવેક ચૂપ થઈ ગયો.

સુનિતા પણ ચૂપચાપ ઊઠીને ત્યાંથી ચાલવા લાગી. ઘરે આવીને તેણે વિવેકના હાથમાં એક ચિઠ્ઠી આપી.

જ્યાં સુધી વીરુની ચિઠ્ઠી વાંચી નહીં, ત્યાં સુધી વિવેકને ખબર જ નહોતી કે સુનિતાએ અંબિકા અને વીરુને કાગળ લખીને એમની માફી માંગી લીધી હતી.

હવે આકાશ એકદમ સ્વચ્છ થઈ ગયું હતું.

વીખાયેલો માળો

હાઈ સ્ટ્રીટ ફિનિક્સ !

મધ્ય મુંબઈનું પ્રમુખ વાણિજ્ય કેન્દ્ર.

'લાઇફ સ્ટાઈલ 'બિગ બજાર જેવા અતિ આધુનિક શો-રૂમ, લિંટાસ, મદુરા કોટ્સ, સ્ટૈનચાર્ટ બેંક જેવી કોર્પોરેટ સંસ્થાઓની ઑફિસ, પચ્ચીસ માળનું વસતિગૃહ... ધરાવતું સંકુલ.

અત્યારે તો એ માનવું પણ મુશ્કેલ છે કે આ વિસ્તાર ક્યારેક લાંબી ચીમનીઓમાંથી નીકળતા ધુમાડા, કાપડ મશીનોનો શોરબકોર અને મજૂરોના પરસેવાની ગંધથી ભરપૂર રહેતો હતો. પરંતુ આજે તો આ જ વાસ્તવિકતા છે.

એક સમયે આ ગરીબોના રોજગારનું કેન્દ્ર હતું. હજારો શ્રમિકો અહીંની મિલોમાં પોતાની નિપુણતા પ્રદર્શિત કરતા. આ પરિસર મજૂરોના કોલાહલથી ગૂંજતું હતું.

હવે અહીં સામે જે ફલાયઓવર બનાવવામાં આવ્યો છે, તેના કારણે આ વિસ્તારનું સ્વરૂપ સદંતર બદલાઈ ગયું છે. કારની કર્કશ ધ્વનિ તો છે પણ ચેતનાસભર ભીડભાડ નથી. અજીબ પરિધાન અને વેશભૂષાની સાથે સાથે ઢોંગ અને દર્પનું પ્રદર્શન તો છે જેમાં આત્મીયતાનો કોઈ સ્પર્શ હોતો નથી.

આ બધું જોઈને ગિરિધર અવાક્ થઈ ગયો. શું આ એ જ મિલ છે, જ્યાં એણે ત્રીસ વર્ષ સુધી મહેનત કરી હતી ? શું અહીં જ એ ચાલ હતી જ્યાં મારું એક ઓરડાનું મકાન હતું ? અત્યારે તો એ ચાલનું કોઈ નામોનિશાન અહીં દેખાતું નથી ? ચાલને બદલે આ વિશાળ પાર્ક ક્યાંથી આવ્યા ? ચાલીસ પરિવારોને એ ચાલ ખાલી કરવાનું કહી એમનું જીવન અસ્તવ્યસ્ત કરી નાખ્યું. શું એ બધું આ બહુમાળી ઇમારતોમાં રહેતા કરોડપતિઓના મનોરંજન માટે હતું ? આ જ પ્રશ્ન એણે પોતાના દીકરા રાજુને પૂછ્યો.

'બાપુજી ! આ વિસ્તારમાં આપણા જેવા સામાન્ય લોકો માટે કોઈ સ્થાન નથી. બાળપણમાં આપણે જે મેદાનોમાં રમતા હતા, ત્યાં હવે મોટી મોટી ઑફિસો ધરાવતી બિલ્ડિંગો બની ગઈ છે. તમારી મિલ હવે કરોડો રૂપિયાના ફ્લેટમાં ફેરવાઈ ગઈ છે. વીસ કરતાં પણ વધુ માળ ધરાવતી આ ઈમારતો બનાવવા માટે એમણે આપણા જેવા ગરીબોને હાંકી કાઢ્યા. પૈસાવાળા લોકોને સુવિધા આપવા માટે આપણા પરિવારોને ધકેલી દીધા. તમે પહેલા જે જગ્યાએ કામ કરતાં હતા, એ હવે શું બની ગઈ છે, એ જ બતાવવા હું આપને

અહીં લઈ આવ્યો છું.'

'ગિરિધર વિચારમાં પડી ગયો. એની આંખો સામે એનો અતીત તરવરી ઊઠ્યો.

લગભગ પચાસ વર્ષ પહેલાં....

અનેક વણકરોને રોજગાર આપનારી, એના વિસ્તારમાં આવેલી સહકારી સમિતિમાં કેટલાક ગોટાળા બહાર આવ્યા. જેને કારણે આસપાસના ગામડાઓના વણકરો નિરાશ્રિત થઈ ગયા. કેટલાક વણકરો પોતાના ગામને છોડીને મુંબઈ અને ભિવંડી આવી અહીં વસી ગયા. એના ગામના વાણિયાની સલાહથી એ પણ મુંબઈ આવી ગયો અને ફિનિક્સ મિલમાં કામ કરવા લાગ્યો. પહેલા તો તે એક શિખાઉ કારીગર તરીકે જોડાયો હતો. પરંતુ ખંતથી કામ કરીને તેણે પહેલા બદલી મજૂર અને પછી સ્થાયી વણકર સુધીની પ્રગતિ કરી. એની નોકરી કાયમી થઈ ગઈ. હવે એના પરિવારનું ભરણ-પોષણ પણ સારી રીતે કરી શકતો હતો. એણે મિલની બાજુમાં જ પાઘડીના મકાનમાં એક ઓરડીની વ્યવસ્થા કરી લીધી હતી. ત્યાં જ એના બંને બાળકોનો જન્મ થયો. નજીકની જ શાળામાં એણે બંને બાળકોને પ્રવેશ અપાવી દીધો. દર વર્ષે એકવાર તે સહકુટુંબ પોતાના ગામે જઈ આવતો. ક્યારેક ક્યારેક એના સગાસંબંધી પણ મુંબઈ આવતા. આ રીતે દસ વર્ષ તો સારી રીતે પસાર થઈ ગયા. જીવનમાં સ્થિર થઈને હજુ તો એ રાહતનો શ્વાસ લે ત્યાં તો ઓચિંતાનો વજ્રપાત થયો.

દત્તા સામંતે મુંબઈની કાપડમિલના મજૂરોની જે હડતાલ કરાવી તે એમના જ માટે અભિશાપ સાબિત થઈ. લગભગ વીસ મહિના સુધી ચાલેલી એ હડતાલ મુંબઈની કાપડમિલો માટે મોતનું ફરમાન સાબિત થઈ. અન્ય મજૂરોની જેમ જ એના પરિવાર પર પણ આ હડતાલનું દુષ્પરિણામ થયું. તેઓ રસ્તા પર આવી ગયા. આ મોકાનો લાભ લઈને કેટલાક મિલ માલિકોએ પોતાના જૂના યંત્રો બદલીને આધુનિક સ્વયંસંચાલિત યંત્રો વસાવી લીધાં. આ યંત્રો આવી જતાં હવે ચાર મજૂરોને બદલે એક મજૂરથી જ કામ થાય એમ હતું. ચાલુ મિલ દરમિયાન તો યંત્ર બદલવા શક્ય નહોતા. એના માટે યુનિયનની સંમતિ લેવી જરૂરી હતી. મજૂરોની સંખ્યા ઓછી કરવા માટે યુનિયન ક્યારેય રાજી થાય એમ નહોતું. લે ઓફ કરે તો પણ કામ કર્યા વગર પણ એટલા સમયનો પગાર આપવો પડે. એટલે એમણે આ હડતાલને પણ પોતાની અનુકૂળતામાં પરિવર્તિત કરી દીધી. મિલમાલિકોએ મજૂરોની આંખોમાં એમની જ આંગળીઓ ખોસી દીધી.

એમાંય એના મિલ માલિક તો વધારે હોંશિયાર નીકળ્યા. એમણે અત્યંત ખાનગી રીતે ધીમે ધીમે કેટલાક વિભાગો નગરની બહાર ઉપનગરોમાં ખસેડી દીધા. અને અહીં જે જગ્યા

ખાલી થઈ, ત્યાં રિયલ એસ્ટેટનો ધંધો શરૂ કરી દીધો. મિલને થઈ રહેલા નુકશાનને રોકવા માટે, વધી રહેલી ઉધારીને ચૂકવવાના બહાને એમણે મિલની જગ્યા કોર્પોરેટ સંસ્થાઓને ભાડે આપી દીધી. મિલ વેંચવા માટે સરકારની પરવાનગી મળે એવી કોઈ શક્યતા ન હોવાથી એમણે ધીરે-ધીરે પોતાની મિલના પરિસરમાં અન્ય સંસ્થાઓને પણ પ્રવેશ આપવા માંડ્યો. ત્યારબાદ ખૂબજ કુશળતાથી એમણે એ જગ્યા એમને વેંચી દીધી.

હડતાલ ખૂબજ લાંબી ખેંચાતા હતાશ મજૂરો ભાંગી પડ્યા. અને લાચારીથી મિલમાલિકોની શરતે ફરી કામે વળગી ગયા. બંધ કરેલા વિભાગોમાં કામ કરતા મજૂરોને વળતર આપીને મિલમાલિકોએ તેમનાથી પીછો છોડાવી લીધો. જે મજૂરો ઉપનગરોમાં સ્થળાંતરિત કરાયેલા વિભાગોમાં કામ કરવા તૈયાર ન હતા. તેમની પાસેથી રાજીનામું લઈ લીધું. પગાર બંધ હતો, ગુજરાન ચલાવવું મુશ્કેલ થઈ રહ્યું હતું, ગળા સુધી દેવામાં ડૂબેલા મૂજરો, સંજોગો સામે લાચાર બની જે પૈસા મળ્યા તે સ્વીકારીને પોતાની રોજીરોટીને તિલાંજલિ આપવા મજબૂર હતા.

સદ્દનસીબે એ જે વિભાગમાં કામ કરતો હતો, તે બંધ નહોતો કરાયો. એટલે એણે પોતાની નોકરી ચાલુ રાખી. ફરી પાછો એ જીવનમાં સ્થિર થઈ રહ્યો હતો ત્યાં પાછો વજ્રપાત થયો. આ વખતે મિલમાલિકે નોકરીમાં નહીં, પણ રહેવાની સમસ્યા ઊભી કરી દીધી. મિલમાલિકે દબાણપૂર્વક મિલ પરિસરમાં આવેલી ચાલ ખાલી કરવા કહ્યું. બીજો કોઈ વિકલ્પ જ ન હોવાથી, ના છૂટકે જેટલું વળતર મળ્યું તે લઈને તેમણે જગ્યા ખાલી કરવી પડી. એમના આવાસો પર મિલમાલિકે કબજો જમાવી લીધો. ચાલમાં એક સાથે રહેતા ચાલીસ પરિવારો જુદી જુદી દિશામાં વિખેરાઈ ગયા.

એણે રાજુની શાળા પૂરી થાય ત્યાં સુધી રહેવા દેવા મિલમાલિકને આજીજી કરી. જેનો મિલમાલિકે અસ્વીકાર કર્યો. એનો વિચાર હતો કે શાળાનો અભ્યાસ મહારાષ્ટ્રમાં પૂરો થઈ જાય તો આગળનો અભ્યાસ રાજુ પોતાના રાજ્યમાં કરી લેશે. આથી એની પાસે ભિવંડીમાં રહેવા સિવાય બીજો કોઈ રસ્તો ન હતો.

બે ઓરડાનો ફલેટ ભાડે લઈ તે પોતાના પરિવાર સાથે ભિવંડી રહેવા આવ્યો. નવી જગ્યાએ એણે પોતાનું નવું જીવન શરૂ કર્યું.

અહીં પણ કામ તો એ જ હતું, પણ મિલમાં કામ કરવું અને ભિવંડીમાં પાવરલૂમ ફેક્ટરીમાં કામ કરવામાં બહુ ફેર હતો. મુંબઈમાં તો આઠ-આઠ કલાકની ત્રણ પાળી હતી. એટલે કે ત્યાં માત્ર આઠ કલાક જ કામ કરવાનું હતું. જ્યારે ભિવંડીમાં બાર કલાકની એક પાળી હતી. બાર-બાર કલાક સુધી ખડા પગે કામ કરવું પડતું. પગ દુખી જતા. તેમ છતાં પણ

મુંબઈમાં જે પગાર મળતો હતો, તેનો અડધો પગાર પણ મળતો ન હતો. આથી પરિવારના ભરણપોષણમાં મુશ્કેલી થઈ રહી હતી. ભિવંડીના પાવરલૂમ ઉદ્યોગમાં એવી વ્યવસ્થા હતી, જ્યાં કોઈ શ્રમ કાયદો લાગુ પડતો ન હતો. ત્યાં મજૂરોનું કોઈ યુનિયન પણ ન હતું. મૂજરો માટે આંદોલન કરનાર કોઈ ન હતું. ઊલટાનું પાવરલૂમ માલિકોનો સંઘ હતો. એમનામાં સંપ હતો. એટલે એમની મનમાની ચાલતી. મજૂરોએ એમના ઈશારે જ ચાલવું પડતું. મુંબઈની પોતાની નોકરીને યાદ કરીને એની આંખોમાં આંસુ આવી જતાં હતાં. આધેડ વયમાં આ કેવી કઠિન પરિસ્થિતિ ઊભી થઈ હતી ? તેનું મન મૂક રુદન કરી ઊઠતું કે તેણે પરિવારનું ગુજરાન ચલાવવા માટે કેટલી મુશ્કેલીઓનો સામનો કરવો પડે છે. જેમ તેમ તેણે બે વર્ષ તો ખેંચી કાઢ્યા. પણ પછી શરીરે સાથ આપવાનું બંધ કર્યું. અપૂરતું ભોજન અને કઠોર પરિશ્રમને કારણે તેનું સ્વાસ્થ્ય બગડી ગયું. એણે નિશ્ચય કરી લીધો કે ભલે ખીચડી ખાઈને જીવવું પડે, પણ હવે શેષ જીવન એ પોતાના ગામમાં જ વિતાવશે.

મિલની નોકરીમાંથી રાજીનામુ આપતા પ્રોવિડન્ટ ફંડ અને ગ્રેચ્યુઈટીના જે પૈસા મળ્યા તે બેંકમાં જમા કરી દીધા. ઓરડો ખાલી કરતા શેઠે જે વળતર આપ્યું હતું તેમાંથી એણે પોતાના ગામમાં પાંચ એકર જમીન ખરીદી હતી. એ ભિવંડીમાં રહેતો હતો ત્યારે એણે ખેતર ખેતમજૂરોને ખેડવા આપ્યું હતું. ક્યારેક પૂર અને ક્યારેક દુકાળને કારણે પાક સારો ન થયો. ખાતર અને જંતુનાશક દવાઓ પાછળ કરેલા ખર્ચ જેટલા રૂપિયા પણ પાછા મળ્યા નહીં. જેને ખેતર ખેડવા આપ્યું હતું, તેણે પણ દગો આપતા તેને નુકશાન વેઠવું પડ્યું હતું.

ભિવંડીમાં એની તબિયત સારી રહેતી ન હતી. બીજી બાજુ ગામમાં ખેતર ખરીદવા છતાં પણ તેને કોઈ આવક થતી નહોતી. આથી તેણે પોતાના ગામે, પોતાના માળામાં પાછા ફરવાનું નક્કી કર્યું.

રાજુએ જિલ્લા મુખ્યાલય સ્થિત કોલેજમાં પ્રવેશ મેળવ્યો. એમસેટની (એંજિનિયરિંગ અને મેડિસિન અભ્યાસક્રમમાં પ્રવેશ મેળવવા માટેની સંયુક્ત પ્રવેશ પરીક્ષા) કડાકૂટથી કંટાળીને તેણે વાણિજ્ય શાખામાં પ્રવેશ લીધો. દીપિકાએ ગામના ઉચ્ચવિદ્યાલયમાં પ્રવેશ મેળવ્યો.

આશરે ત્રણ દાયકા પછી પોતાના ગામમાં તેની આજીવિકાનો નવો અધ્યાય શરૂ થયો. એને હવે સમજાઈ ગયું હતું કે તે નિયતિના ખેલને સમજી શકતો નથી. ખેતી કરવાનો અનુભવ ન હોવાથી બે વર્ષ સુધી તેની આવકમાં વધ-ઘટ થતી રહી. જાતે ખેતી કરવા છતાં પણ એને નુકશાન સહેવું પડ્યું. તેમ છતાં તેને અનુભવ તો મળ્યો જ. જીવનમાં સફળ થવું જ છે, એ દૃઢ નિર્ધારે જ તેને આગળ વધાર્યો. ત્યારબાદ તેને રોટી કપડાંની કોઈ કમી ન રહી.

રાજુ ગ્રેજ્યુએટ થઈ ગયો. શાળા પૂરી થયા બાદ દીપિકાનો અભ્યાસ અટકી ગયો. રાજુ માટે નોકરીની અને દીપિકા માટે સગપણની શોધ શરૂ થઈ.

ભલામણ પત્ર રજૂ કરવો અથવા લાંચ આપવી, એ બંનેની કાબેલિયત ન હોવાથી રાજુની નોકરીની ગાડી પાટા પરથી ઉતરી ગઈ.

લેખિત પરીક્ષા અને ઇન્ટરવ્યૂ રૂપી સ્ટેશનોમાં ચડવા-ઉતરવામાં જ ચાર-પાંચ વર્ષ વીતી ગયા. હવે આનો કોઈ લાભ નથી, એવું માનીને રાજુએ ડિગ્રીના રુઆબને બાજુમાં મૂકી દરજીકામ શીખી લીધું. તેના આ નિર્ણય પાછળ કેટકેટલા દિવસોનું મંથન, દલીલો, મિત્રો અને માતા-પિતા સાથે કરેલી ચર્ચા નિહિત હતા. એને સમજાઈ ગયું હતું કે જીવનની ગાડીને આગળ ખેંચવા માટે આજ કાર્ય વધુ ઉપયોગી અને સુવિધાજનક છે. રાજુના આ નિર્ણયથી ગિરિધર રાજુ કરતા પણ વધુ વ્યથિત હતો. કારણ કે એનું પોતાના દીકરાને સરકારી નોકરી કરતા જોવાનું સ્વપ્ન રોળાઈ ગયું હતું.

ફરી પાછું એની સામે મુંબઈમાં વીતાવેલું જીવન તરવરી ઊઠ્યું. કેટલા આનંદપૂર્વક દિવસો પસાર થઈ રહ્યા હતા ત્યારે ? એને સમજાયું જ નહીં કે નિયતિ એની સાથે શા માટે સંતાકૂકડી રમી રહી છે ? અને ત્યાંજ વ્યથિત ગિરિધરના જીવનમાં એક પ્રકાશનું કિરણ દેખાયું. દીપિકા માટે એક સરસ માંગુ આવ્યું. છોકરો સરસ, ખાતા-પીતા ઘરનો હતો અને વીજળી વિભાગમાં લાઈન મેન હતો. સરકારી નોકરીવાળું માંગું. દહેજ એની ત્રેવડ કરતાં વધુ માંગ્યું હતું. તેમ છતાં તેણે સ્વીકારી લીધું. ધામધૂમથી દીપિકાના લગ્ન લેવાયા. બેંકમાં રહેલી જમાપૂંજીને તો જાણે પાંખો ફૂટી. તેમ છતાં એક જવાબદારી પૂરી થયાનો તેને સંતોષ હતો. હવે તેણે રાજુના ભવિષ્ય તરફ નજર દોડાવી. દરજીકામ તેના માટે લાભપ્રદ જ સિધ્ધ થયું હતું. એના પણ લગ્ન લેવાઈ જાય તો ગિરિધર નિશ્ચિંત થઈ જાય. પરંતુ રાજુના વિચારો કંઈક જુદા હતા. એની ઈચ્છા હતી કે પહેલાં પોતે જીવનમાં સ્થિર થઈ જાય પછી જ લગ્ન કરવા. કઠોર પરિશ્રમ કરવા છતાં પણ તેના ગામમાં થતી આવક સીમિત જ રહેવાની, માટે જ જો પ્રગતિ કરવી હોય તો તેણે પોતાનું ગામ છોડવું જ પડે એમ હતું. શ્રમના પ્રમાણમાં ઉચિત ફળ મેળવવું હોય તો મુંબઈ કરતાં વધુ સારું સ્થળ બીજું કોઈ નથી. માટે જ તેણે મુંબઈ જવાની તૈયારીઓ શરૂ કરી.

'મુંબઈ જવું હોય તો ભલે જા, પણ પહેલાં લગ્ન કરી લે પછી જા, એમ ગિરિધરનું કહેવું હતું.

'જ્યાં મારું જ કોઈ ઠામઠેકાણું નથી, ત્યાં અત્યારે લગ્ન શા માટે કરું ? એવો રાજુનો તર્ક હતો.

ત્રણ મહિનાના વાદ-વિવાદ પછી આખરે તેણે રાજુને મુંબઈ જવાની પરવાનગી આપી.

રાજુએ રાતદિવસ એક કર્યા. સખત મહેનત કરી, પણ અંતે મુંબઈમાં ટકી ગયો. મુંબઈનગરીની બહાર ઉપ-નગરમાં એણે પોતાનો એક માળો-બાંધી લીધો. દરજીના પદથી કટિંગ માસ્ટરના પદ સુધીની પ્રગતિ કરી. એની આવક પણ વધી ત્યારે તેણે લગ્નનો વિચાર કર્યો.

બે વર્ષ પહેલા રાજુના લગ્ન લેવાયા. ત્યાં તો પાછું ગિરિધરના જીવનમાં વાવાઝોડું ફૂંકાયું. શાંતિપૂર્વક સરકારી નોકરી કરી રહેલા તેના જમાઈ ચીટ ફંડની માયાજાળમાં ફસાઈ ગયા. એમણે પોતાના એક સહયોગી સાથે મળીને ચીટ-ફંડનો વ્યાપાર શરૂ કર્યો હતો. થોડાં વર્ષો સુધી ઇમાનદાર રહ્યા બાદ તેમનો સહયોગી લાખોની રકમ લઈને ભાગી ગયો. જમાઈની પોતાની બચત તો ગઈ સાથે સાથે ચીટફંડના સભ્યોના પૈસા પણ ડૂબી ગયા. પોતાની સાખ બચાવવા માટે જમાઈએ ઉધારે પૈસા લીધા અને દેવાના કાદવમાં ડૂબી ગયા.

ગિરિધરે પણ જમાઈને યથા શક્ય મદદ કરી. સરકારી નોકરી કરીને લાખોનું દેવું ચૂકવવું મુશ્કેલ છે, એવું વિચારીને તેના જમાઈએ નોકરીમાંથી રાજીનામું આપી દીધું અને દુબઈની વાટ પકડી.

'બાપુજી, કેમ આમ ઉદાસ થઈને ઊભા છો ?'

'ઉદાસ ન થાઉં તો શું કરું બેટા ? આપણે જ્યારે આ ચાલમાં રહેતાં હતાં ત્યારે કેટલાં સુખી હતાં ? હવે જો, તું મુંબઈમાં રહે છે, અમે બંને ગામમાં, દીપિકા તેના બંને બાળકો સાથે તેના સાસરે અને જમાઈ દુબઈમાં જાણે આખો પરિવાર છૂટોછવાયો થઈ ગયો છે.' ગિરિધરની આંખમાં આંસુ છલકાઈ ગયા.

'બાપુજી, એમાં આટલા બધા દુ:ખી શા માટે થાઓ છો ? દરેક સમય એક સરખો થોડો હોય છે ? હું મહેનત કરું છું. થોડા જ દિવસોમાં કપડાં એક્સ્પોર્ટ કરતો થઈ જઈશ ત્યાર બાદ સિલાઈ માટે ફેક્ટરી શરૂ કરીશ, મોટું ઘર લઈશ. જીજાજીને પણ અહીં જ મારા ધંધામાં મદદ કરવા બોલાવી લઈશ. જોજો, ત્યારે તમારા મુંબઈના જૂના દિવસો પાછા આવશે ?'

'ભગવાન કરે તારી આશા ફળે, બેટા !' કહીને ગિરિધર આગળ વધ્યો.

ગિરિધરની આશા હતી કે તેનો વીંખાયેલો માળો પાછો વસે, રાજુની ઈચ્છા હતી કે મારા પિતાની આંખોમાં ફરી સુખની ચમક જોઉં. પોતાના મનમાં કલ્પનાના મહેલ ચણતા બંને ઘરના રસ્તે આગળ વધ્યા.

રાજ-તોલ

વાર્તાનું શિર્ષક વાંચીને તમને એમ થતું હશે કે કદાચ છાપવામાં કંઈ ભૂલ થઈ ગઈ છે. તમને આશ્ચર્ય પણ થયું હશે કે ભાષાનું આટલું સામાન્ય જ્ઞાન પણ ન હોવા છતાં લેખકે વાર્તા લખવાનું દુ:સાહસ કેવી રીતે કર્યું ? જરા થોભો તમે અત્યારથી જ ઉતાવળા થશો અને મને પણ અસમંજસમાં નાખી દેશો તો કેવી રીતે ચાલશે ? 'ધીરજના ફળ મીઠા... આ કહેવત તો તમને ખબર જ છે ને ? તો થોડી ધીરજ તો રાખવી જ પડશે. વાર્તા વાંચશો એટલે ધીમે ધીમે તમને સત્ય સમજાઈ જશે.

આપણી વાર્તાનો નાયક મુંબઈનો નિવાસી છે. આ મુંબઈ વળી ક્યાં આવ્યું એવું વિચારી આશ્ચર્ય ન અનુભવશો. આપણું સુપરિચિત બોમ્બે જ હવે મુંબઈ બની ગયું છે. નામ શાથી બદલ્યું ? શું નામ બદલવાથી શહેર પણ બદલાઈ ગયું છે ? ત્યાંનું જીવન બદલાઈ ગયું છે ? ત્યાંની ભીડ ઓછી થઈ છે ?

શું ઉપનગરીય ગાડીઓ સમયસર ચાલવા લાગી છે ? બસ પોતાના નિર્ધારિત સ્ટૉપ પર ઊભી રહે છે ? ગેંગવોરની શું સ્થિતિ છે ?... આવા પ્રશ્નો ન પૂછશો. આ જિજ્ઞાસા રૂચિભંગનું કારણ બનશે.

હા, તો આપણે ક્યાં હતા ? મુંબઈમાં ને ? આપણે આપણા કથાનાયક રાજ વિશે વાત કરી રહ્યા હતા ને ? તમે કહેશો કે અમે ક્યાં કંઈ બોલીએ જ છીએ ? બંને બાજુના સંવાદ તમે એકલા જ કરે રાખો છો. હા તો હું એ માનું છું કે હું એકલો જ બોલી રહ્યો છું અને તમે સાંભળી રહ્યા છો. ના, ના, વાંચી રહ્યા છો. બરાબર ?

રાજ એક રાષ્ટ્રીયકૃત બેંકમાં લેખાકાર એટલે કે એકાઉન્ટન્ટ હતો. હાલમાં છ મહિના પહેલા જ એ કાંદિવલીમાં પોતાના ત્રણ રૂમના ફલૅટમાં રહેવા આવ્યો હતો. કહેવા માટે તો એ એનો પોતાનો ફલૅટ હતો. પણ એનો પોતાનો ન હતો. કાંદિવલી રહેવા આવ્યો તે પહેલા રાજુ ક્યાં રહેતો હતો, એ તો એક લાંબો પ્રસંગ છે. એ જાણવા માટે આપણે ફલૅશબૅકમાં જવું પડશે. શું કહ્યું ? ફિલ્મોની જેમ અહીં પણ ફલૅશબૅક ? ફલૅશબૅક વગર વાર્તા રોચક નથી બનતી, એ તો તમે જાણો જ છો.

આપણો દેશ આઝાદ થયો તે પહેલા જ રાજના પિતા રામનાથ પોતાની સ્વતંત્ર જિંદગીના રસ્તે ડગ માંડી ચૂકયા હતા. પોતાના ગામમાં હાથશાળ પર કપડાં વણવાનું કામ એમને પસંદ ન હોવાથી તેઓ યંત્ર પર કાપડ વણવા મુંબઈ આવી પહોંચ્યા. એ સમયે આજની જેમ આટલી બધી સ્પર્ધા ન હતી. કાપડ મિલો પણ ઘણી બધી ચાલતી હતી. એટલે

સરળતાથી તેઓ શિખાઉ વણકર (લર્નર વીવર) તરીકે કામે લાગી ગયા. થોડા જ સમયમાં વણકર તરીકે એમની નોકરી કાયમી થઈ ગઈ હતી.

દેશને સ્વાતંત્ર્ય પ્રાપ્તિ અને રામનાથનું સ્વાતંત્ર્ય હરણ... એટલે કે એમના લગ્ન એકજ વર્ષમાં થયા. પછી તો કહેવું જ શું ? એક વર્ષમાં આપણા કથાનાયક રાજનો જન્મ થયો.

લગ્ન બાદ રામનાથે પરેલમાં પોતાની મિલની બાજુમાં જ 'પૂનાવાલા ચાલમાં એક ઓરડી ભાડે લીધી હતી. એક માળી ચોરસાકાર આ ચાલમાં ચોર્યાસી ઓરડીઓ હતી. વચ્ચે ખાલી જગ્યા હતી. ઓરડીનું ભાડું પાંચ રૂપિયા હતું. તમે પાંચ રૂપિયા પ્રતિદિન ભાડું સમજો છો ? ના, ના, પાંચ રૂપિયા માસિક ભાડું હતું. રામનાથનું માસિક વેતન ત્રીસ રૂપિયા હતું. તેમની પત્ની શાંતા પણ બીડીઓ બનાવીને મહિનાના દસ રૂપિયા કમાઈ લેતી હતી. એ બંને પતિ-પત્ની મળીને દર બે મહિને એક તોલો (આશરે બાર ગ્રામ) સોનું ખરીદતાં હતાં. ત્યારે તો એક તોલા સોનાનો ભાવ માત્ર બાવીસ રૂપિયા જ હતો.

રામનાથ એના મિત્રોની જેમ દારૂ પીને મોજમજા કરવાને બદલે સાદાઈથી, કરકસરથી પોતાનું ઘર ચલાવતાં અને થોડી-ઘણી બચત પણ કરી શકતા હતા. રાજના જન્મ પછી ત્રણ-ત્રણ વર્ષના અંતરે એક દીકરી અને એક દીકરાનો જન્મ થયો. ત્યારબાદ રામનાથ અને શાંતાએ સમજદારીપૂર્વક 'લાલ ત્રિકોણ' સ્વીકારી લીધો હતો. એ જમાનામાંતો એમનાં આ નિર્ણયથી લોકોને ખૂબજ આશ્ચર્ય થયું હતું. લોકોમાં એમનો નિર્ણય ચર્ચાનું કારણ બન્યો હતો.

રાજ મ્યુનિસિપલ સ્કૂલમાં ચોથા ધોરણમાં ઉત્તીર્ણ થયો, ત્યારબાદ રામનાથે તેને આંધ્ર સ્કૂલમાં દાખલ કરાવ્યો. એ અંગ્રેજી માધ્યમની શાળા હતી, પરંતુ ત્યાં મેટ્રિક સુધી 'તેલુગુ' ભાષા એક વિષય તરીકે શીખવવામાં આવતી હતી. રામનાથની ઇચ્છા હતી કે તેની દીકરો ભલે અંગ્રેજી માધ્યમમાં ભણે; સાથે પોતાની માતૃભાષા પણ જરૂરથી શીખે. સ્કૂલ ઘરથી દૂર હતી. ફી પણ દેવી પડે એમ હતી. તેમ છતાં તેઓ પોતાના દીકરાને સ્કૂલબસમાં જ શાળાએ મોકલતા.

રાજ આઠમા ધોરણમાં આવ્યો ત્યારે એને ઘરમાં અભ્યાસ માટે વ્યવસ્થિત જગ્યા પણ મળતી નહીં. હોલ, રસોડું, બેડરૂમ, બાથરુમ... બધું એક જ ઓરડીમાં હતું. મુંબઈ છોડીને પોતાના ગામ પાછા જવા ઇચ્છતા 'વિઠોબા માને'ને પાઘડીના અગિયાર હજાર રૂપિયા ચૂકવીને બાજુની ઓરડી પણ ભાડે લઈ લીધી. રામનાથ પોતાના દીકરાના અભ્યાસનું આટલું ધ્યાન રાખતા.

રાજે ડિસ્ટિંક્શન સાથે મેટ્રિકની પરીક્ષા પાસ કરી. ત્યારે રામનાથે તેને સાફ શબ્દોમાં જણાવી દીધું હતું કે ડોક્ટર અથવા એંજિનિયરના અભ્યાસનો ખર્ચ ઉપાડવાની તેમની હેસિયત નથી. અંતે સંજોગો સાથે સમાધાન કરીને રાજે સારામાં સારી કૉલેજમાં વિજ્ઞાન શાખામાં પ્રવેશ મળતો હોવા છતાં, વાણિજ્ય શાખામાં પ્રવેશ લીધો.

અરે, તમે શું વિચારોમાં ખોવાઈ ગયા? તમને વાર્તાના આ કરુણ વળાંકથી તકલીફ થઈ રહી છે? ગળપણ વધુ પડતું હોય તો પણ સમસ્યા નોતરે છે ને? આ તો જરા સીધી લીટીમાં આગળ વધી રહેલી વાર્તાને વળાંક આપવો જરૂરી હતો ને એટલે.

હા, તો આપણે ક્યાં હતા? રાજે કોમર્સ કૉલેજમાં ઍડમિશન લીધું ત્યાં, બરાબરને? રાજે તો કૉલેજમાં પોતાનું નામ રોશન કરી દીધું. રમતગમત, વાદ-વિવાદ, નાટક... બધાં જ ક્ષેત્રોમાં એણે પોતાને શ્રેષ્ઠ સિદ્ધ કર્યો હતો. તેમ છતાં તેણે ક્યારેય અભ્યાસની ઉપેક્ષા કરી નહતી. એણે બી.કોમની પરીક્ષા પ્રથમ શ્રેણીમાં ઉત્તીર્ણ કરી. ચાર્ટર્ડ એકાઉન્ટન્ટ (સી.એ) ના અભ્યાસક્રમમાં પ્રવેશ લઈને બીજા ત્રણ-ચાર વર્ષ સુધી પોતાના પિતા પર બોજ બની રહેવા નહોતો માંગતો. એટલે એણે એમ.કોમ.માં પ્રવેશ મેળવી લીધો અને સાથે સાથે નોકરી શોધવાનું શરૂ કર્યું.

'પૂનાવાલા ચાલ'નો રાજ પહેલો ગ્રૅજ્યુએટ હતો. એની ઉંમરના ઘણા સાથીઓએ સાતમા અને આઠમા ધોરણ પછી શાળા છોડી દીધી હતી. માત્ર બે જ જણાએ હપ્તે હપ્તે બે-ચાર પ્રયાસોમાં જેમ તેમ મૅટ્રિકની પરીક્ષા પાસ કરી હતી. ત્યારબાદ નાના-મોટા કામધંધે વળગી ગયા હતા. માટે જ ચાલના મોટા ભાગના લોકો રાજના પ્રશંસક હતા. જોકે ઇર્ષ્યા કરવાવાળા લોકોની પણ કમી નહોતી.

ચાલ સમિતિએ ગણેશોત્સવના અવસરે વિશેષ સમારોહ આયોજિત કરી રાજનું બહુમાન કર્યું હતું. સ્મૃતિ તરીકે સરસ્વતી દેવીની રજત પ્રતિમા પણ ભેટ આપી હતી. સમારોહના અધ્યક્ષશ્રીએ અન્ય બાળકોને પણ રાજ પાસેથી પ્રેરણા લઈને ઉચ્ચ અભ્યાસ કરવાની સલાહ આપી હતી. રાજે પોતાનું બહુમાન કરવા માટે આભાર વ્યક્ત કરી સૌને જણાવ્યું કે તે અભ્યાસ સંબંધી કોઈને પણ કોઈ સહાયતા કે માર્ગદર્શન જોઈતું હોય તો તે સદૈવ તૈયાર છે. એણે એ પ્રસ્તાવ મૂક્યો કે ચાલના બાળકોને તે નિ:શુલ્ક ટ્યૂશન પણ આપશે. એના આ પ્રસ્તાવને ચાલના લોકોએ તાળીઓના ગડગડાટથી વધાવી લીધો હતો. એ દિવસે રામનાથના પરિવારની પ્રસન્નતાની કોઈ સીમા નહોતી.

રાજે ફુરસદના સમયમાં ટ્યૂશન ભણાવવાનું શરૂ કર્યું. જે બાળકોએ મૅટ્રિક પછી

અભ્યાસ છોડી દીધો હતો. તેમને નાઇટ કોલેજ અથવા સવારની કોલેજમાં જોડાવા પ્રેરિત કર્યા. જે વિદ્યાર્થીઓએ સાતમા અથવા આઠમા ધોરણ પછી શાળા છોડી દીધી હતી, તેમને પ્રાયવેટ એસ.એસ.સી.ની પરીક્ષા માટે ભણાવવાનું શરૂ કર્યું હતું.

રાશન કાર્ડ માટે ફોર્મ ભરવાનું હોય કે પછી નોકરી માટે અરજી કરવાની હોય, બધા રાજ પાસે જ આવતા. આ રીતે એણે બધાંના દિલ જીતી લીધાં હતાં. પણ એણે પોતાનું દિલ તો એકદમ સુરક્ષિત જ રાખ્યું હતું. કોઈને પણ આપ્યું નહતું.

ચાલમાં થયેલા બહુમાન પછી રાજનો આત્મવિશ્વાસ વધી ગયો હતો. તેનાથી તે છકી નહોતો ગયો પણ ગર્વથી માથું ઊંચું કરતા થયો હતો.

રાજે બેંકમાં અધિકારીના પદ માટે પરીક્ષા આપી. ત્રણ મહિનામાં જ તેને ઇન્ટરવ્યૂ માટે બોલાવવામાં આવ્યો. એણે આત્મવિશ્વાસથી ઇન્ટરવ્યૂ આપ્યો. હજુ તો એમ.કોમ.નું પ્રથમ વર્ષ પૂરું પણ નહોતું થયું, ત્યાં તો તે એક રાષ્ટ્રીયકૃત બેંકમાં પ્રોબેશનરી ઑફિસરના પદે જોડાઈ ગયો. એને પહેલો પગાર મળ્યો, ત્યારે એણે આખી ચાલમાં મીઠાઈ વહેંચી હતી.

રાજની સાખ ઘણી વધી ગઈ. અત્યાર સુધી 'એ સાંભળ' કહેનાર લોકો 'સાંભળો ભાઈ' કહીને સંબોધતા થયા હતા. એ કોઈના ઘરે કોઈ પ્રસંગે જાય ત્યારે તેની સારી સરભરા થતી. લોકો બે મોઢે રાજના વખાણ કરતા ત્યારે તે થોડો શરમાઈ જતો, પણ મનમાં તો આનંદ જ થતો. રાજને એમ.કોમ.ની ડિગ્રી મળી એ પહેલા જ એની નોકરી કાયમી થઈ ગઈ હતી. તેણે બેંક કર્મચારીઓ માટે ઉપયોગી સીએઆઈઆઈબી કોર્સની તૈયારી પણ શરૂ કરી દીધી હતી.

તમે એમ પૂછવા માંગો છો કે તે આટલી ભાગદોડ શા માટે કરી રહ્યો છે? અરે ભાઈ, આપણે આઠ પાનામાં આ વાર્તા પૂરી કરવાની છે. દોડાદોડ નહીં કરે તો વાર્તા પૂરી ક્યારે થશે.

છોકરો વીસ વર્ષનો થાય ત્યાં તો લગ્નના માંગા આવવાનું શરૂ થઈ જતું હોય છે. તો પછી બેંકમાં ઑફિસરની કાયમી નોકરી ધરાવનાર રાજને લોકો કેવી રીતે હાથમાંથી જવા દે! મુંબઈના પ્રખ્યાત અને પૈસેટકે સુખી લોકોએ રામનાથના ઘરની પરિક્રમા શરૂ કરી દીધી. આંધ્રપ્રદેશમાંથી પણ સગપણ માટેના પત્રો આવવા શરૂ થઈ ગયા હતા. રાજ પર એકબાજુ એના માતા-પિતાનું દબાણ હતું તો બીજુ બાજુ સગાસંબંધીઓનું. રાજ જાણે એ બંને વચ્ચે સેન્ડવિચ થઈ ગયો હતો. તેણે હિંમત ભેગી કરી નમ્રતાથી સ્પષ્ટ જણાવી દીધું કે હમણાં તેના લગ્નનો વિચાર કરવો નહીં.

રાજ એ વાત પર દૃઢ હતો કે, જ્યાં સુધી તે ત્રણ રૂમનો ફ્લેટ ન ખરીદે, ત્યાં સુધી તે લગ્ન નહીં કરે. પોતાની માલિકીના ત્રણ રૂમના ફ્લેટની કિંમત એ વખતે લાખો રૂપિયા થતી.

રાજે રામનાથને એ વાત માટે મનાવી લીધા હતા કે પાંચ વર્ષની નોકરી પૂરી થશે એટલે તેને હોમલોન મળી શકશે. ત્યાં સુધીમાં એ પણ થોડી ઘણી બચત કરશે. લોન મળશે એટલે તરત ફ્લૅટ લઈ લેશે. પણ રાજની માને એ જ સમજાતું ન હતું કે લગ્નને ફ્લૅટ સાથે શું સંબંધ છે ? એવું નહતું કે એ વહુ લાવી એના પર પોતાનું સાસુપણું જમાવવા ઉત્સુક હતી, એ તો એની બગડતી જતી તબિયતના કારણે વહુ લાવવા ઉતાવળી થઈ હતી.

રાજની જીદ્દ પાછળનું કારણ એ હતું કે બૅંકમાં તેની સાથે કામ કરતા બધા સહયોગીઓ સારા ઘરના હતા. એના કોઈ સહયોગી તેની જેમ ઔદ્યોગિક વિસ્તારમાં રહેતા ન હતા. એ આ હીનભાવનાને કારણે જ પોતાના સહકર્મચારીઓને પોતાના ઘરે બોલાવવામાં સંકોચ અનુભવતો. એને ભય હતો કે તેનું આ ઘર જોઈને તેના સહકર્મચારીઓ તેની મજાક ન ઉડાવે. પોતાના પરિવાર માટે તેનાં અમુક અરમાન હતા, સપના હતા. ચાલની આ સાંકડી ઓરડી તેના પરિવાર માટે નાની પડે એમ હતી.

પરંતુ પરિસ્થિતિ જ એવી ઊભી થઈ કે તેણે પોતાની હઠ મૂકવી જ પડી. શાંતાની દમની તકલીફ હવે ગંભીર થતી જતી હતી. દુર્ગા લગ્ન કરી પોતાના સાસરે જતી રહી પછી શાંતાને ઘરકામમાં મદદ કરનાર કોઈ જ નહતું. તમે એ પૂછવા માંગો છો ને કે આ દુર્ગા કોણ છે ? દુર્ગા તો રાજની નાની બહેન છે. રાજે લગ્ન માટે ઘસીને ના પાડી એટલે રામનાથ અને શાંતાએ પોતાની દીકરી પ્રત્યેની પોતાની જવાબદારી પૂરી કરી. દુર્ગાએ બી.એ. પાસ કર્યું કે તરત જ તેના માટે યોગ્ય વરની શોધ શરૂ થઈ ગઈ. હૈદરાબાદમાં ઇલેક્ટ્રિક કૉર્પોરેશનમાં ઍંજિનિયરની નોકરી કરતા એક યોગ્ય છોકરા સાથે દુર્ગાના લગ્ન લેવાયા. રાજની વાતોમાં આપણે એવા ઓતપ્રોત થઈ ગયા હતા કે આ તરફ તો ધ્યાન જ ન આપ્યું.

અંતે શાંતાએ પોતાની લાગણીથી રાજને મનાવી જ લીધો. મહાભારતમાં ભીષ્મએ માતાને આપેલા વચનને કારણે લગ્ન નહોતા કર્યા. જ્યારે આ ભીષ્મએ માની વાતને માન આપી, પોતાની જીદ મૂકીને અંતે લગ્ન માટે સંમતિ આપી દીધી. પચ્ચીસ વર્ષના તરવરીયા નવયુવાન રાજને પરણીને મૃદુલાએ આંધ્રપ્રદેશથી પૂનાવાલા ચાલમાં ગૃહપ્રવેશ કર્યો.

લગ્ન પછી રાજને પોતાનું ઘર વધુ નાનું લાગવા માંડ્યું. આ બાજુ મૃદુલા પણ પરેશાન હતી. પોતાના પિયરે તે અનેક ઓરડાવાળા બંગલામાં રહેતી હતી અને અહીં ?

હોમ લોન મળે બસ એટલી જ વાર હતી. જેવી હોમ લોન મંજૂર થઈ કે તરત જ રાજે કાંદિવલીમાં એક ફલેટનો સોદો નક્કી કરી લીધો. બે મહિનામાં બધી ઔપચારિકતાઓ પૂરી થતાં જ ફલૅટની ચાવી પણ હાથમાં આવી ગઈ. રામનાથે એ ચાલ છોડવાની ના પાડી દીધી. એમનું કહેવું હતું કે હવે આ ઉંમરે ટ્રેનમાં વીસ કિલોમીટરની મુસાફરી કરીને મિલ પહોંચવું તેના માટે શક્ય નથી. રાજનો નાનો ભાઈ દિનેશ એંજિનિયરીંગનો અભ્યાસ કરી રહ્યો હતો. તેની કૉલેજ પણ કાંદિવલીથી ઘણી દૂર હતી. માટે રાજ અને મૂદુલા એ બંને જ નવા ઘરમાં રહેવા જઈ શકે એમ હતા.

સારું મુહૂર્ત જોઈને કળશ મૂકાયો. રાજનો ફલૅટ અને આજુબાજુનું પરિસર જોઈને ચાલના રહેવાસીઓ તો મુગ્ધ થઈ ગયા. એક મોટો હૉલ, રસોડું, શયનખંડ, બાથરુમ, શૌચાલય... દરેક સુવિધાઓ યુક્ત આ ફલૅટ ખરેખર ખૂબ સુંદર હતો. ચાલમાં પોતાની આંખો સામે જ જન્મેલો, ઉછરેલો છોકરો પહેલા તો બૅંકમાં ઑફિસર બન્યો અને હવે આ ફલૅટમાં રહેશે... એ જોઈને બધા ચાલવાસીઓ ગર્વ અનુભવી રહ્યા હતા.

રાજ ફલૅટમાં રહેવા રવાના થયો ત્યારે આખી ચાલના લોકો તેને વિદાય આપવા આવ્યા હતા. બધાંની આંખો ભીની હતી. જો કે એ હર્ષના આંસુ હતા. બધાએ ભારે હૈયે રાજ અને એની પત્નીને વિદાય આપી. શાંતા એ લોકો સાથે થોડા દિવસ માટે નવા ઘરમાં રહેવા તૈયાર થઈ હતી. જેથી એ વહુને ઘરસંસાર ચલાવતા શીખવી શકે.

શાંતા પરેલ પાછી ગઈ પછી ઘરનું રાજપાટ રાજા અને રાણી એટલે કે રાજ અને મૂદુલાના હાથમાં આવી ગયું. હવે એમને ઇચ્છિત એકાંત મળી શકતું હતું. ફલૅટના બંધ દરવાજાઓ પાછળ એમની ઇચ્છા મુજબ સમય વીતવા લાગ્યો. દિવસો ક્ષણની જેમ વીતતા ગયા. એમણે પોતાના ઘરને વિશેષ રીતે સજાવ્યું હતું. રાજની બૅંક અને ઘર વચ્ચેનું અંતર વધી જતા મુસાફરીમાં બે કલાકનો સમય વધી ગયો હતો. તેમ છતાં રાજને કોઈ ફરિયાદ ન હતી. એને પોતાનું ઘર જોઈતું હતું ને ?

રાજ કામે જાય પછી મૂદુલાનો સમય પસાર થતો નહીં. એ એકલી એકલી કંટાળી જતી. છાપા-મૅગેઝિન વાંચીને કેટલો સમય પસાર થઈ શકે ? પરેલમાં તો સમય ક્યાં વીતી જતો, તે ખબર પણ પડતી નહીં. એણે પોતાના નવા પાડોશીઓ સાથે મૈત્રી કેળવવાની કોશિશ કરી, પણ બહુ સફળતા મળી નહીં. એક ઘરમાં તો પંજાબી કુટુંબ રહેતું હતું. તે ઘરના વડીલ કોઈ મોટી સંસ્થામાં ઊંચા પદ પર નોકરી કરી રહ્યા હતા. કંપનીએ એમને કાર પણ આપી હતી. તો પછી રાજ અને મૂદુલા તેમની બરોબરીમાં કેવી રીતે આવી શકે ? બીજી બાજુ ગુજરાતી પરિવાર રહેતો હતો. તેમની એક ફૅક્ટરી હતી, બે ગાડી હતી. ફલેટ પણ મોટો-

પાંચ રૂમનો હતો. એ પરિવારની ગૃહિણી મિલનસાર હતી. પણ એના સ્વભાવને અનુરૂપ વ્યવહાર કરવો પડે એમ હતો. એ સ્ત્રીને પોતાના જ વખાણ કર્યા કરવાની ટેવ હતી અને બીજા લોકોએ એ વખાણ સાંભળવા પડતા. મૃદુલાને વારંવાર પૂનાવાલા ચાલ યાદ આવી જતી. એ વિચારતી કે થોડા દિવસ પિયરે જઈ આવું. આ બાજુ રાજની મન:સ્થિતિ પણ એવી જ હતી. ત્યાં રહેતા લોકો રાજની તુલનામાં ઊંચો હોદ્દો ધરાવતા હતા. અહીં એનું કોઈ વિશેષ સમ્માન કરતું નહીં. ગૃહપ્રવેશ પ્રસંગે આવેલા ચાલના લોકોને જોઈને, આ નવા પાડોશીઓએ રાજ પ્રત્યે હીન દૃષ્ટિકોણ કેળવી લીધો હતો. તેમ છતાં પણ આવતાં જતા કોઈ સામે મળે ત્યારે રાજ તેમનું અભિવાદન કરતો. પરંતુ સામેથી ઉચિત રિસ્પૉન્સ મળતો નહીં. પૂનાવાલા ચાલમાં કરાયેલું એનું બહુમાન, એને મળતા પ્રેમ અને સન્માન તેને યાદ આવી જતા.

મૃદુલા ગર્ભવતી થઈ છે. એક દિવસ એની તબિયત બગડી. પાડોશમાં રહેતી ગુજરાતી મહિલા તેની ખબર પૂછવા આવી. ચા બનાવીને મૃદુલાને પીવડાવી અને દવા પણ આપી. તેમ છતાં એના વ્યવહારમાં ઔપચારિકતા જણાતી હતી. સાંજે રાજ ઑફિસેથી ઘરે આવ્યો ત્યારે મૃદુલામાં ઊભા થઈને દરવાજો ખોલવા જેટલી પણ તાકાત ન હતી. રાજને એક પ્રસંગ યાદ આવી ગયો. એકવાર અચાનક શાંતાને દમની તકલીફ થઈ હતી. એ સમયે ઘરે કોઈ જ હતું નહીં. ચાલના લોકોએ જ ડોક્ટરની સલાહ અનુસાર શાંતાને હૉસ્પિટલમાં દાખલ કરી હતી. રાજને અને એના પિતાને આ વાતની જાણ થઈ અને તેઓ હૉસ્પિટલ પહોંચ્યા ત્યારે ચાલના વીસેક લોકો ફળ, નાળિયેર પાણી વગેરે લઈને હૉસ્પિટલમાં હાજર હતા.

હવે રાજ ગંભીરતાપૂર્વક વિચારવા લાગ્યો કે શું તેણે પરેલની ચાલમાં પાછા જતા રહેવું જોઈએ? પણ રાજને પોતાનો હોદ્દો, પ્રતિષ્ઠા, પરેલના ઘરમાં એકાંતનો અભાવ, શૌચાલય માટે લોકોની લાંબી કતારો... આ બધું યાદ આવી જતા તેના વિચારો પાછા બદલાઈ ગયા.

અભ્યાસ અને કામમાં એકદમ તેજ ચાલતું રાજનું દિમાગ, આ પરિસ્થિતિનો સામનો કરવામાં ગભરાઈ જતું હતું. તેનામાં હીનભાવના ઘર કરી ગઈ હતી. તેનું મન માન, સમ્માન, પ્રતિષ્ઠા અને સામાજિક પ્રતિષ્ઠાની આકાંક્ષામાં વિહ્વળ થઈ ગયું હતું અને એજ એના દુ:ખનું કારણ હતું. આપ જ કહો, આ તે વળી દુ:ખનું કારણ હોઈ શકે? દરેકનું જીવન ફૂલોની સેજ તો ન હોઈ શકે ને? હાલના રાજના જીવનમાં કઈ વાતની ઉણપ છે? પરિસ્થિતિઓ સાથે અનુકૂલન સાધવું એ જ તો જીવન છે. આપ સૌ રાજને આશ્વાસન આપો જેથી તે યોગ્ય નિર્ણય લેવાની હિમત કેળવી શકે.

ચીત અને પટ

'અરેરે ! કેટલો ઉકળાટ છે ? પિકનિક તો ઠીક છે, પણ આ તો સજા છે સજા...'

'ઘરેથી વહેલા નીકળવાનું હતું, પણ સવારે વહેલા ઉઠવાની તો આદત જ નથી ને. સૂરજ માથે ચડી જાય તો, આ મે મહિનામાં ઉકળાટ ન થાય તો શું ઠંડી પડે ?' એક તો ધોમધખતો તાપ હતો, એમાં મેં આ ખૂંચે એવી વાત કરી.

'એ.સી. વાળી કાર લીધી હોત તો સારું થાત,' ઉમેશ પણ કંઈ ઓછો નહતો.

'તમે લોકો તો આંગળી આપો તો પોચો પકડો છે. એસ.ટી.બસમાં બહુ ભીડ હોય, બહુ શોરબકોર હોય છે, એકાન્ત મળતું નથી એવું વિચારીને કારની વ્યવસ્થા કરી તો હવે કહો છો કે એસી જોઈએ.'

'સાંભળો, જવા દોને. આ તો હજુ બાળક છે. આપણે હંમેશા ટ્રેનમાં એસી કોચમાં જઈએ છીએ એટલે કદાચ અત્યારે પણ એણે આવું વિચાર્યું હશે ?' દર વખતની જેમ મારી પત્નીએ મારા લાડકાનું સમર્થન કર્યું.

ગૃહમંત્રીએ હસ્તક્ષેપ કરીને મારા મોં પર તાળું વાસી દીધું.

અમારો દીકરો ઇંટરમીડિએટ કરી રહ્યો હતો, એટલે અમે બે વર્ષથી ક્યાંય જઈ શક્યા નહોતા. ઉમેશની પરીક્ષા પૂરી થઈ અને સુમનનું આઠમા ધોરણનું પરિણામ આવ્યું એટલે તરત જ અમે મહાબળેશ્વર જવાનો આ કાર્યક્રમ બનાવ્યો હતો. રોજિંદા કામકાજ અને વ્યસ્તતાને કારણે બધાં જ કંટાળી ગયાં હતાં.

એ હિલ સ્ટેશન પર પ્રકૃતિના ખોળે થોડો વિશ્રામ કરવાથી થાક દૂર થઈ જાય છે અને તાજગી અનુભવાય છે. ઘટાદાર ઝાડ, લીલી સાડી ઓઢી હોય એવા-લીલોતરીથી આચ્છાદિત ઘાટ નયનાભિરામ હતા. આ સુંદર દશ્યોને અલગ-અલગ ખૂણેથી જોતા જુદું જુદું સૌંદર્ય પાથરે છે.

ત્યાંના સૂર્યાસ્તનું દશ્ય તો અવર્ણનીય છે. આટલી અસહ્ય ગરમીમાં પણ પોતાના કોમળ સ્પર્શથી મલયાનિલ મનને એટલું પ્રફુલ્લિત કરી મૂકે છે જાણે કે કોઈ જુદી જ દુનિયામાં આવી ગયા હોઈએ. અને ત્યારે અમારા લાડકવાયાને એસીનું નામ લેવાની પણ જરૂર નહીં પડે.

મને મારું બાળપણ યાદ આવી ગયું. મારા પપ્પા અમને ક્યારેય આ રીતે ફરવા

લઈ જતા નહીં. તેઓ એક ફેક્ટરીમાં કામ કરતા હતા અને એમની પાસે મારી જેમ એલ.ટી.સી.ની સુવિધા ઉપલબ્ધ ન હતી.

મારી શાળા પૂરી થઈ ગઈ એ પછી એકવાર અમે શિર્ડી ગયા હતા. દાદરથી ટ્રેનમાં બેઠા અને મનમાડ ઊતર્યા. ત્યાંથી બસમાં શિર્ડી પહોંચ્યા. એ વખતે ટ્રેન કે બસમાં રિઝર્વેશન પણ કરાવતા નહોતા. તેમ છતાં મુસાફરીમાં થતો થોડોક પણ ખર્ચ એ સમયે મારા પરિવાર માટે એક વધારાનો બોજો બની જતો. જ્યારે આજે છોકરાઓને એસી કાર જોઈએ છે.

'સાંભળો, છોકરાઓ કહે છે કે અહીં જમી લઈએ આપણે, વાણીનો અવાજ સાંભળીને હું વર્તમાનમાં પાછો ફર્યો. એક સરસ હોટલની સામે કાર ઊભી રહી. અમે બધાં કારમાંથી ઉતર્યા. કાઉન્ટર પર ડ્રાયવરનું બિલ અમારા બિલમાં ઉમેરવાની સૂચના આપીને અમે એ.સી. ડાઈનિંગ હોલ તરફ આગળ વધ્યા. મારી પત્નીને દક્ષિણ ભારતીય ભોજન કરવું હતું. બાળકોને ચાઈનીઝ ખાવું હતું અને મને પંજાબી ભોજન... દરેકે પોતાની પસંદ અનુસાર ખાવાની વસ્તુઓનો ઓર્ડર આપ્યો અને પછી અને પંકજ ઉધાસની ગઝલો સાંભળવા લાગ્યા. અમારો ઉમેશ તો બાબા સહગલનો ચાહક હતો. એ રૅપ ગીત વગાડવાની જીદ કરવા લાગ્યો. એટલામાં જ વેટર સૂપ લઈને આવ્યો. એટલે અમારું ધ્યાન એ તરફ વળ્યું. હાથ અને મોં પોતાનું કામ કરવા લાગ્યા. બાકીની વાનગીઓ પણ આવી જતા અમે ભોજન પર તૂટી પડ્યા.

વેજ મંચૂરિયન મોં માં મૂક્તાવેંત જ મારો દીકરો ચીસ પાડી ઉઠ્યો... ઓ! એણે ફરિયાદ કરી કે મરચું વધારે પડી ગયું છે. મેં પણ ચાખી જોયું. એટલું બધું તીખું ન હતું. આટલી નાની વાતમાં આમ ચીસાચીસ કરવાની કંઈ જરૂર ન હતી.

મને ફરી પાછો વીતી ગયેલો જમાનો યાદ આવી ગયો. અમે ક્યારેય પણ આવી રીતે હોટલમાં જમવા ગયા ન હતા. જ્યારે પણ મુસાફરી કરવાની હોય ત્યારે ઘરેથી જ રસોઈ બનાવીને સાથે લઈ જતા. તિરુપતિ જેવા પ્રસિદ્ધ તીર્થધામમાં પણ અમે જાતે જ રસોઈ બનાવતા. અત્યારે એવો વિચાર કરીએ તો બાળકોની વાત તો પછી, વાણી જ એના માટે તૈયાર નહીં થાય.

'જ્યારે રાજીખુશીથી ફરવા નીકળ્યા હોઈએ ત્યાં વળી કેવી રસોઈ? થોડો લોભ ઓછો કરો અને પૈસા ખર્ચવાની તૈયારી હોય તો બધું જ મળી રહે છે,' એ એવું કહેશે.

જે જોઈએ એ મળશે તો ખરું. પણ એ આપણી પસંદને અનુરૂપ જ હશે એની કોઈ

ખાતરી ખરી ? અને એવું ન થાય તો એ ક્યારેય સમાધાન ન કરે. હોટલ વાળા સાથે વિવાદ કરીને તમાશો ઊભો કરે.

'સાંભળો, મને ઢંઢોળીને પત્નીએ કહ્યું, મુન્નાએ પોતાને ભાવતું વેજીટેરિયન મંચૂરિયન મંગાવ્યું તો ખરું પણ સાવ બેસ્વાદ નીકળ્યું. એનું તો મોઢું જ ખરાબ થઈ ગયું. અમેરિકન ચોપ્સી મંગાવી લો. અને કહી દો કે મંચૂરિયનના પૈસા નહીં આપીએ.'

'તું બિલની ચિંતા શું કામ કરે છે ? જે જોઈએ તેનો ઓર્ડર આપી દો. મને વચમાં શું કામ લાવે છે ?'

'તમે તો બેંકમાં ચીફ મેનેજર છો. વેટર પર આટલો રુઆબ ન જમાવી શકો ?'

બધાં જ સાંભળી શકે એટલા મોટા અવાજે આટલું બોલીને એ પાછી ખાવામાં મશગૂલ થઈ ગઈ.

મારી પત્નીનું નામ વાણી છે. બસ એના નામ આગળ 'આકાશ' શબ્દ ઉમેરવાનું બાકી રહી ગયું છે.

મહાબળેશ્વર પહોંચતા પહોંચતા સાંજના છ વાગી ગયા હતા. રિસોર્ટમાં અમે બુક કરાવેલા એપાર્ટમેન્ટમાં પગ મુકતા જ પ્રવાસનો બધો થાક ઉતરી ગયો.

હોલ, શયનખંડ, રસોડું, બાથરુમ... બધું જ એકદમ વેલ ફર્નિશ્ડ હતું. ધરાઈને ગરમ પાણીથી નાહીને, ચા-નાસ્તો કરીને અમે ફરવા નીકળ્યા. બીજા દિવસના 'સાઈટ સીઈંગ' માટે ઘોડાની વ્યવસ્થા પણ કરી લીધી. અમારી દીકરી સુમનની ફરમાઈશ હતી કે એને નાનો ઘોડો જોઈએ છે. એ પણ નક્કી કરી લીધો. ચાટ સેંટરમાં પાવભાજી જમ્યા.

બીજા દિવસે સવારે છ વાગે ઊઠીને હું સ્વીમીંગ પૂલમાં ઉતર્યો. ત્યાં તરતા તરતા મને ગામડાનું તળાવ યાદ આવી ગયું. હું એ તળાવમાં જ તરતા શીખ્યો હતો. રજાઓમાં ગામડે જઈને પોતાના મિત્રો સાથે દડાથી રમતો એ દૃશ્ય મારી આંખો સામે તરવા લાગ્યું. મિત્રો સાથે પથ્થર ફેંકીને કેરીઓ તોડવી, ચોકીદાર જોઈ જાય તો ભાગી જવું, હવે તો એ બધું બસ મધુર યાદ બની ગયું છે.

સાત વાગ્યે બાળકો પણ ત્યાં આવી ગયા. ઉમેશને તરતા આવડતું હતું. જ્યારે સુમનને તરતા આવડતું ન હતું. તેમ છતાં તે સ્વિમિંગ પૂલમાં ઘૂંટણ સુધીના પાણીમાં રમવાનો આનંદ લઈ રહી હતી. મારી પત્ની તો કિનારા પર આરામ ખુરશી પર બેસીને અમારી જળક્રિડાઓને નિહાળતી રહી. કદાચ અમારા કરતાં પણ તેણે વધુ આનંદ અનુભવ્યો હશે.

ત્રણ દિવસ જાણે ત્રણ મિનિટની જેમ પસાર થઈ ગયા. એ દરમિયાન મુંબઈનું ઘર, ઑફિસ, પાડોશી... કોઈની પણ યાદ આવી ન હતી. રિસોર્ટમાં ઉપલબ્ધ વ્યાયામ શાળા, સ્ટીમબાથ, ટેનિસકોર્ટ, સ્વિમિંગ પૂલ, જોગિંગ ટ્રેક, ટીવી ધરાવતો હોલ.... આ બધાંનો અમે ધરાઈને ઉપયોગ કર્યો. જાણે એક જુદી જ દુનિયામાં વિચરી રહ્યાં હતાં. સાઈટ સીઈંગનો પણ આનંદ લીધો. અમારું મન તો હર્ષિત થઈ ઊઠયું હતું. દરેક જણ ખૂબ ખુશ હતા.

ઘરે પાછા ફરવાનો સમય થતાં જ બધાંનું મન ઉદાસ થઈ ગયું. એવું લાગ્યું કે જાણે અમને સ્વર્ગલોકમાંથી ફરી મનુષ્યલોકમાં ધકેલવામાં આવી રહ્યાં છે. બધાંને એમ જ થતું હતું કે હજુ થોડા દિવસ અહીં જ રોકાઈ જઈએ.

ઑફિસનું કામકાજ, હવે પછી યોજાનારી બેઠકો, આગળના દિવસોમાં કરવાના કાર્યો... આ બધું યાદ આવતાં જ અમારી મનિષા ઉપર કાબૂ મેળવ્યો. પરંતુ સીધાં જ પૃથ્વી-લોક પર પાછા ફરવાને બદલે અમે એક દિવસ 'પંચગિની નામના સુંદર નંદનવનમાં રોકાણ કર્યું અને પછી મુંબઈની વાટ પકડી.

બીજા દિવસથી ફરી ઘરેડબધ્ધ જીવન શરૂ. એ જ ઘર... ઑફિસ... લંચ સમયે ગોખલે મને મળવા આવ્યો. એ ડેપ્યુટી ચીફ મેનેજર છે અને ખાર રોડ સ્થિત અમારી કોલોનીમાં રહે છે. મહાબળેશ્વરમાં અમારા માટે રિસોર્ટની વ્યવસ્થા એણે જ કરી હતી.

'મિસ્ટર હરનાથ ! કેવી રહી રજાઓ ?'

'તમારો ખૂબ ખૂબ આભાર મિસ્ટર ગોખલે. તમારી પસંદગીનો તો કોઈ જવાબ નથી. એ સ્થાન, ત્યાંની સુવિધાઓ, એ લોકોની સેવા.. બધું જ ઘણું સરસ હતું. મારા પરિવાર વતી ફરી એકવાર આપને ધન્યવાદ,' મેં હૃદયપૂર્વક કહ્યું.

'ખાલી ધન્યવાદ આપવાથી નહીં ચાલે. સાંજે ડ્રિંક આપવું પડશે.'

'એમાં શું મોટી વાત છે ? સાંજે બોમ્બે જિમખાના જઈશું, બસ !'

'ઠીક છે.' ગોખલેએ સહમતિ આપતા કહ્યું.

બોમ્બે જિમખાના લાઉંજ. સાંજના સાત વાગ્યા હતા. હજી તો મોટા-મોટા લોકો ધીમે ધીમે આવી રહ્યા હતા. અમે વાંસની ખુરશીઓ પર બેઠા.

ગોખલેએ ઓર્ડર આપ્યો. 'ડિપ્લેમેટ વ્હિસ્કી,' મેં ઓર્ડર આપ્યો. 'હાવર્ડસ બિયર' વેઇટર અમને સલામ ઠોકીને જતો રહ્યો.

મને દારૂ પીવો પસંદ નથી. ક્યારેક ક્યારેક ગોખલે જેવા મિત્રોને સાથ આપવા માટે માત્ર બિયર પીઉં છું.

'તો તમે મહાબળેશ્વરમાં બહુ આનંદ કર્યો એમને ?'

'સાચું કહું તો, પાછા ફરવાનું મન જ નહોતું થતું. ખરેખર આપણી નજીકમાં જ આવેલું મહાબળેશ્વર એક સારું હિલ સ્ટેશન છે.'

વેઈટર દારૂની સાથે સાથે ખાદ્ય સામગ્રીઓ પણ લઈ આવ્યો. દારૂની બોટલ અને ગ્લાસ સરસ રીતે ગોઠવ્યા. અમે એકબીજાને 'ચિયર્સ કહીને ફરી વાતોએ વળગ્યા.

'સામાન્ય હોટલની જેમ ડબલ રૂમને બદલે ત્યાં એપાર્ટમેન્ટની જેમ બ્લોક હતો. પંચતારક હોટલ જેવી સુવિધાઓએ રિસોર્ટની શાનમાં ચાર ચાંદ લગાડી દીધા હતા,' મે કહ્યું.

'આજકાલ આવા રિસોર્ટ્સની માંગ વધી રહી છે. છોકરાઓને પણ ગમ્યું હશે.'

'હા, ચોક્કસ, બહુ જ ગમ્યું. એમણે ખૂબ મજા કરી પણ મને એ લોકોની ચિંતા થઈ રહી છે. ખાસ કરીને મારા દીકરા ઉમેશ માટે ચિંતિત છું.' મુસાફરી દરમિયાન મેં અનુભવેલા પ્રસંગો યાદ આવતા મેં મારી પીડા વ્યક્ત કરી.

'કેમ ? શું થયું ? ભણવામાં તો હોશિયાર છે ને ?'

'હા, એમ તો હોશિયાર છે. પણ બીજી બધી બાબતોમાં એટલી સમજણ નથી. દરેક નાની નાની વાતમાં અકળાઈ જાય છે.'

'આ ઉંમરમાં આવું થવું સ્વાભાવિક છે. હજી એના ઉપર કોઈ જવાબદારી તો છે નહીં. ગરમ લોહી છે. આજકાલના બાળકો પોતાની ધારણા કરતાં થોડું આગળ-પાછળ થાય તો પરેશાન થઈ જાય છે. તમે એ વિશે ચિંતા ન કરો.

'ગોખલે, વાત એમ નથી. જીવન એ કંઈ ફૂલોની સેજ તો નથી ને ? આપણી હેંસિયત છે એટલે એમને જરૂરી સુખ-સગવડ અને સુવિધાઓ આપણે પૂરી પાડી શકીએ છીએ. પણ દર વખતે, દરેક જગ્યાએ એક સમાન સુવિધાઓની અપેક્ષા કેવી રીતે રાખી શકાય ? પરિસ્થિતિને સ્વીકારી ન શકો એ તો યોગ્ય નથી ને ? નાની-મોટી અગવડતાઓને સહન ન કરી શકે તો આગળ જતાં એમનું જીવન વધુ મુશ્કેલ નહીં થઈ જાય ? આપણે નાનપણમાં જે અભાવોનો સામનો કર્યો છે, એ આ લોકોને ખબર જ નથી.'

'આપણી વાત જુદી હતી. આપણો ઉછેર જ જુદી રીતે થયો હતો. એ કષ્ટો આપણા

બાળકોએ સહન ન કરવા પડે, એજ આપણી ઈચ્છા છે. આપણા માતા-પિતાએ આપણા માટે પોતાની ત્રેવડ કરતાં વધારે જે પ્રયત્ન કર્યા, ત્યાગ કર્યા, એના જ પરિણામે આજે આપણે આટલી ઊંચાઈએ પહોંચ્યા છીએ. કોઈ પણ માતા-પિતા એવું જ ઇચ્છતા હોય કે એમના કરતાં પણ એમનું બાળક વધું સારું જીવન જીવે. એના માટે ભલે એમણે મહેનત કરવી પડે, એમનાં સંતાનો સુખી રહે એજ દરેક માતા-પિતાની કામના હોય છે. પોતાના બાળકનું જીવન-ધોરણ પોતાના કરતાં ઊંચું હોય એ જ એમની ઇચ્છા હોય છે. એ સ્વાભાવિક જ છે.'

'મારા કહેવાનો અર્થ એ નથી. જીવન તો સુખ અને દુ:ખનો સંગમ છે. માટે જ તમે માત્ર સુખની જ ટેવ પાડો અને નાની નાની ભરતી-ઓટને સહન ન કરી શકો તો કેમ ચાલે ? મારા મતે તો આપણે આપણાં બાળકોનો ઉછેર વધુ પડતો સુરક્ષિત રીતે કરીએ છીએ. કદાચ વધારે પડતા જ લાડ કરીએ છીએ.'

'એમાં કંઈ ખોટું નથી. એ લોકો તકલીફોનો સામનો ભલે ન કરે પણ એમણે કષ્ટોથી પરિચિત તો થવું જ પડશે. એમણે એટલું તો સમજવું જ પડશે કે જીવન રૂપી સિક્કાની એક બાજુ સુખ છે તો બીજી બાજુ દુ:ખ છે. સિક્કો ઉછાળતા દર વખતે કાટ ન પણ પડે. છાપને સહન કરવાનું ધૈર્ય કેળવતા આપણે આપણા બાળકોને શીખવવું જ પડશે. હું એમ નથી કહેતો કે આપણે એમને બિનજરૂરી તકલીફો આપીએ, એની કોઈ જરૂર નથી. એમને શ્રમિકોના જીવનને નજીકથી નિહાળવાનો મોકો આપીએ તો એટલું પૂરતું છે.' ગોખલેએ પોતાનો પહેલો જામ પૂરો કરીને બીજા જામનો ઓર્ડર આપ્યો. મેં મારો ગ્લાસ ભરીને બિયરની બોટલ ખાલી કરી. પછી પાપડનો ટુકડો મોઢામાં મૂક્યો.

'તમારી વાત સાચી છે', ગોખલેએ પોતાની વાત આગળ વધારતાં કહ્યું. 'આજકાલ તો મેનેજમેન્ટ શીખવતી કોલેજોમાં ઝૂપડપટ્ટીમાં રહેતા લોકોનું જીવન અને એમની સમસ્યાઓ કેસ સ્ટડી કરવા માટે આપવામાં આવે છે. પોતાના વિશ્લેષણ દ્વારા તેઓ એમના જીવનને સરળ બનાવવાનો પ્રયાસ કરી રહ્યા છે. પરેલ અને વરલી વિસ્તારમાં બીડી બનાવતા મજૂરો, મિલ મજૂરો અને નાનો-મોટો કામધંધો કરતા લોકો રહે છે. અમારા દૂરના સંબંધી પણ ત્યાં રહે છે. આપણે રજાના દિવસે આપણા બાળકો સાથે એક એક વિસ્તારમાં જઈએ. સગાસંબંધીઓની મુલાકાતની સાથે સાથે બાળકો માટે એક શિક્ષાપ્રદ યાત્રા સિદ્ધ થશે. મજૂરો દ્વારા કરાતો પરિશ્રમ, એમના બાળકો પોતાના માતા-પિતાને કેવી રીતે મદદ કરે છે, એ બધું જોઈને આપણા બાળકો જીવનની વાસ્તવિકતાને સારી રીતે સમજી શકશે. એમને જાણ થશે કે જીવન માત્ર ફૂલોની સેજ નથી. પરંતુ આના માટે ભાભીનો પણ સહયોગ જોઈએ.'

'તું મારી પત્નીને ઓળખતો નથી. મારા બાળકોને એ જ ખોટા લાડ લડાવે છે. એ મારા હોદ્દાના આધારે સમકક્ષ લોકો સાથે સતત સ્પર્ધા કર્યા કરે છે. અમારા ઘરમાં દરેક ચીજવસ્તુઓ, કપડા, સૌંદર્ય પ્રસાધનો.. બધું જ એકદમ કિંમતી છે. બે હાથે મોંઘામાં મોંઘી વસ્તુઓ ખરીદે છે. હવે છોકરાઓને પણ એવી જ આદત પડી ગઈ છે. હું ના પાડું તો મને કંજૂસની ઉપાધિથી નવાજવામાં આવે છે.' બિયર પોતાનું કામ કરી રહી હતી. મારી ભીતર ધરબાયેલો આક્રોશ બહાર નીકળી રહ્યો હતો.

'પોસાય છે, એટલે ખર્ચો કરવો જ એ જરૂરી નથી. આ ખર્ચ આવશ્યક છે કે નહીં, તે યોગ્ય છે કે નહીં, તે પણ વિચારવું જોઈએ ને? જે ખર્ચ સુવિધા માટે નહીં, પણ માત્ર હોદ્દો અને હેસિયતનું પ્રદર્શન કરવા માટે કરવામાં આવે છે એ અયોગ્ય તો છે જ, સાથે સાથે હાનિકારક પણ છે. ખોટો ખર્ચો બિલકુલ ઈચ્છનીય નથી. કોચિંગ ક્લાસીસનું જ ઉદાહરણ લઈ લો. સ્ટેટસ માટે માતા-પિતા પોતાના હોંશિયાર બાળકોને પણ આવા વર્ગોમાં મોકલે છે. અમે અમારા બાળકોને ક્યારેય આવા વર્ગોમાં નથી મૂક્યા. હંમેશા મે અને મારી પત્નીએ જ બાળકોને માર્ગદર્શન આપ્યું છે. તમે તો જાણો જ છો કે તેઓ મેરિટ સાથે પાસ થયા છે. દીકરી મેડિસિનમાં છે અને દીકરો એન્જિનિયરિંગ કરી રહ્યો છે.

'આપણે વળી ક્યા કોચિંગ ક્લાસીસમાં ગયા હતા? તેમ છતાં આપણે સારા ગુણાંક મેળવતા. હું આવું કહું, તો મારી પત્ની શું જવાબ આપે છે જાણો છો? તે કહે છે, તમારી પેઢી અને આજની પેઢીમાં ઘણો તફાવત છે. એ સમયે આટલી સ્પર્ધા ન હતી. આજે તો વ્યાવસાયિક અભ્યાસક્રમમાં પ્રવેશ મેળવવો હોય તો કાં તો લાખો રૂપિયાનું ડોનેશન આપો અથવા 90 ટકા કરતા વધુ ગુણ મેળવો. વિદ્યાર્થી ગમે તેટલો હોશિયાર હોય, તો પણ કોચિંગ ક્લાસીસની મદદ વિના અપેક્ષિત ગુણ મેળવી જ ન શકે.

'ભાભીની વાત અમુક અંશે સાચી છે, એમનું માતૃહૃદય છે. સ્ત્રીમાં સ્પર્ધાનું તત્વ હોવું સ્વાભાવિક છે. દરેક મા એવું જ ઈચ્છતી હોય છે કે તેનું બાળક કોઈ પણ ક્ષેત્રે પાછળ ન રહે. પતિ સાથે લડી-ઝગડીને પણ તે બાળકોની ઇચ્છાઓ પૂરી કરે જ છે,' ગોખલેએ પણ મારી પત્નીનું જ સમર્થન કર્યું.

મેં પણ હાર ન માની.

'આતો જીવન પ્રત્યેના તમારા દૃષ્ટિકોણનો પ્રશ્ન છે. દરેક નાની-નાની વાતમાં સુખ-સુવિધાની આદત પડી જશે તો તેઓ ડિગ્નિટી ઓફ લેબર એટલે કે મહેનતનું મહત્વ જ નહીં સમજે. પરિશ્રમ કરીએ તો જ સુખનો સ્વાદ અનુભવાય છે. હું એમ કહેવા ઈચ્છુ છું કે

આપણે દરેક વાત માટે પહેલેથી જ આશ્વસ્ત ન રહેવું જોઈએ. વી કેન નોટ ટેક એની થિંગ ફોર ગ્રાન્ટેડ. એમાં બે પેઢી વચ્ચેનું અંતર કે સ્પર્ધાત્મક યુગની કોઈ વાત જ નથી. મારી બિયર પૂરી થઈ ગઈ હતી.

'આ વાતનો તો ક્યારેય અંત આવે એમ નથી. આપણે જમાનાની સાથે જ ચાલવું પડશે. નવ વાગવા આવ્યા છે. હવે જઈશું. જામ પૂરો કરીને ગોખલેએ કહ્યું.

મેં વેઈટરને બિલ લાવવા માટે ઈશારો કર્યો.

ગોખલે મરીન ડ્રાઈવ પર પોતાની કાર ચલાવી રહ્યો હતો. મેં આંખો મીંચી દીધી. મારા મનમાં મારા બાળપણની પરિસ્થિતિ અને આજની જીવનપદ્ધતિ એક ફિલ્મની રીલની જેમ ચાલી રહી હતી. ચીત અને પટ... ગોખલેની વાતો કાનમાં ગૂંજી રહી હતી. જીવનનું આ સત્ય બાળકોને સમજાવવું જ પડશે. એમનામાં સમાધાન કરવાની ટેવ કેળવવી પડશે. તો જ તેઓ જીવનમાં આવનારી ઠોકરોને સહન કરી શકશે. એમનું અનુમાન ખોટું પડે તો પણ તેઓ માનસિક સંઘર્ષનો શિકાર નહીં બને. શું મારી આ યોજના સફળ થશે ? શું વાણી મને આ માટે સાથ આપશે ? કોશિશ તો કરવી જ પડશે. કર્મણ્યે વાધિકારસ્તે...

કાર અમારી કોલોનીમાં પ્રવેશી

મેં મારી આંખો ખોલી.

આસ્વાદ

સાંજના સાડા ચારનો સમય હતો.

મુંબઈ આંધ્ર મહાસભાનું પરિસર હતું. લગ્નના રિસેપ્શનનો માહોલ હતો.

મંચ ઉપર બે સિંહાસન હતા. ઉપર વર-વધૂના નામ લખેલા હતા. રંગબેરંગી શામિયાણો હતો. આખા પ્રાંગણને વીજળીના બલ્બોથી કલાત્મક રીતે સજાવવામાં આવ્યું હોવાથી ત્યાં રોનક હતી. કેટરિંગવાળા પોત-પોતાનું કામ કરી રહ્યા હતા. શાકભાજી વડે સુંદર આકૃતિઓ તૈયાર કરાઈ હતી. જે આમંત્રિતોને પોતાના તરફ આકર્ષિત કરી રહી હતી. ઉપરના માળે પાંચ પલંગ ધરાવતા ઓરડામાં ચાર મિત્રો વાતોમાં મશગૂલ હતા. એ બધાંએ કોલેજ છોડ્યાને પચીસ વર્ષ વીતી ગયા હતા. એ પાંચ પાંડવમાંના પાંચમા મિત્ર ગણેશની દીકરીના શુભવિવાહ પ્રસંગે અમને મુંબઈમાં મળવાનો આ મોકો મળ્યો હતો. સવારે લગ્નવિધિ સંપન્ન થઈ. ત્યારબાદ સ્વાદિષ્ટ ભોજનની વ્યવસ્થા હતી, પરંતુ એ બુફે જમણ ન હોતું. ભોજન બાદ થોડી વાર આરામ કરીને એ લોકોએ પોતાનો થાક દૂર કર્યો. ત્યારબાદ ચા પીને વાતોએ વળગ્યા. એ લોકો પોતાના કોલેજકાળના દિવસોની સ્મૃતિમાં ખોવાઈ ગયા. પછી પોત-પોતાના પારિવારિક જીવન વિશે વાતો કરી અને હવે નોકરી સંબંધી વાતો ચાલુ હતી.

'મેકેનિકલ એન્જિનિયરિંગની ડિગ્રી મળતા જ મને મારુતિ ઉદ્યોગના ગુડગાંવ સ્થિત પ્લાન્ટમાં નોકરી મળી. બે વર્ષ બાદ મારા લગ્ન લેવાયા. પછીના ચાર વર્ષમાં મુન્ના અને મુન્નીનો જન્મ થયો, પ્રસાદે પોતાની વાત પૂરી કરી.

'તારે તો તાર વિભાગમાં હોવું જોઈએ. કુમારે કહ્યું, 'તારા જેવી જ એક વ્યક્તિએ એકવાર રામાયણની કથા માત્ર ત્રણ શબ્દોમાં સંભળાવી હતી. બાંધ્યો, માર્યો અને લાવ્યા.'

'એટલે શું ભાઈ ?' મોહને પૂછ્યું

'અરે યાર, તું એટલું પણ ન સમજયો ? સેતુ બાંધ્યો, રાવણને માર્યો અને સીતાજીને લાવ્યા.'

'તો પછી સેતુ બાંધ્યા પહેલાની કથાનું શું ?' રાજેશ્વરે ટાપશી પૂરી.

'જુઓ, રામાયણની કથા કહેવા-સાંભળવા માટે આ યોગ્ય સમય નથી. અત્યારે તો આપણે કોલેજ પૂરી કર્યા પછી શું કર્યું તેની જ વાતો કરીશું. તો ભાઈ પ્રસાદ, હવે બોલ, કેટલી વાર પદોન્નતિ મળી ? શું અને કેટલું કમાયો ?' મોહને પીછો ન છોડયો.

'મારુતિ ઉદ્યોગમાં જોડાયા બાદ હું ઉત્તર ભારતીય જ બની ગયો. થોડો સમય તો ક્વાર્ટર્સમાં રહ્યો. પછી જમીન ખરીદી, મકાન બંધાવ્યું. પ્રગતિના પથ પર ચાર-પાંચ પગથિયાં ચડીને હાલમાં પરિચાલન (ઉત્પાદન) પ્રમુખ છું. જીવન વ્યવસ્થિત રીતે વીતી રહ્યું છે,' ટેવવશ પ્રસાદે સંક્ષેપમાં જ જવાબ આપ્યો.

'કુમાર ! હવે તારો વારો,' મોહને કુમાર સામે જોઈને કહ્યું.

'તમે બધા જાણો જ છો કે કોલેજનો અભ્યાસ પૂરો કરીને હું પ્રશિક્ષણાર્થી એન્જિનિયર તરીકે ભેલ (બીએચઈએલ)માં જોડાયો. પદોન્નતિ થતા ભોપાલ ગયો, પણ પાંચ વર્ષમાં જ ગૃહવિરહ, એટલે કે હોમસીકનેસ ન જીરવાતા કેટકેટલી તજવીજો કરીને પાછો હૈદરાબાદ આવી ગયો. બે વર્ષ પહેલા મારે સ્વૈચ્છિક નિવૃત્તિ એટલે કે વી.આર. એસ. લેવી પડી. હાલમાં મેં ભાગીદારીમાં સ્પેઅર પાર્ટની ફેક્ટરી શરૂ કરી છે. અમારું બધું સપ્લાય ભેલમાં જ થાય છે. આમ, આજે પણ ભેલ મને પરોક્ષ રીતે સહાયભૂત બની છે. મારા પરિવારની વાત કરું તો બે દીકરીઓ અને મુખાગ્નિ દેનારો એક દીકરો છે. મોટી દીકરી પરણીને અમેરિકા ચાલી ગઈ. નાની દીકરી એમ. એસ.સી. કરી રહી છે. મારો દીકરો એન્જિનિયરિંગ પૂરું કરીને બે વર્ષ સુધી નોકરી માટે પ્રયત્ન કર્યા પછી, હવે અમારી પોતાની ફેક્ટરીનું કામકાજ સંભાળી રહ્યો છે. હકીકતમાં તો મેં આ ફેક્ટરી એના માટે જ શરૂ કરી છે. હવે કમાણીની વાત... રામચંદ્રપુરમમાં મારું પોતાનું એક પાકું મકાન છે. મિયાંપુરમાં બે એકર જમીન છે. ફેક્ટરીમાં ભાગીદારી તો છે જ, થોડું ઘણું બેંક બેલેન્સ પણ છે. ચિટ ફંડમાં પણ થોડું ઘણું રોકાણ કર્યું છે,' કુમારે વાત પૂરી કરતા કહ્યું.

'કોલેજના દિવસોમાં તને નિબંધ-લેખનમાં એમ જ ઇનામો નહોતા મળતા. પચીસ વર્ષના જીવનનો સાર તે પચ્ચીસ વાક્યમાં કહી દીધો.' એ પ્રશંસા છે કે વ્યંગ, એ ખબર જ ન પડે એ રીતે કહીને મોહને પૂછ્યું, 'હં.. તો રાજેશ્વર ! તું શું કરે છે ?

'અમારા બધા વિશે જાણી લીધા પછી રિસેપ્શનમાં જવાના બહાને તું બચી જવા માંગે છે ? એવું નહીં ચાલે. પહેલા તારી વાત કર,' રાજેશ્વરે આગ્રહ કર્યો.

'મારા વિશે તમે ન જાણતા હો એવું શું છે ? જ્યારે જ્યારે તમે પૂછ્યું, મેં મારા વિશે બધું જ જણાવ્યું જ છે. તેમ છતાં તારી વાત તો હું ટાળી ન શકું. એટલે સાંભળ, જીવનમાં પ્રગતિ કરવી હોય તો વિકાસ રહિત સરકારી ક્ષેત્રની તુલનામાં ખાનગી ક્ષેત્ર જ સારું, એમ વિચારીને હું ભોપાલમાં એક નાની કંપનીમાં સંયંત્ર પર્યવેક્ષક તરીકે જોડાઈ ગયો. ઊંચા પદની શોધમાં ત્રણ-ચાર કંપનીઓ બદલ્યા પછી હાલમાં બે હજાર કરોડની કંપનીમાં સંયંત્ર પ્રભારી છું. હાલમાં ભોપાલમાં જ સ્થાયી થયો છું. એક બંગલો, બે કાર, નોકર, ચાકર, બધી સુખસુવિધાઓ છે. તમારી જેમ મને પેન્શન તો મળશે નહીં એટલે વીમો, મ્યુચ્યઅલ ફંડમાં મૂડી રોકીને મારું સેવાનિવૃત્ત જીવન વ્યવસ્થિત ચાલે એવું આયોજન કરી લીધું છે. બાળકોની વાત કરીએ તો, અમે એક દીકરામાં જ સંતોષ માની લીધો છે. દીકરો ડોક્ટર થયો છે. ભોપાલમાં પ્રેક્ટિસ કરે છે. વહુ પણ ડોક્ટર છે. આવતા બે વર્ષમાં એક નર્સિંગ હોમ શરૂ કરવાની તેમની યોજના છે. હું રોજ ક્લબમાં જઈને રમું છું અને દારૂ પીને જીવનનો આનંદ માણુ છું,' મોહને કહ્યું.

'તો હવે મારો વારો,' રાજેશ્વરે કહ્યું. 'સ્નાતકની પરીક્ષા આપ્યા પછી મેં યુનિયન બેંક ઓફ ઇંડિયાની પ્રવેશ પરીક્ષા આપી હતી. એન્જિનિયરીંગનું પરિણામ આવે એ પહેલા જ બેંકમાંથી સિલેક્શન લેટર મળી ગયો પરિણામ જાહેર થતા જ મુંબઈ આવી પહોંચ્યો. બેંકમાં ટેકનિકલ ઑફિસર તરીકે મેં નવું જીવન શરૂ કર્યું. જુદી જુદી ફેક્ટરીઓમાં જઈને તપાસ કરવી, ટેકનિકલ દૃષ્ટિએ તેઓ સફળ થશે કે નહીં, તેમણે આપેલી વિગતો સાચી છે કે નહીં તેનો રિપોર્ટ રજૂ કરવો અને તેના જ આધારે બેંક દ્વારા તેમને લોન આપવા અંગેનો નિર્ણય થવો, વગેરે... વગેરે. થોડા દિવસોમાં તો જીવન ઘરેડબદ્ધ થઈ ગયું. બે વર્ષમાં તો હું આ કામથી કંટાળી ગયો. મને થયું કે ક્યાંક હું મારું ટેકનિકલ જ્ઞાન ભૂલી ન જાઉં. એટલે મેં ઉત્પાદન કરતા ઉદ્યોગગૃહમાં નોકરી શોધવા માંડી. બે-ત્રણ ખાનગી સંસ્થાઓમાં કામ કર્યા પછી અંતે હવે રિલાયન્સમાં સ્થાયી થયો છું.

'વાતાનુકૂલિત ઑફિસમાં આરામદાયક ખુરશીમાં ઠાઠથી બેસવાનો મોકો અને સરકારી ક્ષેત્રની બેંકમાં સુરક્ષિત નોકરી છોડીને ખાનગી કંપનીમાં જવા માટે તારું મન કેવી રીતે માન્યું ? તે આટલું બધું જોખમ શા માટે લીધું ?' કુમારે વ્યાકુળ થઈને પૂછ્યું.

'જો હું આપણા વતનમાં જ રહેતો હોત તો કદાચ હું પણ તમારી જેમ જ

વિચારતો હોત. પરંતુ મુંબઈ આવ્યા બાદ મારી વિચારવાની પદ્ધતિ જ બદલાઈ ગઈ. મને થયું કે સરકારી બેંકમાં નિપુણતાનું કોઈ વિશેષ સ્થાન નથી. કામ કરવાવાળા અને ન કરવાવાળાઓને એક જ વેતનવૃદ્ધિ, વરિષ્ઠતા અનુસાર પદોન્નતિ અને એમાં પણ પાછું ઘણું-બધું રાજકારણ.... એ બધું મને ન ગમ્યું. સરકારી નોકરીની જરૂર કામચોરોને હોય છે, કામ કરવા માંગતા હોય તેમને નહીં. આ જ કારણે મેં મેરિટને પ્રધાનતા આપનાર ખાનગી ક્ષેત્રને પસંદ કર્યું. વ્યવસાયની દૃષ્ટિએ મને આત્મસંતોષ છે. હવે પરિવાર વિશે વાત કરીએ તો... એક દીકરો અને એક દીકરી છે. દીકરી એંજિનિયરિંગના છેલ્લા વર્ષમાં છે અને દીકરો બી કોમ. કરી રહ્યો છે.'

'અરે, આવું કેમ ? દીકરાને કેમ વાણિજ્ય શાખામાં દાખલ કર્યો ?'

'મને એવા માતા-પિતા પ્રત્યે સખત ચીડ છે, જેઓ દીકરીને બી.એ. કરાવે અને ઔપચારિકતા ખાતર કોલેજનો અભ્યાસ પૂરો કરાવે છે. મને એવા લોકો પ્રત્યે પણ નફરત છે જેઓ દીકરાને એંજિનિયર કે ડૉક્ટર બનાવવા માટે ડોનેશન આપે છે. મેં તો મારા બાળકોને તેમના રસ-રુચિ અનુરુપ કોર્સમાં દાખલ કર્યા છે. ભણાવનાર શિક્ષક ચાહે ગમે તે શાખાના હોય, ઊંચા શિખરે પહોંચ્યા પછી દરેકનું ભાવિ ઊજળું જ છે. હકીકતમાં તો આજે સનદી લેખાકાર (સી.એ.) નું જે મહત્વ છે તે એંજિનિયરનું નથી.'

'કોલેજમાં પણ તારું વલણ સામા પ્રવાહે તરવાનું જ હતું. અમને તો એમ થતું હતું કે તું જીવનમાં શું કરી શકીશ ? પણ ખરી રીતે તો અમારા બધાં કરતા તું સારા હોદ્દા પર છે. હવે તારી કમાણી-બચત વિશે વાત કર', મોહને કહ્યું.

'તમારા લોકો જેટલી બચત તો નથી કરી શક્યો. અહીં પ્રભાદેવીમાં મારો ત્રણ રૂમનો ફલેટ છે. શેઅરમાં થોડું રોકાણ કર્યું છે. થોડી વીમા પોલિસીઓ છે અને ગોવા ટાઈમ શેયરમાં થોડું રોકાણ... બસ.'

'આ ટાઈમ શેયર એટલે શું ? 'કુમારે પૂછ્યું.

'ટાઈમ શેયર એટલે નિવાસની સુવિધાને સમયવાર વહેંચવી. આ એક એવી યોજના છે જે આનંદથી રજાઓ ગાળવાની સુવિધા પૂરી પાડે છે. વિદેશની જેમ હવે અહીં પણ પંચતારક રિસોર્ટ્સ ખુલી ગયા છે. એક-એક એપાર્ટમેન્ટને એક વર્ષ દરમિયાન એક અઠવાડિયા માટે વેંચવામાં આવે છે. એક અઠવાડિયા માટે એકના હિસાબે એક

એપાર્ટમેન્ટના બાવન માલિક હોય છે. હોટલમાં તો એક રૂમમાં માત્ર બે વ્યક્તિને રહેવાની વ્યવસ્થા હોય છે. એને બદલે આ રિસોર્ટના એપાર્ટમેન્ટમાં હૉલ, શયનકક્ષ, રસોડું આદિ બધી સગવડ હોય છે. આખો પરિવાર ઘરની જેમ જ એકજ એપાર્ટમેન્ટમાં રહી શકે છે. ફાઇવ સ્ટાર હોટલની જેમ જ અહીં પણ જીમ, બાથ, સ્વીમીંગપૂલ જેવી સગવડ હોય છે. મેં બે લાખ રૂપિયામાં એક બેડરૂમનો એપાર્ટમેન્ટ ખરીદી લીધો છે. લગભગ દર વર્ષે અમે એક અઠવાડિયું દેશ-વિદેશમાં ફરી આવીએ છીએ. જે સુવિધાના એક અઠવાડિયા માટે આપણા દેશમાં ચાલીસ-પચીસ હજાર અને વિદેશમાં બે લાખ રૂપિયા ચૂકવવા પડે એજ સુવિધા અમને બે લાખનું મૂડી રોકાણ અને દર વર્ષે થોડી ફી ચૂકવીને મળી રહે છે,' રાજેશ્વરે ખુલાસો કર્યો

'શું કહ્યું ? બે લાખનું મૂડી રોકાણ અને દર વર્ષે દેશ-વિદેશમાં એક અઠવાડિયું રહેવાની સુવિધા,' કુમારે પૂછ્યું.

'આપણા ટાઈમ શેયરની અદલા-બદલી કરવાની સુવિધા ઉપલબ્ધ હોવાથી આપણને દુનિયાભરના લગભગ ચાર હજાર રિસોર્ટ્સમાં મફત રહેવાની સુવિધા મળે છે,' રાજેશ્વરે સમજાવ્યું.

'હા, મારી પાસે પણ એવો પ્રસ્તાવ આવ્યો હતો. કોઈકે ફોન કરીને મને સપરિવાર સ્ટાર હોટલમાં આવવાનું આમંત્રણ આપ્યું. અમે ત્યાં ગયા તો, અત્યારે રાજેશ્વરે જે બધું કહ્યું તે અમને ત્યાં વીડિયો પ્રેઝન્ટેશનના રૂપમાં દેખાડવામાં આવ્યું. એ સુવિધાઓ જોઈને આંખો તો અંજાઈ ગઈ. પણ એક તો અમને એ કંપની પર પૂરો ભરોસો ન હતો અને બીજું માત્ર મોજમજા માટે આટલું બધું રોકાણ કરવાની અમારી ઇચ્છા ન હતી. એટલે મેં તો સ્પષ્ટ કહી દીધું કે હું એ સ્કીમમાં નહીં જોડાઉં,' મોહને પોતાનો અનુભવ વર્ણવતા કહ્યું.

'હા... એજ. એક તો ટાઈમ શેયર શું છે એ ખબર નહીં. એમાં પાછું આટલું બધું મૂડી રોકાણ કરવાનું. દર વર્ષે રજાઓ ગાળવા અલગ-અલગ સ્થળે જવાનું. એમાં આવવા-જવાનો, ખાવા-પીવાનો અધધ ખર્ચ ! અરરર ! કેટલો પૈસા પાણીની જેમ વપરાઈ જાય ? દર વર્ષે તમે જેટલા રૂપિયા ખર્ચો છો, એમાંથી હૈદરાબાદમાં કેટલી જમીન ખરીદી શકો. બીજું કંઈ નહીં તો કોઈ અનાથાશ્રમમાં દાન આપો તો પુણ્ય તો મળે,' કુમારે કહ્યું.

'જો આપણે દરેક કાર્ય માટે કેટલો ખર્ચ કરવો, તેનું આયોજન કરીએ તો આવી સ્થિતિ ઉત્પન્ન ન થાય. મારા સ્વહિતને તિલાંજલિ આપ્યા સિવાય જેટલું કરી શકું એટલું ગુપ્તદાન હું અવાર-નવાર કરું જ છું. સાથે-સાથે એ વાતનું પણ ધ્યાન રાખું છું કે મારા પરિવારને કોઈ વસ્તુની કમી ન રહે. સેવાનિવૃત્તિ પછી શું કરવું, એનું પણ મેં આયોજન કરી રાખ્યું છે. હું તો વર્તમાનમાં જીવવામાં જ માનું છું. જમીન-જાયદાદ ભેગી કરવામાં હું માનતો નથી. મારા મતે આપણે કેટલાં વર્ષ જીવ્યા એ મહત્વનું નથી, પણ કેવું જીવ્યા એ મહત્વનું છે. જીવનનો આસ્વાદ લેવો એજ મારું લક્ષ્ય છે. બાળકો માટે સંપત્તિ ભેગી કરવાનો મારો કોઈ ઈરાદો નથી. એમને એમના રસ-રુચિ અનુસાર શિક્ષા અને સારા સંસ્કાર આપી શકું તો એટલું પૂરતું છે. એ લોકો પોતાનું જીવન જીવશે. પોતાના ઘરની વ્યવસ્થા એ લોકો જાતે કરી લેશે.'

કેરળનું પ્રાકૃતિક સૌંદર્ય, ઉત્તર પ્રદેશ અને રાજસ્થાનના ઐતિહાસિક સ્થળો, આંધ્ર, કર્ણાટક અને તામિલનાડુમાં આવેલા મંદિરો, ઉત્તરભારતના પવિત્ર તીર્થ સ્થળો, કુલુ-મનાલી, શિમલા, દાર્જિલીંગ, ઊટી, કોડાઈકેનાલ, જેવા પર્વતીય સ્થળો... આમાંથી એક પણ સ્થળ બાકી નથી રાખ્યું. ટાઈમ શેયરની કૃપાથી અમે આ બધા સ્થળો જોઈ શક્યા છીએ. ક્યારેક યુરોપ અને અમેરિકા ફરી આવ્યા. અમે કરેલા પર્યટનનો અનુભવ હું શબ્દોમાં વર્ણવી શકું એમ નથી. દેશ-વિદેશમાં ઘણું ઘણું ફરવાને કારણે મધુર સ્મૃતિઓની સાથે સાથે અમારા ચિંતનનું પરિદશ્ય પણ વિસ્તૃત થયું છે. જુદા જુદા લોકો, તેમની રહેણી કરણીથી પરિચિત થયા. રજાઓ ગાળીને પાછા ફર્યા બાદ એક નવો ઉત્સાહ અને એક નવી ઉમંગ... એને કારણે મારા કામમાં પણ અનાયાસે જ સુધાર થતો રહ્યો. નોકરીમાં પદોન્નતિ મળતી રહી. મારા બાળકો પણ અભ્યાસ માટે વધુ સમય આપ્યા વગર જ સારા ગુણ મેળવી રહ્યાં છે. ધન અર્જિત કરવું આવશ્યક છે, પણ એજ એકમાત્ર ઉદ્દેશ ન હોવો જોઈએ. મારા મતે તો ભરણ પોષણ અને ન્યૂનતમ આવશ્યકતાઓમાં કોઈ ઉણપ ન રહે એ રીતે બાળકોનો ઉછેર કરવો પૂરતું છે. પણ આપણા પછી પેઢીઓ સુધી ચાલે એટલી સંપત્તિ ભેગી કરવાનો વિચાર જ સદંતર ખોટો છે. આ જ વિચાર આપણને જીવનમાં ટૂંકો રસ્તો લેવા પ્રેરિત કરે છે.' રાજેશ્વરે ગંભીરતાથી પોતાની વાત પૂરી કરી.

‘બહુ સરસ, તારો વર્ગ પૂરો થઈ ગયોને દોસ્ત. કોલેજમાં વાદ-વિવાદનો જે હુન્નર હતો તે હજી જળવાઈ રહ્યો છે. અમે તો જાણે મધપૂડો છંછેડ્યો,’ કુમારે વ્યંગ કર્યો.

એકંદરે આપણા પાંચ પાંડવોનું જીવન ક્યાંક એક્સપ્રેસ છે તો ક્યાંક સુપરફાસ્ટ. પણ છે તો બધું પાટા પર જ. આ આપણા મિત્ર મંડળનું સૌભાગ્ય છે,’ મોહને કહ્યું.

‘લે, હજી સુધી તમારી વાતો ચાલુ છે. ત્યાં નીચે બધાં તમારી રાહ જુએ છે,’ ગણેશે આવી મિત્રોને ઊભા કર્યા અને રિસેપ્શન તરફ જવા પગ ઉપાડ્યા. ચાલો, આપણે પણ ત્યાં જ જઈએ.

વિરામ

'હલ્લો... મિસ્ટર વામન પ્લીઝ!'

'બોલું છું.'

'અરે, યાર હું શ્રીપતિ.'

'અરે પતિ! તું અહીં પણ મને નહીં છોડે. તું મુંબઈ ક્યારે આવ્યો?

'કાલે સવારની ફલાઈટમાં આવ્યો. આવતી કાલે સવારે તો પાછો જવાનો છું.'

'ગઈ કાલે સવારે આવ્યો અને તું મને છેક અત્યારે ફોન કરે છે? રાત્રે મારા ઘરે આવવાનું છે. મારું સરનામું નોંધી લે.'

'તું તારું જ ચલાવે રાખીશ, કે મને પણ કંઈ બોલવા દઈશ? મારો કાર્યક્રમ એકદમ ભરચક છે. અમારી બોર્ડ મિટિંગ ક્યારે પૂરી થશે એનું કંઈ નક્કી નથી. ત્યારબાદ કોકટેલ ડિનર છે. આ વખતે મને જવા દે.

'અચ્છા, તો એમ વાત છે. પંચતારક હોટલના બત્રીસ પકવાન, છપ્પન ભોગ અને મદિરાપાન છોડીને મારા ઘરની દાળ-રોટલી તું શું કામ ખાય? ઠીક છે. હું માની લઈશ કે તારા નસીબમાં એ જ લખાયું છે.'

'પોતે રિસાઈને બીજાને મનાવી લેવાનું તું હજી સુધી ભૂલ્યો નથી. ઠીક છે. તારી જ વાત રહેશે. તું પોતે જ દસ વાગ્યા સુધી ભૂખ્યા રહેવાની જીદ કરે છે તો હું શું કરી શકું?'

'હં... આવી ગયોને લાઈનપર. વામન સામે તારા ધમપછાડા ચાલે જ નહીં. મારું સરનામું લખી લે.'

શ્રીપતિએ વામનનું સરનામું લખી લીધું. એનું ઘર પ્રેસિડન્ટ હોટલની નજીક જ, રેલવે અધિકારી ક્વાર્ટર્સ, કોલાબામાં હતું. શ્રીપતિએ વિચાર્યું કે, કંઈ વાંધો નહીં, થોડું મોડું થઈ જશે તો પણ હોટલમાં પાછા ફરવામાં વધુ સમય નહીં લાગે.

શ્રીપતિ અને વામન ઉસ્માનિયા વિશ્વવિદ્યાલયમાં ઈન્ટરથી લઈને સ્નાતકોતર સુધી એક સાથે ભણ્યા હતા. એક જ ઓરડામાં સાથે જ રહેતા હતા. સ્નાતકોત્તર શિક્ષા

પૂરી થયા પછી નોકરી શોધવામાં વ્યસ્ત થઈ ગયા. શ્રીપતિ વધારે ચુસ્ત અને સ્ફૂર્તિલો હતો. એટલે સંભાવનાહીન સરકારી નોકરીની તુલનામાં દક્ષતા અને નિપુણતાને પ્રાધાન્યતા આપનાર ખાનગી કંપની ક્ષેત્ર જ તેની આશા અને અભિલાષાને સાકાર કરવા માટે વધુ અનુકૂળ છે એવા દઢ વિશ્વાસ સાથે એ મુંબઈની એક મોટી કોર્પોરેટ સંસ્થામાં જોડાયો.

પ્રગતિના એક પછી એક સોપાન ચડતા ચડતા એ ગ્રુપ ઓફ કંપનીઝના ઉત્તર ભારતીય વિભાગનો પ્રમુખ બની ગયો. એનું કાર્યાલય દિલ્હીમાં હતું. બાળપણથી જ વામનની આઈએએસ ઑફિસર બનવાની ઈચ્છા હતી. એણે પરીક્ષાની તૈયારી તો બહુ સરસ કરી હતી. પણ તે પરીક્ષામાં ઉત્તીર્ણ થયો નહીં. તેમ છતાં, રેલવેમાં પ્રથમ શ્રેણીના અધિકારી રૂપે પસંદ થઈ ગયો. દેશની ચારેય દિશાઓમાં ભ્રમણ કર્યા બાદ હવે તે મુંબઈ મુખ્યાલયના પશ્ચિમ રેલવેમાં મહાપ્રબંધકના પદ પર છે. આમ જોવા જોઈએ તો, બંને મિત્રો પોતપોતાની પસંદગીના ક્ષેત્રમાં આગળ વધી ગયા હતા.

જ્યારે શ્રીપતિ વામનના ઘરે પહોંચ્યો, ત્યારે વામન ટીવી પર પોતાની માતૃભાષાની કોઈ ચેનલ જોઈ રહ્યો હતો.

'તું તો કહેતો હતો કે, દસ વાગ્યા પહેલા નહીં આવી શકું. પણ તું તો નવ વાગ્યે જ આવી ગયો ?'

'શું છે, મોડા આવીને તારો ઠપકો સાંભળવા કરતા વહેલા આવીને તારી વાર્તા સાંભળવી સારી એટલે.'

'ધન્યવાદ-ધન્યવાદ. તે મારી વાર્તાઓના વખાણ કર્યા તે માટે હાર્દિક આભાર.'

'હું તારી વાર્તાઓ વિશે વાત નથી કરી રહ્યો. મારા કહેવાનો અર્થ તો એમ છે કે તું વાતો પણ વાર્તા જેવી જ કરે છે,' શ્રીપતિએ રમૂજ કરતા કહ્યું.

'આ તારી મજાક-મસ્તી તો જાણે ઠીક છે. મુખ્ય મુદ્દાની વાત કર. જીવન કેવું ચાલે છે ?'

'નમસ્તે ભાઈ! આટલા વર્ષે તમને અમારા ઘરે આવવાનો સમય મળ્યો,' વામનની પત્ની મનોરમાએ શ્રીપતિને કહ્યું.

'અત્યારે પણ ક્યાં સમય છે મારી પાસે! આ તો આની જીદ આગળ મારું કંઈ

ચાલ્યું નહીં. એટલે ઑફિસનું ઢગલો એક કામ એમજ મૂકીને અહીં આવ્યો છું.

'ભાઈ, ઑફિસનું કામ તો કાયમ રહેવાનું જ છે. પણ આપણે છેલ્લે મળ્યા એને કેટલો સમય વીતી ગયો. હવે જ્યારે આવો, ત્યારે ભાભી અને બાળકોને પણ સાથે લેતા આવજો.'

'તમારા ભાભીની તો હું ખાતરી આપી શકું, પણ બાળકોનું કંઈ કહી ન શકાય. પહેલાની વાત જુદી હતી, પરંતુ હવે એ લોકો મોટાં થઈ ગયાં છે. જ્યારે પણ અમારી સાથે ક્યાંય પણ આવવાનું કહીએ, તો એમ કહે છે કે અમે તમારી સાથે બોર થઈ જશું. હવે એમની પોતાની અલગ દુનિયા છે. એમના અલગ શોખ છે. એમને આપણી પેઢીના લોકોને મળવામાં નાનમ અનુભવાય છે,' શ્રીપતિએ વ્યથિત સ્વરે કહ્યું.

'હા, સાવ સાચી વાત છે. અમારાં બાળકો પણ અમારી સાથે નથી આવતાં. અત્યારે તો દીકરી અમદાવાદમાં છે અને દીકરો મેનેજમેન્ટનો અભ્યાસ કરી રહ્યો છે. પણ એ લોકો જ્યારે અહીં હતાં, ત્યારે પણ અમારા સગાસંબંધીઓના ઘરે જવાનું કહીએ તો મોં મચકોડતા.'

'એમ જ થાય ને? એ લોકો નાના હતા, ત્યારે તમને એમના માટે સમય નહોતો મળતો. હંમેશા કામ અને મિટિંગમાં જ તમે વ્યસ્ત રહેતા. એમાં પાછું, એક જગ્યાએથી બીજી જગ્યાએ ટ્રાન્સફર..' મોકો મળતા મનોરમાએ પણ પતિને સંભળાવી દીધું.

'સાચી વાત છે. આજે જ્યારે શાંતિથી વિચારીએ છીએ ત્યારે એવું લાગે છે કે, નોકરીની જવાબદારીમાં જ ગૂંથાયેલા રહીને આપણે વ્યક્તિગત ધોરણે ઘણું બધું ગુમાવ્યું છે.' શ્રીપતિએ પોતાના મનની વાત રજૂ કરતા કહ્યું.

'આમ, વાતોથી જ ભાઈનું પેટ ભરવાનો વિચાર છે કે શું? તમારા ભાઈની તો મને ખબર નથી. પણ મને તો બહુ ભૂખ લાગી છે. શ્રીપતિ પણ ભૂખ્યો છે. એમાં પાછો એ મધુપ્રમેહનો દરદી છે.'

'અરે હા! વાતોવાતોમાં હું તો સાવ ભૂલી જ ગઈ. ભજિયા સિવાય બધી જ રસોઈ તૈયાર છે. પાંચ જ મિનિટમાં થાળી પીરસું છું,' કહેતી મનારમા રસોડામાં જતી રહી.

'મને ભજિયા નહીં ફાવે. બીજી જે રસોઈ તૈયાર હોય, એજ પીરસી દો. મારે કાલે સવારે જ દિલ્હી જવાનું છે.'

'રમા! એ તો એમ કીધે રાખશે. તું તારે બધી રસોઈ તૈયાર કરી લે. પછી બધાં સાથે જ જમવા બેસીશું,' વામને પત્નીને કહ્યું અને શ્રીપતિને પૂછ્યું, 'કેમ ભાઈ? ભજિયા તો તને સૌથી વધુ ભાવતી વાનગી છે. તો ફાવતા નથી એવું કેમ કહે છે?'

'તને એવું લાગે છે કે હું પચ્ચીસ વર્ષ પહેલા હતો એજ શ્રીપતિ છું? ઉંમર વધવાની સાથે સાથે સુગર અને બી.પી.નો શિકાર થઈ ચૂક્યો છું. હવે પહેલા જેવી ભોજન પ્રત્યેની આસક્તિ રહી નથી. ત્યારે હું એવું વિચારતો હતો કે ખાવા માટે જીવવું જોઈએ. પણ હવે તો જીવવા માટે ખાવાનું છે.'

'અરે વાહ, તું તો બહુ મોટો દાર્શનિક બની ગયો છે ને કંઈ! જા, હાથ-મોં ધોઈ લે. ત્યાં સુધીમાં રમા જમવાનું પીરસી દેશે.

શ્રીપતિ બાથરૂમ તરફ વળ્યો.

મનોરમાએ ટેબલ પર પ્લેટ અને બધી વાનગીઓ સરસ રીતે ગોઠવી દીધી. એ વાનગીઓને જોઈને શ્રીપતિનું મોં તો ખૂલ્લું જ રહી ગયું.

'બેન, તમે આટલી બધી ધમાલ શા માટે કરી? હું થોડો આટલું બધું ખાઈ શકવાનો? દાળ-ભાત-શાક-રોટલી બનાવ્યા હોત તો ચાલત'

'એમાં ધમાલ કેવી ને તકલીફ કેવી ભાઈ? તમે આટલાં વર્ષે અમારા ઘરે આવ્યા છો. આટલું તો કરવું જ જોઈએ ને? 'મનોરમાએ પીરસતાં પીરસતાં કહ્યું.

'તમે પણ બેસી જાઓ બહેન, મને જોઈશે તે હું જાતે લઈ લઈશ.'

'હા, રમા, તું પણ બેસી જા, પોતાના જ ઘરમાં આ થોડો સંકોચ કરવાનો?'

'તે આ કહ્યું, તે બહું સારું થયું. મને તો એમ થયું હતું કે મારે જે વસ્તુઓની પરેજી પાળવાની છે એ તું મને જબરજસ્તી ખવડાવીશ.

શ્રીપતિએ બે શાક, દાળ, રોટલી અને સલાડ લીધું.

'તું તો એક કોર્પોરેટ સંસ્થામાં મોટા હોદ્દા પર છે તેમ છતાં તું સંપૂર્ણ શાકાહારી અને મદ્યપાનથી એકદમ દૂર રહેતો 'ટી ટોટલર' બની રહ્યો, એ માટે તને દાદ આપવી

જોઈએ, વામને સાચા દિલથી કહ્યું.

ખાનગી ક્ષેત્રના અધિકારીઓ માટે સાત્વિક આદતો જાળવી રાખવી મુશ્કેલ જરૂર છે, અસંભવ નથી. સવારે ચાલવા જાઉં છું. સીમિત ભોજનથી હું શુગરને નિયંત્રણમાં રાખું છું. અમારા કુટુંબમાં કોઈને પણ મધુપ્રમેહનું દરદ નથી. એટલે જ મને જ્યારે મધુપ્રમેહનું નિદાન થયું, ત્યારે મને ખૂબ જ આશ્ચર્ય થયું. કામનું દબાણ અને તણાવને કારણે મધુપ્રમેહ થાય છે, એવું ડોક્ટરે કહ્યું. મેં મધુપ્રમેહ ઘટી જાય એવો ઉપાય પૂછ્યો ત્યારે એમણે મને એક પ્રશ્ન પૂછયો કે તમારે બધું ખાઈ-પીને દવાઓ ખાવી છે કે પછી ખાવામાં પરેજી પાળીને દવા ઓછી કરવી છે. હું વિચારમાં પડી ગયો. એક બાજુ ખાવા-પીવાનો ખર્ચ અને બીજુ બાજુ દવા-દારૂનો ખર્ચ. બંને ખર્ચ સહન કરવો મારા માટે શક્ય ન હતું. એટલે જ મેં બીજો વિકલ્પ પસંદ કર્યો. એટલે જ તો મારી બિમારી એકદમ નિયંત્રણમાં છે.

'એટલે જ એવું કહેવાય છે કે મધુપ્રમેહના દરદીઓ પૈસા બચાવે છે અને મારા જેવા હૃદયરોગના દરદીઓનું દેવાળું નીકળે છે. કોલેજમાં તારા જેવો ખાઉધરો બીજો કોઈ નહોતો. તું આટલો બધો બદલાઈ કેવી રીતે ગયો ?' વામને આશ્ચર્યથી કહ્યું.

'પરિસ્થિતિઓ મનુષ્યને બદલી નાખે છે. જ્યાં સુધી મને ખબર ન હતી કે મને મધુપ્રમેહ છે, ત્યાં સુધી હું ભોજનપ્રિય હતો. મારા ડૉક્ટરે આપેલા ત્રણ સૂત્રોએ મારા ખાવા-પીવાની આદતો બદલી નાખી છે.'

'ભાઈ, આમને પણ એ સૂત્રો કહોને. એ પણ એ સૂત્રોનો અમલ કરશે. જુઓને એમની ફાંદ કેટલી વધી ગઈ છે. લગ્ન સમયે તો કેવા દુબળા-પતલા હતાં,' મનોરમાએ પતિ સામે જોઈને કહ્યું.

'શું તું પણ જેવી લગ્ન સમયે હતી તેવી અત્યારે છે ? અત્યારે તો પીપ જેવી જાડી થઈ ગઈ છે કે નહીં.'

'તમે ક્યારેય મારી સુંદરતાના વખાણ કર્યા છે ? અત્યારે એ બધી વાત છોડો અને આ આરોગ્ય સૂત્રો વિશે માહિતી મેળવો અને એનું પાલન કરો.'

'મને એવા કોઈ આરોગ્ય સૂત્રોની જરૂર નથી. જ્યાં સુધી જીવીશ ત્યાં સુધી તો બધું જ ખાઈશ-પીશ અને જલસા કરીશ. એક દિવસ તો બધાંએ મરવાનું જ છે. તો

પછી મન મારીને શા માટે જીવવું ?'

'એ તો એમ જ બોલશે. તમે કહોને, ભાઈ.'

'સૌથી પહેલા તો જીભ ઉપર કાબૂ રાખવાનો છે. સ્વાદ માટે ખાવાનું નથી. જેમાં સાકરનું પ્રમાણ ઓછું હોય, એવી જ વસ્તુઓ ખાવી. પછી તે સ્વાદિષ્ટ હોય કે નહીં.'

'મારાથી એવું નહીં થાય,' વામને હાથ ઊંચા કરીને કહ્યું.

'બીજું સૂત્ર સાંભળ– 'ગરીબની જેમ જીવો'. એટલે એવા લોકોની જેમ જીવો, જેમની પાસે ખાવા માટે કંઈ નથી. એટલે કે સીમિત ભોજન કરો. દિવસ દરમિયાન જેટલી કેલરીની જરૂરિયાત છે, એટલું જ ખાવું જોઈએ. આપણી પાસે પૈસા છે, એટલે જે જોઈએ, જેટલું જોઈએ એ ખાવું ન જોઈએ.'

'બાપ રે બાપ ! આ તો ભૂખ્યા રહેવાની જ વાત થઈ. આ બધું મારાથી નહીં થાય. જમીને એક કલાક પણ પૂરો ન થાય, ત્યાં તો મને પાછી ભૂખ લાગી જાય છે. ત્રીજું સૂત્ર શું છે ? સંભળાવ. સાંભળી લઈશ પણ એનું પાલન નહીં કરું.' વામને વિનાસંકોચ કહી દીધું.

'વધુ ખાવાની લાલચ ન રાખવી. કોઈ પાર્ટી કે સમારંભમાં જઈએ ત્યારે ત્યાં અવનવી વાનગીઓ જોઈને મોંમા પાણી આવી જાય, મન લલચાઈ જાય, ખાસ કરીને જે વિશેષ પકવાન હોય એ આપણને વધુ ખાવા માટે પ્રેરિત કરે. પણ આપણે આપણા મન પર નિયંત્રણ રાખવું જોઈએ. સામે છે તે મારા માટે જ છે એમ સમજીને તૂટી નથી પડવાનું.

'સાકર અને તેલ કયાં આડા આવે છે.'

'તેલથી આપણા શરીરમાં ચરબી વધે છે. એ ચરબી આપણા શરીરમાં બનતા ઇન્સ્યુલિનને શોષી લે છે.'

'બાપ રે ! તુ તો વિજ્ઞાનથી બે ગાઉ દૂર ભાગતો હતો. તું આટલું બધું શીખી ગયો ? અરે હા, જરૂરિયાત માણસને બધું શીખવી દે છે. હવે પછી તું જ્યારે મને મળવા આવે ત્યારે આ સૂત્રો ખીંટીએ ટાંગી દેજે. જોઈએ તો બે ગોળી વધારે ખાઈ લેજે. દવાના પૈસાના હું આપી દઈશ.

'હમણાં તો તું કહેતો હતો કે તારું દેવાળું નીકળી ગયું છે. હવે કહે છે કે હું પૈસા આપીશ. જો દોસ્ત, ઉલટાનો હું તને પૈસા આપીશ, પણ જે વસ્તુઓ ખાવી મારા માટે યોગ્ય નથી એ ખાવાનો આગ્રહ ન કર. બે વર્ષ પહેલાં હું ગામે ગયો હતો, ત્યારે મા એ મારા માટે અમુક પકવાન બનાવ્યા હતા. મેં એ પકવાન ન ખાધા, તો માની આંખમાં આંસુ આવી ગયા. એમણે દુ:ખી મનથી કહ્યું, 'તું નાનો હતો ત્યારે આપણી આર્થિક પરિસ્થિતિ સારી ન હતી, એટલે તને આ બધું ખવડાવી ન શકી. હવે તને ખાવા આપું છું તો તું ખાઈ શકે એમ નથી. મારું તો નસીબ જ ખરાબ છે કે હું તને મારા હાથે ખવડાવી નથી શકતી.' તું માન કે ન માન હું ઘરમાં ભાત ખાતો નથી. ઘી વગરની રોટલી જ ખાઉં છું. તારા જેવા મિત્રો કે સંગાસંબંધીઓના ઘરે જવાનું થાય ત્યારે આ સૂત્રોના પાલનમાં ઢીલાશ આવી જાય છે,' આટલું કહીને શ્રીપતિએ ઘડિયાળ સામે જોયું. સાડાબાર થવા આવ્યા હતા. નાનપણના મિત્ર સાથે વધુ સમય વીતાવવાની તેની ઇચ્છા હતી. પરંતુ એ શક્ય ન હતું.

'ચાલ ત્યારે હું નીકળું. આવજો બહેન.'

'હજી તો તારી સાથે ધરાઈને વાતો થઈ જ નથી. કાલનો દિવસ રોકાઈ જાને. હું પણ રજા લઈ લઈશ. આપણે એલિફન્ટા જોવા જઈશું અને મજા કરીશું.'

'હા ભાઈ ! અમે પણ હજી સુધી એલિફન્ટા જોવા નથી ગયા. તમારી સાથે અમે પણ ફરી લઈશું.' મનોરમાએ કહ્યું.

શ્રીપતિ પણ થોડો ઢીલો પડી ગયો. એણે નક્કી કરી લીધું કે, એ બીજા દિવસે રજા લઈ લેશે. 'મારી પણ તમારી સાથે થોડો વધુ સમય વીતાવવાની ઇચ્છા છે. હું મારા અંગત સહાયકને ફોન કરીને કહી દઉં છું કે મારી આવતી કાલની બધી એપોઇંટમેન્ટ રદ્દ કરી નાખે. હું આવતી કાલે હોટલમાંથી check out કરીને સવારે નાસ્તાના સમયે આવી જઈશ. આવતી કાલે આપણે આપણા ભૂતકાળની યાદોને તાજી કરીશું. હસતા-રમતાં સમય વીતાવીશું. ગુડ નાઈટ !' કહીને શ્રીપતિ પોતાની હોટલે જવા નીકળ્યો.

બીજા દિવસે સવારે શ્રીપતિ આવી પહોંચ્યો. વામન અને મનોરમા સાથે નાસ્તો કર્યો. પછી ત્રણેય જણા એલિફન્ટા ગુફા જોવા માટે ગેટ વે ઑફ ઇંડિયા જવા નીકળી પડ્યા.

રજાનો દિવસ નહોતો તેમ છતાં પણ આપણા દેશના પ્રવેશ દ્વાર પાસે પર્યટકોની અવર-જવરથી રોનક જણાતી હતી. એલિફન્ટા ગુફાઓ સુધી લઈ જતી લોંચ એક પછી એક નીકળી રહી હતી. માછલીઓ અને પક્ષીઓને ખવડાવવા માટે એમણે બ્રેડ સ્લાઈસ લીધી અને ડિલક્સ લોંચની ટિકિટ ખરીદીને ત્રણેય જણા લોંચમાં બેઠા.

ચાલીસ મિનિટની લોંચ યાત્રા આલ્હાદક રહી. બ્રેડનો ટુકડો ઉપર ફેંકીએ કે તરત જ પક્ષી તેને હવામાં ગ્રહણ કરી રહ્યાં હતાં. બ્રેડનો ટુકડો જો પાણી તરફ ફેંકીએ તો માછલીઓ તરત જ પાણીની સપાટી પર આવીને એને મોંમા ઝીલી રહી હતી. ચારે બાજુ અરબી સમુદ્ર ફેલાયેલો હતો. મધદરિયેથી નજર નાખતા ગેટ-વે ઑફ ઇંડિયા અને તાજમહેલ હોટલ સુધી નયનરમ્ય દશ્યો દેખાતાં હતાં. શ્રીપતિ એની નોકરીમાં એટલી હદે વ્યસ્ત રહેતો હતો કે તેને શ્વાસ લેવાની પણ ફૂરસદ મળતી નહોતી. એ તો આ નૌકાવિહારમાં ઘણી શાંતિ અનુભવી રહ્યો હતો. વામન અને મનોરમા પણ આ અપૂર્વ દશ્યનો આનંદ માણી રહ્યા હતા. શ્રીપતિએ પોતાના સેલફોનના કેમેરાથી કેટલાક દશ્યોને ફોટામાં ક્લિક કરી લીધા. વામને પોતાના ડિજિટલ કેમેરા વડે ત્રીસ-ત્રીસ સેકન્ડની ઘણી વિડિયો ક્લિપ્સ બનાવી. એલિફન્ટા પહોંચીને ત્રણેય જણાએ કોફી પીધી અને પછી આગળ વધ્યા. ત્રિમૂર્તિની પ્રતિમા પાસે એમણે એક પ્રોફેશનલ ફોટોગ્રાફર પાસે ઇન્સ્ટંટ ફોટા પડાવ્યા. અડધા કલાક સુધી ગુફાઓ નિહાળ્યા બાદ સમુદ્ર કિનારે આવેલા પાર્કમાં બેઠા.

'તારો ખૂબ-ખૂબ આભાર વામન ! જો ગઈકાલે તે આટલો આગ્રહ ન કર્યો હોત તો આજે હું આ અનુભૂતિથી વંચિત જ રહી જાત. એવું લાગે છે કે પોતાની કારકિર્દીમાં પ્રગતિ કરવાની લાલસામાં જીવનની ન જાણે કેટકેટલી મધુર અનુભૂતિઓને ગુમાવી બેઠો છું. આજે મને સમજાય છે કે પદ અને પૈસાથી પ્રાપ્ત સુખના ગુલામ બનીને આપણે જીવનના વાસ્તવિક આનંદથી કેટલા દૂર થઈ ગયા છીએ.'

'એટલે જ મેં સરકારી ક્ષેત્ર પસંદ કર્યું. અમારી પાસે જવાબદારીઓ કરતાં અધિકારો વધુ છે. એકાઉંટીબીલીટી એટલે કે ઉત્તરદાયિત્વ પણ નામનું જ હોય છે. મને એવું લાગે છે કે તારી તુલનામાં હું વધુ સુખી છું. ટૂંકો રસ્તો અપનાવીને પદોન્નતિ અને સંપત્તિ મેળવવાની લાલસામાં અનેક સરકારી અધિકારીઓની માનસિક શાંતિ હણાઈ જાય છે. હું એવી કોઈ ઝંઝટમાં પડતો નથી. એટલે હું એકદમ શાંતિથી રહું છું. હા, આપણે આપણી રીતે જીવીએ એમાં પણ અવરોધો ઊભા કરનાર વિઘ્નસંતોષીઓની

કોઈ કમી નથી. જો આપણે એવી આવડત કેળવી લઈએ કે કોઈને દુઃખી ન કરીએ અને પોતે પણ દુઃખી ન થઈએ, તો કોઈ તકલીફ ન પડે. અમને તો પેંશનની પણ સુવિધા છે એટલે સેવાનિવૃત્તિ પછી પણ મારું જીવન શાંતિથી વીતશે,' વામને કહ્યું.

'તું નસીબદાર છે ભાઈ, આપણે જ્યારે નોકરીની શોધમાં હતા. ત્યારે મારી જરૂરિયાતો જરા જુદી હતી. આપણો પોતાનો દૃષ્ટિકોણ હતો. મારા આટલાં વર્ષોના અનુભવ પરથી હું એ જ શીખ્યો છું કે પૈસાથી આપણે માત્ર સુવિધા ખરીદી શકીએ છીએ, સુખ નહીં. સુખ તો સંતોષથી મળે છે. એટલે માત્ર પૈસો જ મહત્વનો નથી. કમાણીની તો કોઈ સીમા નથી. જ્યાં સુધી આપણું ધ્યાન માત્ર કમાણી પર જ હશે, ત્યાં સુધી આપણે સંતુષ્ટ નહીં રહી શકીએ. એટલે જ હું વિચારું છું કે ધીમે ધીમે હું મારી રોજિંદી જવાબદારીઓને ઓછી કરું અને એક સલાહકાર બનીને રહું. ઇચ્છું છું કે બે વર્ષમાં આ નોકરીના બંધનથી મુક્ત થઈ જાઉં. અત્યાર સુધી જેટલું કમાયો છું, એટલું મારા માટે પૂરતું છે. એટલે મારી જરૂરિયાતો પૂરી કરવાની તો કોઈ ચિંતા નથી. અત્યાર સુધી હું ખાલી શ્વાસ લેતો હતો, હવે ખરા અર્થમાં જીવીશ. ચાલો, હવે પાછા જઈએ. બહેનના હાથની રસોઈ જમી થોડી વાર આરામ કરીશ.' શ્રીપતિ ઊઠયો. વામન અને મનારમાએ પણ એનું અનુસરણ કર્યું.

શ્રીપતિ પોતાની વાત પર અડગ રહેશે કે નહીં તે તો ખબર નથી, પણ શું આપણે પણ એ દિશામાં આગળ વધીશું ? માત્ર શ્વાસ લેવાને બદલે જીવવાનું શરૂ કરીશું ?

નાના અને પ્યારા - પ્રચારના સિતારા

'તું ભલે ગમે તે કહે શૈલેશ! હું આ વાતનું સમર્થન ક્યારેય નહીં કરું.'

'કેમ? આમાં શું ખોટું છે?'

'સદંતર ખોટું છે. કોલેજમાં તો માનવતા વિશે વ્યાખ્યાન આપતો હતો, આજે આવું કરવું શોભે છે તને?

'ખરેખર માનવતા એટલે શું એ ખબર છે તને? ને તું જાણતો હોત તો આવું ન બોલત.'

'હા ભાઈ! હવે માનવતા વિશે તારી પાસે જ શીખવું પડશે ને? તો બોલો ભાઈ, સમજાવો.'

'શું ભીખ માંગતા બાળકોને આશ્રય આપવો માનવતા નથી? આ બાળકો અસામાજિક તત્વોની જાળમાં ફસાઈ જાત, એને બદલે તેમને શ્રમિક શક્તિના રૂપમાં ફેરવવાના પ્રયાસ માટે મારી પ્રશંસા કરવાને બદલે તું મારી નિંદા કેમ કરે છે સુરેન્દ્ર?'

'કોમળ અને માસૂમ બાળકોને ધોમધખતા તાપમાં તારી કંપનીનું બેનર પકડાવીને ઊભા રાખવા એ અમાનુષી કૃત્ય નથી? કલાકો સુધી ઊભા રહેવાથી તેમને પગ દુ:ખતા હોય, કેટલું કષ્ટ થતું હોય એ વાતાનુકૂલિત ઘરમાં રહેવાવાળા, એ.સી. કારમાં ફરવા વાળા તારા જેવા લોકોને ક્યાંથી સમજાય?'

'મહેનત કર્યા વગર થોડું ચાલે? રોજીરોટી મેળવવા માટે આટલો અમથો પરિશ્રમ પણ ન કરે તો કેમ ચાલે? અને મારી જીવન શૈલી વિશે તો તારે કંઈ કહેવાની જરાય જરૂર નથી. તે તો વગર કોઈ તકલીફે, એકદમ આરામથી સ્નાતકોત્તર સુધીનો અભ્યાસ કર્યો છે. કષ્ટ કોને કહેવાય, એ તારા કરતા હું વધુ સારી રીતે જાણું છું. પળે પળે કોઈ ને કોઈ મુશ્કેલીનો સામનો કરીને ફી માટે, પુસ્તકો માટે અને અન્ય નાના-મોટાં ખર્ચાઓ માટે ક્યારેક પેપર બોય, ક્યારેક સેલ્સમેન, ક્યારેક પાર્ટટાઈમ ટાઈપિસ્ટ તો ક્યારેક ટ્યૂશન ભણાવનાર માસ્તર... આવા અનેક રૂપધારણ કર્યા પછી એમ.બી.એ.ની ઉપાધિ પ્રાપ્ત કરી શકયો છું. શ્રમના મહત્વ વિશે તારા જેવા લોકો પાસેથી પ્રવચન સાંભળવાની મને જરાય જરૂર નથી.'

'અરે શૈલેષ! આટલો બધો આવેશ શા માટે ? જો તું શાંતિથી વિચાર કરીશ તો મારી વાત સમજી શકીશ. ઓછા ખર્ચે વધુ પ્રચાર માટેની આ રીત વિચારનાર આ તારું એમ.બી.એ. કરેલ મગજ ખરેખર પ્રશંસાને પાત્ર છે. પણ જરા આ નિર્દોષ બાળકો સામે પણ જો. તો તને મારો મુદ્દો સમજાશે. મારી વ્યથા તું સમજી શકીશ.'

'સુરેન્દ્ર ! જો આ બાળકો માટે તું ખરેખર વ્યથા અનુભવે છે, તો તું મને એમ કહે કે તે આ બાળકો માટે શું કર્યું છે? એમના હાથમાં એક રૂપિયાનો સિક્કો પકડાવીને હાથ ખંખેરી નાખવાને બદલે તેમને એક નવું જીવન મળે તે માટે તે અથવા તારી ભાવનાઓને સમજનારા તારા મિત્રોએ કોઈ સકારાત્મક કાર્ય કર્યું છે? બોલ!'

'હે ભગવાન! મેં ક્યાં આ મધપૂડાને છંછેડ્યો!' સુરેન્દ્રએ વિચાર્યું. ચર્ચાને વળાંક આપવા માટે તેણે કહ્યું, 'આ વાદ-વિવાદનો તો કોઈ અંત જ નથી. છોડ આ વાતને, હરિતા અને બાળકો વિશે વાત કર.' અને એ લોકો, પોતાના પરિવાર વિશે વાતો કરવા લાગ્યા.

સુરેન્દ્ર અને શૈલેષ બંને બાળપણના મિત્રો હતા. બંનેએ ઉસ્માનિયા વિશ્વવિદ્યાલયમાં જ અભ્યાસ કર્યો હતો. કોલેજકાળથી જ બંને વચ્ચે મતભેદ હોવા છતાં તેમની મૈત્રી અતૂટ રહી છે, તે ખરેખર આશ્ચર્યજનક છે. જિંદગીની રાહ પર ચાલતા ચાલતા એક બેંગલુરુ પહોંચી ગયો અને બીજો મુંબઈ.

સુરેન્દ્ર મુંબઈમાં એક પ્રાઈવેટ કંપનીમાં અધિકારી હતો. શૈલેષ બેંગલુરુમાં ઈલેક્ટ્રોનિક વસ્તુઓનું ઉત્પાદન કરતી એક કંપનીમાં ઉપાધ્યક્ષ (વિપણન અને પ્રશાસન) હતો.

શૈલેષ પોતાની કંપનીના એક નવા ઉત્પાદનને બજારમાં ઉતારવા સંબંધિત કામસર મુંબઈ આવ્યો હતો. સવારથી જ એ કંપનીના અધિકારીઓ અને વેપારીઓ સાથેની મિટિંગો, જાહેરખબર એજન્સીઓ સાથે ચર્ચા-વિચારણા અને પત્રકારપરિષદમાં વ્યસ્ત હતો.

આટલો ભરચક કાર્યક્રમ હોવા છતાં તેણે પોતાના બાળપણના મિત્ર સાથે એક સાંજ આરક્ષિત રાખી હતી. સુરેન્દ્રએ પોતાના ઘરે આવવાનો ઘણો આગ્રહ કર્યો. પણ સમયના અભાવે શૈલેષે સુરેન્દ્રને જ પોતાની હોટલમાં જ જમવાનું નિમંત્રણ આપ્યું.

એમના વાર્તાલાપની શરૂઆત ભલે થોડા ઉશ્કેરાટ સાથે થઈ, પણ પૂર્ણાહુતિ તો એકબીજાના પરિવારના હાલચાલ પૂછી આત્મીયતા સાથે થઈ. રાતના દસ વાગ્યા એટલે કમને પણ સુરેન્દ્ર ત્યાંથી મુંબઈની બહાર ઉપનગરમાં સ્થિત પોતાના ફ્લેટ પર જવા નીકળ્યો.

સુરેન્દ્રના ગયા બાદ પણ તેણે ઉઠાવેલા મુદ્દાએ શૈલેષનો પીછો છોડ્યો નહીં. અને એ સમગ્ર ઘટનાક્રમ વિશે પુનર્વિચાર કરવા લાગ્યો.

આખા મુંબઈ શહેરમાં દર સો મીટરના અંતરે બે-બે બાળકો તેના નવા ઉત્પાદનના બેનર પકડીને ઊભા હતા. જાહેરખબરની આ નવી રીતથી લોકોનું ધ્યાન તેની તરફ આકર્ષાયું. ટીવી અથવા હોર્ડિંગ દ્વારા પણ આટલો પ્રચાર થયો ન હોત અને એ માટે ખર્ચ પણ કેટલા ગણો વધારે થાત!

આ જાહેરખબર પ્રત્યે વેપારીઓની પ્રતિક્રિયા ઉત્સાહવર્ધક હતી. લાખોનો ઓર્ડર મળ્યો અને તેને ઘણી સફળતા મળી. પણ સુરેન્દ્રએ કરેલી આલોચનાએ તેને વિચારતો કરી દીધો હતો. એણે કહી તો દીધું, પણ શું ખરેખર એણે એ બાળકો પ્રત્યેની સહાનુભૂતિને કારણે આ પ્રચાર માધ્યમનું ચયન કર્યું હતું? એની અંતરાત્માએ જવાબ આપ્યો, 'ના'.

એણે તો માત્ર ખર્ચ ઓછો કરવા માટે જ આ નિર્ણય લીધો હતો. તેમ છતાં પણ જેટલો ખર્ચ થયો છે, તેમાંથી એ બાળકોને શું મળ્યું? કદાચ કુલ ખર્ચના દસ ટકા પણ નથી મળ્યા. એનો અર્થ તો એ જ થયો ને કે નેવુ ટકા રકમ તો બાળકો સપ્લાય કરનાર અને જાહેરખબર એજન્સીના ખીસામાં જ ગઈ. શું આ શોષણ ન કહેવાય! શું પોતે આ શોષણમાં સહભાગી થયો ન કહેવાય?

શૈલેષના મનમાં જાણે ઉથલાપાથલ થઈ ગઈ. વિચારોને કારણે તેને સરખી ઊંઘ પણ ન આવી. સવારની ફ્લાઇટમાં તો એ બેંગલુરુ પાછો ફર્યો.

ઑફિસમાં દરેકે શૈલેષની પ્રશંસા કરી. ઓછા ખર્ચે અસરકારક જાહેરખબર કરતા માધ્યમનું ચયન! શરૂઆતમાં જ લાખોનો ઓર્ડર!

મેનેજિંગ ડિરેક્ટર (વહીવટી સંચાલક) પણ બહુ ખુશ થયા. એમણે જાતે શૈલેષની કેબિનમાં આવીને એને અભિનંદન આપ્યા. શૈલેષ બધાના અભિનંદન અને

શુભેચ્છાઓ સ્વીકારી રહ્યો હતો પણ એના મનમાં કચવાટ થતો હતો. મુંબઈ એરપોર્ટથી નરીમન પોઈન્ટ સુધી બેનર પકડીને ઊભેલા બાળકો એની આંખ સામે ખડા થઈ ગયા. એને એવો અહેસાસ થઈ રહ્યો હતો કે, જાણે એ થાકેલા બાળકોએ એને દોષી તરીકે ખડો કરી દીધો છે.

સામાન્ય રીતે એ દરરોજ સાંજે સાત વાગ્યા સુધી તો ઑફિસમાં રોકાતો જ. પણ એ દિવસે તે છ વાગે જ ઘરે જવા રવાના થઈ ગયો.

'લાગે છે કે આજે સૂર્ય પૂર્વ દિશામાં આથમ્યો છે. આજે છ વાગે જ ઘરે આવી ગયા છો.'

શૈલેષ કંઈ પણ જવાબ આપ્યા વિના જ ચૂપચાપ પોતાના રૂમમાં જતો રહ્યો.

'શું થયું ? કેમ આજે તમે આટલા વ્યાકુળ જણાવ છો ?' પત્નીએ ચિંતિત સ્વરે પૂછ્યું 'હરિતા એકદમ સરસ કોફી બનાવને ! ત્યાં સુધી હું ફ્રેશ થઈ જાઉં.'

'આ લ્યો, હવે કહો શું વાત છે ?' કોફીનો કપ અને બિસ્કિટની પ્લેટ આપતા હરિતાએ પૂછ્યું .

શૈલેષે કોફીનો એક ઘૂંટડો ભર્યો અને એક બિસ્કિટ મોં માં મૂક્યું. પછી તેણે નવા ઉત્પાદનનું લોન્ચ, કંપનીના કામ, પોતાની મુંબઈયાત્રા, પ્રચારના માધ્યમ તરીકે બાળકોનો ઉપયોગ, રાત્રે સુરેન્દ્ર સાથે થયેલી દલીલો વિશે હરિતાને વિગતવાર વાત કરી.

'હરિતા, મને એવું લાગે છે કે હું દોષી છું'

'સાંભળો, આટલા મોટા પદ પર કામ કરતી વખતે આટલા સંવેદનશીલ હોવું પોસાય નહીં. હું જાણું છું કે મેનેજમેન્ટના શબ્દકોશમાં દયાનું કોઈ સ્થાન નથી.'

'હું સમજું છું હરિતા, કે એક સમયે જે વાત મેં તને કહી હતી, તે જ તું આજે મને સંભળાવી રહી છે. પણ મેં તને જ્યારે આ વાત કહી હતી ત્યારે એનો સંદર્ભ એકદમ અલગ હતો. જ્યારે આજની પરિસ્થિતિ એકદમ અલગ છે. મારી મુંઝવણ એ છે કે હું કઈ રીતે મારી ભૂલને સુધારી શકું એ જ મને સમજાતું નથી.'

'જો તમે એવું ન માનો કે હું તમારા કામમાં હસ્તક્ષેપ કરી રહી છું, તો એક વાત કહું ?'

'બોલ'.

'આ સ્પર્ધાત્મક યુગમાં પ્રચારના મહત્વને તો આપણે નકારી શકીએ એમ નથી. ઓછા ખર્ચમાં વધુ લાભ મેળવવાનો વિચાર કરવો એ કંઈ ગુનો નથી. પરંતુ એનો અર્થ એ નથી કે હું શોષણનું સમર્થન કરી રહી છું. તમે થોડું શાંતિથી વિચારો કે આ શોષણને કઈ રીતે રોકી શકાય. કોઈને કોઈ ઉપાય તો ચોક્કસ મળશે.'

'મારું તો જાણે મગજ બેર મારી ગયું છે. મને કાંઈ સૂઝતું નથી એટલે તો તને પૂછું છું. તેં પણ એમબીએ કર્યું છે. મારી આટલી મદદ નહી કરે ?'

'તમારી કંપની તમને પગાર આપે છે કે મને ? ઉપાય હું બતાવું અને એનો શ્રેય તમને મળશે.'

'મજાક નહીં કર હરિતા ! હું ખરેખર ગંભીરતાપૂર્વક તને કહીં રહ્યો છું. તું કહીશ તો તમે પરામર્શશુલ્ક અપાવીશ, બસ'

'અરે, હું તો મજાક કરું છું. આપણી વચ્ચે પૈસાનો તો પ્રશ્ન જ નથી. તમને જે વેતન મળે છે તે મારું જ છે ને ? અને જો તમને શ્રેય મળશે તો તમે અને હું ક્યાં જુદા છીએ ? મને થોડો સમય આપો. હું કંઈ વિચારું છું. હવે ઑફિસની વાતો રહેવા દો. મારે રસોઈ બનાવવાની બાકી છે. છોકરાઓ ટ્યુશનેથી આવતા જ હશે' કહેતી હરિતા રસોડામાં જતી રહી.

એમ.બી.એ. ર્ક્યા પછી હરિતાએ થોડો સમય નોકરી કરી. લગ્ન પછી પણ નોકરી ચાલુ રાખી હતી. પણ બાળકોના જન્મ પછી ઘર અને નોકરી બંને સંભાળતા સંભાળતા એ બાળકોના ઉછેર પર પૂરતું ધ્યાન નહોતી આપી શકતી. આ બાજુ શૈલેષ પોતાની નોકરીમાં ઘણી પ્રગતિ કરી રહ્યો હતો. આર્થિક સ્થિતિ પણ સુધરી હતી. એટલે હરિતાએ નોકરીમાંથી રાજીનામું આપી દીધું હતું. પોતાની સગવડ અને સુવિધા મુજબ એ અમુક સ્વૈચ્છિક સંસ્થાઓને પરામર્શ અને સહયોગ આપતી પણ એની પ્રાથમિકતા એનો પરિવાર જ રહેતો.

બીજા દિવસે શૈલેષ જ્યારે સાંજે ઑફિસેથી ઘરે આવ્યો ત્યારે કોફી અને નાસ્તો આપ્યા બાદ હરિતાએ પોતાની યોજનાની રૂપરેખા અને વિવરણ લખેલો કાગળ તેના હાથમાં મૂક્યો.

આજે જાહેરખબર ક્ષેત્રનું ટર્નઓવર કરોડો રૂપિયાનું છે. પણ એ વિદેશી બહુરાષ્ટ્રીય કંપનીઓના તાબામાં છે. વિદેશી કંપનીઓ પોતાના ઉત્પાદનોની સાથે સહાયક તરીકે જાહેરખબર કંપનીઓને પણ સાથે લાવી. તેઓ શરૂઆતમાં તો દેશી કંપનીઓ સાથે હાથ મિલાવે છે. અહીંના વેપાર અને બજારની પ્રણાલિ સમજી લીધા બાદ દેશી કંપનીઓથી અલગ થઈ પોતાનો સ્વતંત્ર કારોબાર શરૂ કરે છે. જાગતિકીકરણ અને ઉદારીકરણની કૃપાથી આજે આપણા દેશની કંપનીઓ બંધ થવાના આરે છે. મોટી મોટી જાહેરખબર એજન્સીઓ પણ જ્યાં સુધી કોઈ મોટી વિજ્ઞાપન કંપની સાથે જોડાણ ન કરે ત્યાં સુધી ઊભી ન થઈ શકે એવી ખરાબ હાલત છે. ફાઇવ સ્ટાર સંસ્કૃતિને કારણે પાખંડ અને દેખાડો જાણે સામાન્ય થઈ ગયો છે. અને એટલે જ જાહેરખબરના દર આકાશને આંબી ગયા છે. ઉત્પાદનના ખર્ચ કરતાં પણ એની જાહેરખબરનો ખર્ચ વધારે થાય છે. એનું નુકશાન થાય છે આપણા દેશના ઉપભોકતાઓને અને લાભ થાય છે વિદેશી કંપનીઓને અને જાહેરખબર સંસ્થાઓને.

'તારું અધ્યયન તો એકદમ કમાલનું છે, હરિતા! તે તો જાણે આખો લેખ લખી નાખ્યો. પણ મારી સમસ્યાનું સમાધાન શું?'

'આટલી ઉતાવળ ન કરો, સ્વામી! પહેલા પૂરું વાંચી લો. પછી વાત કરીશું.'

શૈલેષે આગળ વાંચવાનું શરૂ કર્યું.

'જાહેરખબર પાછળ કરોડો રૂપિયા ખર્ચીને વિદેશી કંપનીઓ, પાંચતારક હોટલો અને વિદેશી સંસ્કૃતિનું પોષણ કરવાને બદલે આપણે આપણી માનવશક્તિનો ઉપયોગ નિર્માણાત્મક રૂપમાં કરવો જોઈએ. અનાથ બાળકોને નવું જીવન આપવું જોઈએ. એમની મૂળભૂત જરૂરિયાતો એટલે કે ભોજન, આવાસ, કપડા અને શિક્ષાની સુવિધા પૂરી પાડીને એમની શ્રમશક્તિનો ઉપયોગ પ્રચારના ક્ષેત્રમાં કરવો જોઈએ. આ યોજના માટે જોઈતું ધન ઉત્પાદક કંપની પૂરી પાડશે. એમણે બાળકોને એમના શ્રમ અનુસાર વેતન પણ આપવું પડશે. તેમજ આ પ્રયોજન માટે સ્થાપેલી સંસ્થાના વ્યવસ્થાપન માટે થતો દૈનિક ખર્ચ પણ એમણે જ કરવો પડશે. બાળકોની શિક્ષા અને રમત-ગમતમાં કોઈ અવરોધ ન થાય તે માટે માત્ર રજાના દિવસે અથવા રવિવારે જ આ નાના ભૂલકાઓનો ઉપયોગ પ્રચાર માટે કરી શકાશે. એમને પ્રચાર કાર્ય દરમિયાન કોઈપણ તકલીફ ન થાય, તે માટે આવશ્યક સુવિધાઓ પૂરી પાડવાની

રહેશે. તેમને બેસવા માટે ખુરશી, તડકાથી રક્ષણ માટે છત્રી અને સરસ યુનિફોર્મની વ્યવસ્થા કરવાની રહેશે.'

શૈલેષ તો પોતાની પત્નીની નિપુણતા જોઈને ચકિત જ થઈ ગયો. એક ભણેલી-ગણેલી ગૃહિણી નોકરી કર્યા સિવાય પણ પોતાની બુદ્ધિનો કેટલો સરસ ઉપયોગ કરી શકે છે, એ હરિતાની યોજનાએ સિદ્ધ કરી દીધું. એણે સમાજસેવા અને વાણિજ્ય એ બંનેનો સુભગ સમન્વય કરી બતાવ્યો હતો. જો આ યોજનાનો ઇમાનદારીપૂર્વક અમલ કરવામાં આવે તો અસાધારણ લાભ થઈ શકે એમ છે. આ યોજના દરેક રાજ્યની રાજધાનીમાં અમલી બનાવી શકાય. માત્ર બાળકોનો શારીરિક શ્રમ નહીં, પણ એમની સર્જનક્ષમતાનો પણ પ્રચાર ક્ષેત્રમાં સુંદર ઉપયોગ કરી શકાશે.

હરિતાએ તૈયાર કરેલી યોજનામાં થોડો સુધારો કરીને શૈલેષે પોતાની કંપનીની મેનેજમેન્ટ સામે પ્રસ્તુત કરી. આ યોજના લાગુ કરવાથી કંપનીનો ખર્ચ તો ઓછો થશે જ, સાથે જ આયકરમાં પણ રાહત મળવાની સંભાવના હોવાથી મેનેજમેન્ટે આ યોજના પ્રત્યે સકારાત્મક અભિપ્રાય આપ્યો. આ યોજનાનું વિશેષ અધ્યયન કરવા માટે એક સમિતિ બનાવવામાં આવી. શૈલેષને એ સમિતિનો સચિવ બનાવવામાં આવ્યો. હરિતા સમિતિમાં આમંત્રિત સભ્ય હતી. બે મહિનામાં આ યોજનાને અંતિમ રૂપ આપવામાં આવ્યું.

'વંડર કિડ્સ ફાઉન્ડેશન' નામે એક ટ્રસ્ટ બનાવવામાં આવ્યું. પ્રારંભિક સ્તરે ટ્રસ્ટ બેંગલુરુ, હૈદરાબાદ અને મુંબઈમાં યોજના અનુસાર કાર્ય સંભાળશે, તેવું નક્કી થયું. ત્યારબાદ સુવિધા અનુસાર અન્ય શહેરોમાં કાર્યનો વિસ્તાર કરવામાં આવશે.

૧૪ નવેમ્બર ! બાલદિન !

'વંડર કિડ્સ ફાઉન્ડેશન'નો ઉદ્ઘાટન સમારંભ

સ્થાનિક અનાથઆશ્રમના બાળકો, કંપનીના કર્મચારીઓ અને એમના કુટુંબીજનોથી હોલ ખીચોખીચ ભરાઈ ગયો હતો. બધાં માનવંતા મહેમાનો પધારી ચૂક્યા હતા. હવે માત્ર માનનીય સમાજ કલ્યાણ મંત્રીશ્રીનું આગમન બાકી હતું. કંપનીના મેનેજિંગ ડિરેક્ટર, શૈલેષ અને અન્ય અધિકારીઓ મંત્રીશ્રીના સ્વાગત માટે ઊભા હતા. મંત્રીશ્રી પધાર્યા અને કાર્યક્રમનો શુભારંભ થયો.

કાર્યક્રમની શરૂઆત પ્રાર્થનાથી કરવામાં આવી. ત્યારબાદ દીપ પ્રજ્વલન કરાયું. કંપનીના મેનેજિંગ ડિરેક્ટરે પ્રાસંગિક પ્રવચન આપ્યું. બધાં અતિથિઓનું સ્વાગત સન્માન કરવામાં આવ્યું. ફાઉન્ડેશનની પૃષ્ઠભૂમિ અને એની યોજના વિશે વાત કરતા કહ્યું, 'આપણી કંપનીનું લક્ષ્ય ભલે નફો કમાવવાનું હોય, પરંતુ આપણને આપણી સામાજિક જવાબદારીઓનું પણ ભાન છે. આપણે આપણા નવા ઉત્પાદનને પ્રસ્તુત કરતી વખતે જાહેરખબરની એક નૂતન પ્રક્રિયાનું ચયન કર્યું છે. ત્યારબાદ એ વિશે કરેલા મનોમંથને જ આ વિશાળ અને ઉદાત યોજનાનો પાયો નાખ્યો છે. આપણા વાઈસ પ્રેસિડન્ટ શૈલેષજીએ આ કાર્યની પ્રેરણા આપી છે. તેમજ તેમના પત્ની શ્રીમતી હરિતાજીએ આ કાર્યક્રમની રૂપરેખા તૈયાર કરી છે. પોતાના પતિના વિચાર મુજબ આચરણ યોગ્ય યોજના તૈયાર કરીને હરિતાજીએ એ સિધ્ધ કરી દીધું છે કે તેઓ સાચા અર્થમાં અર્ધાંગિની છે. દર્શકોની તાળીઓના ગડગડાટથી આખો હોલ ગુંજી ઊઠ્યો.

'ઊંચા પદ પર કાર્યરત અધિકારીઓ પણ જે કાર્ય નથી કરી શકતા, તે કાર્ય એક ગૃહિણીએ કરી બતાવ્યું છે. બાળકોની ભલાઈ તરફ માનું વિશેષ ધ્યાન હોય છે. તેનું આ એક સુંદર ઉદાહરણ છે. હા, અહીંયા જે બાળકો છે, તેમના માતા-પિતા નથી, 'વંડર કિડ્સ ફાઉન્ડેશન' તેમને આધાર આપશે.' ફરીથી તાળીઓ ગુંજી ઉઠી.

'અમે સંકલ્પ કર્યો છે કે આ અનાથ બાળકોને સારું જીવન આપીશું. તેમની સેવા કરવામાં અમે સહભાગી બનીશું. આ અનાથ બાળકોને આશ્રય આપી, તેમની શિક્ષા અને અન્ય જવાબદારીઓ સ્વીકારીશું. સાથે જ એમની શ્રમશક્તિનો ઉપયોગ કરી એમની પ્રગતિના સોપાન તૈયાર કરવા એ જ આ ટ્રસ્ટનો ઉદ્દેશ છે. અમારી કંપનીના અધિકારીઓ અને સરકારી ઑફિસરોએ ચર્ચા-વિચારણા કરીને આ ટ્રસ્ટના કાર્યોની સીમા નિર્ધારિત કરી છે. આ માટે માનનીય સમાજ કલ્યાણ મંત્રીશ્રીએ આપેલા સહયોગ માટે અમે તેમનો આભાર માનીએ છીએ. આ ટ્રસ્ટની સેવાનો લાભ અન્ય કંપનીઓ પણ લઈ શકશે. અમારી કંપની પણ જ્યારે આ ટ્રસ્ટની સેવાનો ઉપયોગ કરશે, ત્યારે યોગ્ય પારિશ્રમિક આપશે. આવી સ્વૈચ્છિક સંસ્થાઓને આપવામાં આવતાં દાન માટે આયકરમાં રાહત પણ મળે છે. આમ પ્રચાર અને જાહેરખબર પાછળ થનારા ખર્ચ દ્વારા એક સામાજિક ઉદ્દેશ પણ સાધ્ય કરી શકાશે. ટ્રસ્ટ સંચાલિત વિદ્યાલય અને છાત્રાલય બનાવવાનું કાર્ય આવતા મહિનાંથી જ શરૂ થઈ જશે અને છ મહિનામાં પૂરું થશે. આવતા શૈક્ષણિક વર્ષથી ટ્રસ્ટ શિક્ષણ કાર્ય શરૂ કરશે. આ સંસ્થાના સુચારુ સંચાલન માટે અમે શ્રીમતી હરિતાજીને કાર્યકારી અધ્યક્ષ નિયુક્ત કરીએ છીએ.'

સતત બે મિનિટ સુધી તાલીઓનો ગડગડાટ હોલમાં ગૂંજી રહ્યો. ઉપસ્થિત દરેકની આંખો હરિતા પર સ્થિર થઈ ગઈ.

એમ.ડી. સાહેબે પોતાની વાત આગળ વધારતા કહ્યું.

'શ્રીમતી હરિતાજી પોતાની માનસ-પુત્રી આ સંસ્થાને વધુ સારી રીતે સંભાળી શકશે. એવું વિચારીને અમારી કમિટીએ આ નિર્ણય લીધો છે. એના માટે હરિતાબહેને પોતાના ઘરગથ્થું કામકાજ સાથે કોઈ જ બાંધછોડ કરવાની જરૂર નથી. તેઓ આ સંસ્થાના કામકાજ પર દેખરેખ રાખે અને પોતાના પરામર્શ તથા સહયોગ આપતા રહે એ જ અમારી અપેક્ષા છે. ટ્રસ્ટનો કાર્યભાર સુચારુરુપે ચાલી શકે તે માટે આવશ્યક કર્મચારીઓની નિમણૂંક કંપની કરશે જ. શ્રીમતી હરિતા બહેનને વિનંતી છે કે તેઓ મંચ પર આવી પોતાની સ્વીકૃતિ જાહેર કરે.'

ધીમા ધીમા ડગ ભરતી હરિતા મંચ પર આવી. મંત્રીશ્રીએ તેને પુષ્પગુચ્છ આપી સન્માનિત કરી. હરિતાએ સભામાં ઉપસ્થિત અતિથિગણ તથા સમસ્ત પ્રેક્ષકવૃંદનું અભિવાદન કરી પોતાના વક્તવ્યની શરૂઆત કરી,

'મને તો વિશ્વાસ જ નથી થઈ રહ્યો કે અમારા પતિ-પત્ની વચ્ચે જે વાત શરૂ થઈ હતી, તે અત્યારે આટલું વિરાટ રૂપ ધારણ કરી ચૂકી છે. હું કંપનીના સંચાલકોને અભિનંદન આપવા ઇચ્છું છું. આજે જ્યારે સમાજ પાસેથી કંઈક ને કંઈક લેવાની વૃત્તિ જ સર્વત્ર નજરે પડે છે, સામે સમાજને કંઈ પાછું આપવાની નિયત ક્યાંય દેખાતી નથી, ત્યારે આપણી કંપનીએ એ સિદ્ધ કરી દીધું છે કે આપણે બીજા કરતાં અલગ છીએ. આટલી મોટી જવાબદારી મને સોંપવા માટે હું કંપનીનો આભાર માનું છું. આપે મારા પર જે વિશ્વાસ મૂક્યો છે તેને હું સદાય જાળવી રાખીશ. ટ્રસ્ટના કાર્યોની સફળતા માટે હું બનતા તમામ પ્રયત્નો કરીશ. મને આ સન્માન આપવા માટે હું ફરી મેનેજમેન્ટનો આભાર માનું છું.

શૈલેષે તાલીઓથી હરિતાને વધાવી અને ઉપસ્થિત સૌએ પણ તેમાં સાથ પૂરાવ્યો. તેને પોતાની પત્ની માટે ગર્વની અનુભૂતિ થઈ રહી હતી. એ બંન્નેની આંખોમાં એક જુદી જ ચમક હતી. કંઈક મેળવ્યાનો સંતોષ બંનેના ચહેરા પર વર્તાઈ રહ્યો હતો.

થોડા મહિના બાદ કંપનીએ એક નવા ઉત્પાદનને બજારમાં મૂક્યું. આ

વખતે હૈદરાબાદ એરપોર્ટથી રવીન્દ્ર ભારતી સુધીના રસ્તા પર દર ત્રણ ફૂટના અંતરે આરામખુરશી પર નાના નાના બાળકો હાથમાં બેનર પકડીને બેઠાં હતાં. તેમણે કંપનીનું નામ છાપેલું રંગબેરંગી ટી. શર્ટ પહેલું હતું. મોટી મોટી રંગબેરંગી છત્રીઓ તેમને છાયા આપી રહી હતી. એ છત્રી પર નવા ઉત્પાદનની વિગતો આપેલી હતી. એ નાના બાળકોના ચહેરા પર થાકને બદલે કંઈક કર્યાનો ભાવ છલકાઈ રહ્યો હતો. એમની આંખોમાં એક નવી ચમક હતી.

શૈલેષ પોતાની કારમાં જઈ રહ્યો હતો. હુસૈન સાગર પરથી આવતા માદક શીતલ પવનની સાથે તેને એક મનમોહક સરગમ સંભળાઈ રહી હતી. અને દૂર આભમાં નાના-નાના, પ્યારા સિતારાઓ ટમટમી રહ્યા હતા.

આદતથી મજબૂર

'મા, જમવાનું તૈયાર છે ?' મલ્લેશે પૂછ્યું.

'ના બેટા, હજી બીજી બસ્સો બીડી બનાવીશ ત્યારે હજાર બીડી પૂરી થશે. પછી ભાત અને મગની દાળ બનાવીશ. એટલે રસોઈ તૈયાર.'

'આખો દિવસ કામ કરીને થાક્યો પાક્યો ઘરે આવ્યો છું. કંઈ નાસ્તો પણ નથી આજે. ખાલી ચા પીને કેટલી વાર રહેવાય ?'

'બેટા, આજે જ આવું થયું છે. રોજ તો તને નાસ્તો આપું છું ને ? પાડોશમાં રહેતી રુકમણિને હોસ્પિટલમાં દાખલ કરી છે. એની ખબર પૂછવા ગઈ હતી. એટલે આજે રસોઈ તૈયાર નથી થઈ. એક કલાક થોભી જા પછી રસોઈ બનાવું જ છું.'

'મને પણ આપો, હું દોરો બાંધીશ તો બીડી જલદી બની જશે.'

'ના ના, દીકરા. હવે તો તું ચોવીસ વરસનો થઈ ગયો. ઑફિસમાં પણ આખો દિવસ કામ કરીને આવ્યો છે. બાળપણમાં તે ઓછી મુસીબતો વેઠી છે.' ભૂદેવીના મનમાં પુત્ર પ્રત્યે અપાર મમતા છલકાઈ ગઈ.

'હું ગમે એટલો મોટો થઈ જાઉં, પણ છું તો તમારો દીકરો. ઑફિસમાં પંખા નીચે બેસીને કામ કરું છું, એમાં શું તકલીફ પડે ? એક કલાક બીડીને દોરો બાંધીશ તો થાકી નહીં જાઉં કે ઘસાઈ નહીં જાઉં ?

'તું તો નહીં થાકે બેટા, પણ ઑફિસર દીકરા પાસે બીડીમાં દોરો બંધાવું તો લોકો શું કહેશે ? અરે, માત્ર અડધો કલાક બેસીશ તો બીડીઓ બની જશે. આ કામ પૂરું થાય એટલે તરત જ રસોઈ તૈયાર કરી દઈશ. ત્યાં સુધી કોઈ પુસ્તક વાંચી લે.'

ભૂદેવી અને મલ્લેશ ખેડ ગલીમાં મજૂરોની વસતિમાં રહેતા હતા. આ વસતિ મુંબઈમાં કેટલીક મોટી કાપડ મિલોની નજીક હતી. અબ્દુલ ગની પત્રા ચાલ નામે જાણીતી આ ઝૂંપડપટ્ટીમાં લગભગ બસ્સો તેલુગુ ભાષી પરિવારો રહે છે.

પુરુષો મિલમાં કામ કરે અને સ્ત્રીઓ તથા બાળકો બીડીઓ બનાવીને સાથ આપતા અને આ રીતે એક બીજાના સાથ સહકારથી જ તેઓ ટકી રહ્યા હતા. મલ્લેશે

માની વાત માનીને વાંચવા માટે પત્રિકા હાથમાં લીધી, પણ એની આંખો સામે અક્ષરને બદલે પોતાનું બાળપણ તરવરી ઊઠ્યું.

એ પાંચમા ધોરણમાં ભણતો હતો, ત્યારથી એને બીડીને દોરો બાંધવાની આદત પડી ગઈ હતી. મા બીડીના પાનમાં તમાકુ ભરે અને તે બીડીને દોરો બાંધી દે. આમ તે દોરો બાંધવાની મદદ કરતો તેથી તેની મા એક કલાકમાં પાંચસો બીડીઓ બનાવી શકતી. નહીંતર તો તેની મા એક કલાકમાં ત્રણસો બીડીઓ પણ બનાવી શકતી નહીં.

એ સમયે મા દિવસની ત્રણ હજાર બીડીઓ બનાવતી. બાપુજી કાપડની મિલમાં કામ કરતા હતા. તેમનો પગાર સારો હતો. એટલે ખાવા-પીવાની કે કપડા-લત્તાની કોઈ કમી ન હોવી જોઈએ, પણ બાપુજીનો આખો પગાર તો ગામડામાં દાદાજીએ લીધેલા ઉધારનું વ્યાજ ચૂકવવામાં જ પૂરો થઈ જતો.

દિકરો મુંબઈમાં સારું કમાય છે. એનો વટ દેખાડવા દાદાજીએ બંને ફઈના લગ્ન ખૂબ ધામધૂમથી કર્યા.

બાપુજીએ તેમને સમજાવવાનો બહુ પ્રયત્ન કર્યો કે, આપણી હેંસિયત પ્રમાણે જ લગ્ન લઈશું. પણ દાદાજીએ તેમની એક વાત ન માની. કરિયાવર, ભેટ સોગાદ, રીત રિવાજ અને પ્રીતિભોજન... એ બધા પાછળ દાદાજીએ એવો લખલૂટ ખર્ચ કર્યો કે કોઈને એવું ન લાગે કે એમને પૈસાની ખેંચ હશે. મોટો મંડપ, લાઈટ, ચમકદમક, લાઉડ સ્પીકર, બેન્ડબાજા, શરણાઈ... આટલા આડંબરયુક્ત લગ્ન જોઈને ગામના લોકોએ તેમના ખૂબ વખાણ કર્યા... 'વાહ ! વાહ ! દાદાજી તેમની પ્રશંસા સાંભળીને ફૂલ્યા નહોતા સમાતા.

લેણદારોના દબાણથી દાદાજીનો માનસિક તણાવ વધી ગયો અને છ જ મહિનામાં હૃદયઘાતને કારણે તેમનું મૃત્યુ થયું. ત્યારે આ વાતની સૌને જાણ થઈ. ગળા સુધી ડૂબી જવાય તેટલું દેવું... અને એના માટે ગિરવી મૂકેલું ત્રણ ઓરડાનું ઘર... સાથે એક એકર ઉજ્જડ જમીન બાપુજીને વારસામાં મળી હતી. ચાર વર્ષનો પગાર આપતા પણ ન ચૂકવાય તેટલું દેવું પાછું વાળવાની જવાબદારી બાપુજી પર આવી છે.

પુષ્કળ કરિયાવર અને ભેટ સોગાદ આપીને સાસરે વળાવેલી બંને ફઈઓ માત્ર ઔપચારિકતા ખાતર જ આવી અને ચાર આંસુ વહાવી દાદાજીના અંતિમ સંસ્કાર થયા બાદ તરત જ પોતાના સાસરે પાછી ફરી ગઈ. દાદાજીના મૃત્યુ પછી એકલા પડી ગયેલા

દાદીમા મુંબઈ આવવા બિલકુલ રાજી ન હતા. બેમાંથી એકપણ ફઈએ ભૂલથી પણ દાદીમાને પોતાની સાથે લઈ જઈ તેમનું ધ્યાન રાખવાની વાત સુધ્ધા ઉચ્ચારી નહીં. સરકારે દીકરીઓને માત્ર સંપત્તિમાં સમાન અધિકાર આપ્યો છે, દેવુ ચૂકવવામાં કે જવાબદારી પાર પાડવામાં નહીં.

બાપુજીએ ગામમાં એક નોકરાણીની વ્યવસ્થા કરી અને દાદીમાનું ધ્યાન રાખવાની જવાબદારી તેને સોંપી. ત્રણ મહિના પછી દાદીમા પણ દાદાના રસ્તે ચાલી નીકળ્યા.

જ્યારે તે નવમા ધોરણમાં હતો ત્યારે કુદરતે પાછું એકવાર છળ કર્યું.

કાપડમિલમાં કામ કરતી વખતે વીજળીનો આંચકો લાગવાથી બાપુજીનું આકસ્મિક નિધન થયું. ત્યારબાદ તો મા-દીકરાની હાલત બદ થી બદ્તર થતી ગઈ. દાદાજીએ લીધેલું દેવું પણ હજી સુધી પૂરું ચૂકવાયું નહોતું. ઘર ચલાવવાની જવાબદારી મા પર આવી પડી. બાપુજીના પ્રોવિડન્ટ ફન્ડ, ગ્રેજ્યુટી, દુર્ઘટના અનુદાન... બધું મળીને મળેલી બહુતાંશ રકમ તો દેવુ ચૂકવવામાં જ વપરાઈ ગઈ. જે થોડા ઘણા પૈસા બચ્યા તેને બેંકમાં મૂક્યા, તેનું વ્યાજ અને બીડી બનાવીને મળતા થોડા ઘણા પૈસા વડે મા જેમ તેમ ઘર ચલાવતી હતી. મા એ નક્કી કર્યું હતું, કે પોતાને ડૉક્ટર કે એન્જિનિયર બનાવવાનું બાપુજીનું સપનું તે ગમે તે ભોગે પૂરું કરશે. એના માટે ભલે ગમે તેટલી મહેનત કરવી પડે તે કરશે અને દીકરાને ભણાવશે એવી માની ઈચ્છા હતી. પણ તે મનમાં ને મનમાં ખૂબ ગ્લાનિ અનુભવતો કે તે ક્યાં સુધી માને તકલીફ આપ્યા કરશે ? ડૉક્ટર કે એંજિનિયરીંગમાં તેને એડમિશન મળી જાય તો પણ તે અભ્યાસક્રમમાં પ્રવેશ લીધા પછી તો કોઈ પાર્ટ ટાઈમ કામ કરવું પણ શક્ય નહીં બને. પૂરો સમય અભ્યાસમાં જ વ્યતિત થઈ જશે. થોડી ઘણી કમાણી કરીને ઘર ચલાવવામાં માને મદદરૂપ થવું એ તેની ફરજ હતી. વાણિજ્ય શાખામાં પ્રવેશ લીધા સિવાય એ શક્ય નહોતું. એટલે એણે બહુ ચર્ચા-વિચારણા કરી, માંડ માંડ માને સમજાવી મનાવીને કોમર્સમાં એડમિશન લીધું.

શાળામાં ભણતાં બાળકોને ટ્યુશન ભણાવીને એ પોતાનો ખર્ચ કાઢી લેતો. ટાઈપિંગ અને શોર્ટહેન્ડ શીખીને એણે પાર્ટટાઈમ નોકરી પણ કરી.

ઈન્ટર પાસ કરીને અઢાર વર્ષ પૂર્ણ થતાં જ એણે નોકરી શોધવા માંડી. સ્નાતક

થતાં જ તેને એક સરકારી સંસ્થામાં સ્ટેનોગ્રાફરની નોકરી મળી ગઈ. હાલમાં તે પ્રાયવેટ એમ.કોમ.કરી રહ્યો છે.

'તને તો બહુ ભૂખ લાગી હતી ને ? હું ક્યારની તને જમવા બોલાવી રહી છું, તું આવતો કેમ નથી ?' માના અવાજથી મલ્લેશ અતીતમાંથી વર્તમાનમાં પાછો ફર્યો અને જમવા ગયો.

★★★

'આજે પાછી બસો બીડીઓ લેવાની દુકાનદારે ના પાડી, મલમ્માએ ભૂદેવીને કહ્યું.

'એ મૂઓ તો મારી ચારસો બીડી નકારી ચૂક્યો છે. બીડી ગણીને લેવા માટે જ્યારથી આ મૂઓ આવ્યો છે, ત્રાસ આપે છે. લોહી પી જાય છે રોયો. આટલી બીડી સરખી ભરી નથી એમ કહીને એણે ખાલી પાંચસો બીડી રાખી. મજૂરીના જે પૈસા મળ્યા એમાંથી મારા તો બીડીના પાનના પૈસા પણ ન નીકળ્યા,' ભૂદેવીએ પણ પોતાનું દુ:ખ વર્ણવ્યું.

'એ પાનવાળાનું તો સત્યાનાશ થાય. એ પાનની બીડી બનાવીએ છીએ એટલે જ આપણી આટલી બધી બીડીઓ નકામી જાય છે. શેઠનું શું બગડવાનું છે ? એને તો પાનની દુકાનમાં પણ લાભ છે અને અહીં બીડીની દુકાનમાં પણ લાભ જ છે. આપણે જ કમનસીબ છીએ, જે ક્યાંયનાય ના રહ્યાં. શેઠ જો સારા પાન આપે તો બીડી પણ સારી બને ને ? બાલાએ પોતાના મનની ભડાસ કાઢી.

'આપણા ગામમાં તો કારખાનાવાળા પાન પણ આપે અને છત્રીસ રૂપિયા મજૂરી પણ આપે. સાથે પ્રોવિડંટ ફંડ અને પેન્શન પણ આપે. અહીં પણ આપણને આવું મળે તો સારું.' મલમ્માએ પોતાની ભાવના વ્યકત કરી.

'બીડી બનાવતાં-બનાવતાં ચાલીસ વર્ષ થઈ ગયા. આટલો અન્યાય પહેલા ક્યારેય નહોતો થતો. કહેવા માટે તો પચાસ રૂપિયા મજૂરી મળે છે. પરંતુ પાન અને દોરાનો ખર્ચ કાઢતાં જો માંડ વીસ રૂપિયા બચે તોયે પાડ માનવો પડે એવી હાલત છે.' ભૂદેવીએ વાતને આગળ વધારતાં કહ્યું.

'લાલ ઝંડાવાળાઓએ (કોમ્યુનિસ્ટો) યુનિયન બનાવ્યું હતું. આપણી પાસેથી

પણ પૈસા ઉઘરાવ્યા હતા. કારખાનાવાળા જ પાન આપે, પ્રોવિડન્ટ ફન્ડ આપે, પેન્શન આપે... આવું બધું બોલીને હડતાલ પણ કરાવી હતી. તોયે કંઈ વળ્યું નહીં,' બાલાએ કહ્યું.

'શેઠે યુનિયન વાળાને લાંચ આપીને એમનું મોં બંધ કરાવી દીધું હતું. પૈસાથી બધું થઈ શકે. યુનિયનવાળા આપણી સામે આપણી વાત કરે અને શેઠની સામે શેઠના લાભની. એક મહિના સુધી ચાલેલી હડતાલને ત્રણ રૂપિયા મજૂરી વધારીને પાછી ખેંચી લેવામાં આવી. શેઠે તો પાનની કિંમત વધારીને યુનિયનને આપેલા રૂપિયા અને મજૂરીમાં કરાયેલો વધારો.. આ બધું વ્યાજ સાથે વસૂલ કરી લીધું. જ્યારે યુનિયનવાળાજ શેઠની હામાં હા મિલાવે તો આપણને કોનો સહારો હોય ! બધાંજ ભેગા મળીને આપણી લોહી પસીનાની કમાણી લૂટી રહ્યા છે.' ભૂદેવીએ પોતાનો આક્રોશ વ્યક્ત કરતાં કહ્યું.

'આજકાલ તો ફેક્ટરીમાં કામ કરે એને પચાસ રૂપિયા મજૂરી મળે છે. મને તો એવું લાગે છે કે આમ ઘરમાં બીડી બનાવવાનું બંધ કરીને ફેક્ટરીમાં જઈને કામ કરીએ તો સારું', મલમ્માએ કહ્યું.

'ફેક્ટરીમાં કામ કરવા જવું હોત તો ક્યારનીયે જતી રહી હોત. આવવા જવામાં એક કલાક નીકળી જાય અને પાછી આઠ કલાકની ડ્યૂટી કરવાની. લગભગ દસેક કલાક ઘરની બહાર રહેવું પડે. આ બીડીઓ તો આપણે ઘરનું કામ કરતા કરતાં આપણી સગવડે બનાવી શકીએ. એટલે નાછૂટકે આ બધું સહન કરી રહી છું,' ભૂદેવીએ કહ્યું.

'દીકરો મહિને ચાર હજાર તો કમાવી લાવે છે. તો પછી તમે બીડી શા માટે બનાવો છો ? પાન કાપવાના, બીડીઓ બનાવવાની, કારખાનામાં બીડીઓ આપવા જવી, એમની ખરી-ખોટી સાંભળવાની. તમે સાઠ વર્ષના તો થયા, તેમ છતાં સતત કામ કરો છો. આમાં તમારી તબિયત નહીં બગડે ?' ચાલીસ વર્ષની બાલાએ સહાનુભૂતિ વ્યક્ત કરતાં કહ્યું.

'તને એવું લાગે છે કે હું પૈસા માટે કામ કરું છું ? ઉપરવાળાની કૃપાથી મલ્લેશને સરકારી નોકરી મળી ગઈ છે. ખાંવા-પીવાની, કપડા લત્તાની કોઈ ચિંતા નથી રહી. પણ જેને રોજ ત્રણ-ચાર હજાર બીડી બનાવવાની આદત હોય તે વગર કામે નવરી ધુપ કેવી રીતે બેસી શકે ? સવારે નવ વાગ્યામાં તો દીકરાનું ટિફિન તૈયાર કરી દઉં

છું. દીકરો ઑફિસે જતો રહે પછી મારે બીજું શું કામ કરવાનું હોય ? વધુ નહીં તો કમ-સે-કમ એક હજાર બીડી તો બનાવું, એમ વિચારીને કામ ચાલુ રાખ્યું છે. આ કામ હાથ કરતા રહે એજ સારું છે.' ભૂદેવીએ પોતાના મનની વાત કરી.

'દીકરો ઑફિસે જતો રહે પછી બીડીઓ બનાવવાની શી જરૂર ? ખાઈ-પીને આરામ કરોને. આડોશ-પડોશમાં જઈને ગપશપ કરો તો સમય પસાર થઈ જાય,' મલમ્માએ કહ્યું.

'કામ કરીએ તો શરીર સારું રહે. કામ વગર તો શરીર બીમાર પડી જાય. ચાલીસ વરસથી કામ કરવાની જે ટેવ પડી છે તે કેવી રીતે છૂટી શકે ? જેને રોજ તાડી પીવાનું વ્યસન હોય તે એક દિવસ પણ તાડી પીધા વિના રહી શકે કે ? તમે એવું ઈચ્છો છો કે તમે લોકો બીડી બનાવતા હો ત્યારે હું તમારી પાસે આવીને બેસું અને ગપશપ કરું ! વાતો તો બીડી બનાવતાં બનાવતાં પણ કરી શકાય ને ? જ્યાં સુધી શરીરમાં શક્તિ હશે ત્યાં સુધી હાથ-પગ ચલાવતી રહીશ. જ્યારે મારાથી નહીં જ થાય ત્યારે તમે મને કામ થોડી કરવા દેશો ?' ભૂદેવીનું ગળું રુંધાઈ ગયું. આંખોમાં અશ્રુ છલકાઈ ગયા.

એ જ સમયે મલ્લેશ ઑફિસેથી ઘરે આવ્યો. મલમ્મા અને બાલા પોતપોતાના પાન ઇત્યાદિ વસ્તુઓ સમેટીને પોતપોતાના ઘરે જવા નીકળી. ભૂદેવી સાડીના છેડાથી પોતાની ભીની આંખો લૂછી દીકરા માટે ચા-નાસ્તો તૈયાર કરવા ઉઠ્યા. મલ્લેશ નાહી-ધોઈને આવ્યો, ત્યારે નાસ્તો તૈયાર હતો.

'પાછી કઈ વાત યાદ આવી ગઈ મા ? હું આવ્યો ત્યારે તમે તમારી ભીની આંખો લૂછી રહ્યાં હતાં,' મલ્લેશે પૂછ્યું.

અતીતને યાદ કરીને દુ:ખી થવાની ભૂદેવીને આદત હતી. મલ્લેશે તેમને ઘણીવાર સમજાવ્યા કે જે થઈ ગયું તે બધું ભૂલી જાઓ અને ખુશ રહો. પણ ભૂદેવી માટે એ સંભવ થઈ શક્યું નહોતું.

'કંઈ નહીં બેટા ! મલમ્મા અને બાલા પાછળ જ પડી ગયા કે હું બીડી બનાવવાનું બંધ કરી દઉં. આપણા જૂના દિવસો યાદ આવી ગયા, એટલે આંખો છલકાઈ ગઈ.'

'મેં પણ તમને કેટલીવાર કહ્યું છે કે તમે બીડી બનાવવાનું છોડી દો. મારી નહીં તો તમારી બહેનપણીઓની વાત તો માનો.' મલ્લેશે કહ્યું.

‘જે સતત કાર્યરત રહ્યું હોય, તેના માટે કામ વગર નવરા બેસી રહેવું શક્ય નથી. એમ જ સુસ્તની જેમ પડી રહીએ તો એવું લાગે જાણે તાવ આવ્યો હોય. મન પણ બેચેન થઈ જાય. જ્યારે મારાથી નહીં થાય ત્યારે હું પોતે જ છોડી દઈશ. કાલે સવારે તારી વહુ આવશે, તારા બાળકો થશે, તેમને રમાડીશ. ત્યાં સુધી મને બીડી બનાવવાની ના નહીં પાડતો. અને હા, આ વરસે તો તું લગ્ન કરીશ કે નહીં? આ દિવાળીમાં તું પચ્ચીસ વરસનો થઈ જઈશ,’ ભૂદેવીએ મોકો જોઈને પોતાના મનની વાત કરી દીધી.

‘આડી અવળી વાતો કરીને તમે લગ્નની વાત પર આવી જ જાઓ છો. જ્યાં સુધી મારું ભણતર પૂરું નહીં થાય ત્યાં સુધી હું લગ્ન નહીં કરું,’ મલ્લેશે અકળાઈને કહ્યું.

‘બી.કોમ. તો કર્યું તે. નોકરી પણ મળી ગઈ છે. મને તો એ જ નથી સમજાતું કે હવે તારે શું ભણવું છે?’ ભૂદેવીએ પૂછ્યું.

‘અત્યારે ભણીશ તો આગળ જતાં મને જ કામ લાગશે. વધુ સારી નોકરી મળશે. લગ્ન પછી શું હું ભણી શકીશ? વધુ સારી નોકરી મળશે? લગ્ન કરીને મારી પત્નીને શું હું આ ઝૂંપડીમાં લઈ આવું? થોડા ઘણાં પૈસા જમા થાય એટલે ઑફિસમાંથી લોન લઈને શહેરની બહાર ઉપનગરમાં ફ્લેટ ખરીદીશ. પછી લગ્ન કરીશ,’ મલ્લેશે સ્પષ્ટ શબ્દોમાં જણાવ્યું.

‘ફ્લેટ નહીં ખરીદે ત્યાં સુધી લગ્ન નહીં કરે? એવું થોડું ચાલે? આપણું આ ઘર શું ખોટું છે? ચાલીસ વરસથી અહીં રહીએ છીએ. આપણી આજુબાજુ રહેતા, તારા જેટલા છોકરાઓએ શું લગ્ન ન કર્યા? એ લોકો અહીં જ રહે છે ને?’

‘એ છોકરાઓની વાત ન કરો મા. એ લોકો ખાસ ભણ્યા નથી. એ લોકોમાં આ સમજણ નથી. હું મારી સાથે ઑફિસમાં કામ કરતા લોકોને જોઉં છું. એ લોકોને આ ઘરમાં બોલાવવામાં પણ મને શરમ આવે છે. માટે જ કહું છું કે આગળ ભણીને કોઈ સારી નોકરી કરીશ.’

‘તને તો નાનપણથી જ ભણવાનો શોખ છે. શું તું ક્યારેય મિત્રો સાથે મોઈદંડો રમ્યો છે? ભમરડો ફેરવ્યો છે? જ્યારે જુઓ ત્યારે હાથમાં પુસ્તક લઈને જ બેઠો હોય છે. અને હવે વધુ સારી નોકરી મળે એ માટે ભણી રહ્યો છે. મને જેમ બીડી બનાવવાની આદત પડી ગઈ છે એજ રીતે તને ભણવાની આદત છે. સારું જ છે, કામ એજ પૂજા છે. આ વાત ક્યારેય ન ભૂલતો. અત્યારે મહેનત કરીશ તો આગળ જઈને સુખ મળશે.

જે મા સહી પણ નથી કરી શકતી તે જ મા માં મલ્લેશને એક કર્મયોગિનીના દર્શન થયા.

મા હંમેશા કંઈક ને કંઈક કામ કરતી જ હોય છે. આડોશ પાડોશના લોકોની મદદ કરે છે, સાથે રહેતા લોકોના દુઃખ દર્દ વહેંચે છે. બીજાને કામમાં મદદ કરે છે. મુશ્કેલીઓથી હિંમત હાર્યા વગર પ્રવાહથી વિપરીત દિશામાં તરે છે, જે માને પળભરની ફુરસદ ન હોય, એ જ મા એના માટે આદર્શ છે. જીવતા-જાગતા ભગવાન છે.

એની આંખોમાં હર્ષના આંસુ આવી ગયા. જાણે એની માએ જ નહીં પણ ઉપરથી ભગવાને પણ તેના પર આશિષ વર્ષા કરી હોય.

સુદામા રિટાયર થયા!

'સાંભળો! નાસ્તો કરી લીધો ને? જરા બજારમાં જઈને શાકભાજી લઈ આવો. દીકરા-વહુનાં ટિફિન માટે શાક બનાવવાનું છે. ફ્રિઝમાંનું બધું શાક વપરાઈ ગયું છે.'

પત્નીના ચહેરા પર એક નજર નાખી સુદામાએ હાથમાં થેલી લીધી અને બહાર નીકળી ગયા.

આવશ્યક વસ્તુઓ લઈને પાછા ફરતી વખતે એમને એજ ગલીમાં રહેતા એમના મિત્ર ભૂપતિ મળી ગયા. તેઓ ગંજીફાની રમતમાં માહેર હતા.

'શું ભાઈ! બ્રીફકેસની જગ્યાએ શાકભાજીની થેલી આવી ગઈ? મેં તને કેટલી વાર કહ્યું કે ફુરસદ છે તો પત્તા રમવા આવ. કેમ આવતો નથી?'

'મેં પત્નીને વચન આપ્યું છે કે હવે હું પત્તા નહીં રમું. અત્યારે તો હું વ્યસ્ત છું. ફરી ક્યારેક નિરાંતે વાતો કરીશું,' કહીને લગભગ દોડવાની ચાલે સુદામાએ ઘર તરફ પગ વધાર્યા.

'હે ભગવાન! કેટલું મોડું કર્યું તમે? એ લોકોના અધિકારી તાનાશાહ છે. માધવી કેટલી ઉતાવળી થઈ રહી છે,' હાથમાંથી થેલી ખૂંચવીને લક્ષ્મીએ કહ્યું.

'બાપુજી, ટેલિફોનનું બિલ ભરવાનો આજે છેલ્લો દિવસ છે. આ ચેક લો અને ટેલિફોન ઑફિસમાં જઈને ભરી આવો,' કહી મનોહરે એમના હાથમાં ટેલિફોનનું બિલ અને ચેક મૂકી દીધાં.

આ તો કેવો અત્યાચાર કરી રહ્યાં છે આ લોકો? હું સ્ટેટ બેંકના મેનેજર પદેથી નિવૃત્ત થયો છું. આ લોકો મને શાકભાજી લાવવા, બિલ ભરવા જેવા કામો સોંપે છે. જ્યાં સુધી નોકરી ચાલુ હતી. ત્યાં સુધી આ લોકોની મને આવા નાનાં-મોટાં કામો સોંપવાની હિંમત થતી હતી? સુદામા મનમાં જ અકળાઈ ગયા.

સુદામા અડધો કલાક સુધી છાપાના પાના ઊથલાવતા રહ્યા. ત્યારબાદ ઊંડો શ્વાસ લઈ ટેલિફોનનું બિલ ભરવા નીકળ્યા. ટેલિફોન ઑફિસમાં બહુ લાંબી લાઈન હતી. કાઉન્ટર પર બેઠેલા ભાઈ ઊંમર લાયક હતા. લાઈનમાં કેટલીક સ્ત્રીઓ હતી. લાઈનમાં છેલ્લે સુધી નજર નાંખી પણ સુદામાને પોતાની હેસિયતની એક પણ વ્યક્તિ

લાઇનમાં ઊભેલી જોવા મળી નહીં, આવા લોકો સાથે લાઈનમાં ઊભા રહેવું એ એમને અપમાન સમું લાગ્યું તેમ છતાં તેઓ લાચાર હતા !

બિલ ભરીને ઘરે પાછા ફર્યા ત્યારે જમવાનો સમય થઈ ગયો હતો. સુદામા જમવા બેઠા. દાળ સિવાયની બધી વાનગીઓ ઠંડી થઈ ગઈ હતી.

'બધી વાનગીઓ ઠંડી જ પીરસી દીધી છે, ગરમ કરીને કેમ ન આપી ?'

'તમને શું એમ લાગે છે કે વારે વારે રસોઈ ગરમ કર્યા સિવાય મારી પાસે બીજું કંઈ કામ નથી ? હું પોતે કાયમ ઠંડી રસોઈ જ જમું છું. તમે એકાદ દિવસ થોડી ઠંડી રસોઈ જમશો તો શું આભ તૂટી પડવાનું છે ? તમારે થોડું એડજસ્ટમેન્ટ કરતાં શીખી લેવું જોઈએ.'

શું આ એજ લક્ષ્મી છે જે આવું બોલી રહી છે ? ઑફિસમાં હું જમવા બેસું ત્યારે બધું ગરમ રહી શકે તે માટે લક્ષ્મી હૉટપેકમાં બધું વ્યવસ્થિત ગોઠવીને આપતી. રાત્રે પણ ભોજનમાં ગરમાગરમ વાનગીઓ પીરસતી હતી એજ મારી પત્ની છે આ ? સુદામા ક-મને જમવા બેઠાં. વાનગીઓ તો સ્વાદિષ્ટ હતી પણ મન અશાંત હતું. એટલે પરાણે બે-ચાર કોળિયા જેમ તેમ ગળે ઉતારી તેઓ ઉભા થયા અને હાથ-મોં ધોઈ નાખ્યા. પથારી પર લાંબા થયા પણ આજે ઊંઘ નજીક પણ ફરકતી નહતી. શું વીઆરએસ એટલે કે સ્વૈચ્છિક સેવાનિવૃત્તિ લઈને તેમણે કોઈ ભૂલ તો નથી કરીને ? આજે પહેલીવાર એમના મનમાં ઊથલપાથલ થઈ રહી હતી. ઑફિસમાં વીઆરએસ સંબંધી પરિપત્ર જાહેર થયો, ત્યારે સૌથી પહેલા એમણે અરજી કરી હતી. શું કામ ન કરે ? નોકરીના બાકી રહેલાં આઠ વર્ષોનો પગાર મળી રહ્યો હતો. કામ કર્યા વગર જ ઘરે બેઠા બેઠા આરામ કરીને પગાર મેળવવામાં કેટલું સુખ છે ! બાકીની રજા માટે માત્ર પગાર મળશે એટલું જ નહીં પણ કરમાં રાહત પણ મળશે. આ બધી રકમ બેંકમાં જમા કરી દઈએ તો દર મહિને વ્યાજ મળશે. એ સિવાય પેન્શન તો છે જ. આટલા આકર્ષક પેકેજને તેઓ કઈ રીતે જવા દે ? એટલું જ નહીં, બીજી બાજુ ઑફિસની જવાબદારીઓ પણ વધી રહી હતી. બેંકે આપેલું કયું ઋણ ક્યારે એનપીએ બની જાય, કંઈ કહેવાય નહીં. ઋણ મંજૂર કરતા સમયે સ્પષ્ટીકરણ આપવું, તપાસ કરવી...એ બધું ખરેખર તો માથાનો દુ:ખાવો જ હતો. અમુક ભ્રષ્ટ વ્યક્તિઓની કૃપાથી બેંકોમાં કેટલા ગોટાળાઓ થઈ રહ્યા છે. જો કે તેઓ આ બધાંથી ઘણાં દૂર જ રહે છે. તેમ છતાં

પણ જો એ સાબિત થાય કે તેઓ મેનેજર હતા એ સમયે આવો કોઈ ગોટાળો થયો છે તો એમની જવાબદારી કહેવાશે.

એક સમયે બેંક મેનેજરનું સમાજમાં બહુ માન હતું. પણ હાલમાં જે ગોટાળાઓ સામે આવી રહ્યા છે, તેને કારણે બેંક મેનેજરને શંકાની નજરે જોવામાં આવે છે. સ્વૈચ્છિક સેવાનિવૃત્તિ લેવાથી આ બધી ઝંઝટોથી તો બચી જવાય સાથે જ દર ત્રણ વર્ષે થતા સ્થાનાંતરણ – ટ્રાન્સફરથી પણ બચી જવાય. આવું બધું વિચારીને એમણે વીઆરએસ લેવાની સંમતિ આપી હતી. અને હવે... ? વિચારો કરતાં કરતાં જ સુદામા નિદ્રામાં સરી પડ્યા.

★ ★★

જ્યારે તેઓ જાગ્યા ત્યારે સાંજના છ થવા આવ્યા હતા.એક કલાક સુધી તેઓ ટીવી જોતા રહ્યા. કોઈપણ ચેનલ દબાવે, એજ ચિરપરિચિત અર્થહીન કાર્યક્રમો આવી રહ્યા હતા. તેઓ અકળાઈ ગયા અને પોતાના મિત્ર રામેશ્વર સાથે ગપ્પા મારવા તેના ઘરે જવા નીકળ્યા. રામેશ્વર તો નસીબદાર છે. એણે વીઆરએસ લીધું નથી.

રામેશ્વર હજુ હમણાં જ ઑફિસેથી પાછા ફર્યા હતા. તેઓ પોતાની પત્ની સાથે ગરમાગરમ ચા અને ભજીયાની મોજ માણતા માણતા ટીવી જોઈ રહ્યા હતા. સુદામાને એ દિવસો યાદ આવી ગયા જ્યારે એમની નોકરી ચાલુ હતી. તેઓ ઑફિસેથી ઘરે આવે એટલે લક્ષ્મી પણ એમને આ જ રીતે ગરમ ચા અને નાસ્તો આપતી. બંને જણા આરામથી વાતો કરતા કરતા નાસ્તો કરતા. આજે તો જ્યાં સુધી તેઓ પોતે બે-ત્રણ વાર ચા ન માંગે ત્યાં સુધી કોઈ ચા પણ પૂછતું નથી.

'અરે, આવ ભાઈ! એકદમ સમયસર આવ્યો છે તું પણ ભજીયાની મોજ માણ,' કહીને રામેશ્વરે ભજીયાની ડીશ સુદામા સામે ધરી.

'અરે! આભાર રામેશ્વર! હું ઘરેથી ભરપેટ નાસ્તો કરીને જ આવ્યો છું.' સુદામાએ ખોટું કહ્યું.

'કંઈ વાંધો નહીં, બે ભજિયા લઈશ તો તારી ચરબી નહીં વધી જાય.' રામેશ્વરે આગ્રહ કરતા સુદામાએ એક ભજિયું લીધું.

બંને મિત્રો નજીક આવેલા પાર્કમાં જવા નીકળ્યા.

'તો યાર, સંભળાવ! કેવું ચાલે છે તારું સ્વૈચ્છિક આરામદાયક જીવન ?'

'અરે શેનું આરામદાયક ? મારું તો જીવન જ ત્રસ્ત થઈ ગયું છે. તારી વાત ન માની અને 'વીઆરએસ' લેવાની મને બરાબરની સજા મળી છે. તે સાચું જ કહ્યું હતું, પદ છે તો માણસનું મહત્વ છે. પદ વગરના માણસને ઘરના અને બહારના લોકો માન આપતા નથી.'

'કેમ, શું થયું ?'

'અરે, એમ પૂછ, શું નથી થયું ? મારી ત્રીસ વર્ષની સર્વિસમાં મારે જે નાના-મોટા કામો નથી કરવા પડ્યા, એ મારે હવે કરવા પડે છે. જો ના પાડું તો લક્ષ્મી મેણાં મારે છે. હવે ઑફિસે તો જવાનું નથી, તો ઘરનું આટલું અમથું કામ કરશો તો ઘસાઈ નહીં જાઓ. કોઈક કામસર બેંકમાં જવાનું થયું તો કોઈએ વાત સુદ્ધાં કરી નહીં. જે વ્યક્તિ મારા હાથ નીચે કામ કરતી હતી, તે હવે બેંક મેનેજર બની ગઈ છે. કોઈક ગ્રાહક સાથે ચર્ચા કરતા કરતા એણે મને જોયો ખરો, પણ શિષ્ટાચાર ખાતર સામે હસ્યો સુદ્ધાં નહીં. મારા ખાતા વિશે મારે એની સાથે વાત કરવાની હતી. એને કાર્ડ મોકલ્યા પછી પણ એણે બહાર અડધો કલાક રાહ જોવડાવી. મને તો અપમાન જેવું લાગ્યું. હું જ્યારે પ્રાદેશિક કાર્યાલયમાં મેનેજર હતો અને કોઈ શાખામાં જતો ત્યારે આ બધાંજ લોકો 'સર! સર! કહીને આગળ પાછળ ફરતાં, ઠંડું પીણું મંગાવતા, પ્રાદેશિક કાર્યાલયમાં તેમના અટકી પડેલાં કાર્યો પર ધ્યાન દેવા વિનંતી કરતા હતા. હજુ તો સર્વિસને આઠ વર્ષ બાકી હતાં, મેં વીઆરએસ શા માટે લીધું ? એજ વિચારીને પળે પળે પસ્તાઉં છું ?

'મેં તો પહેલા જ તને આ બધું સમજાવવાનો પ્રયત્ન કર્યો હતો. ત્યારે તે મને પાગલ ધાર્યો હતો. કાયદેસર રીતે મફતમાં મળી રહેલા પૈસાનો અસ્વીકાર કરવા માટે મારી મજાક પણ કરી હતી. મનુષ્ય માટે માત્ર રૂપિયા, પૈસા હોય એ જ પૂરતું નથી. સમાજમાં માન-સન્માન હોય એ વધારે મહત્વપૂર્ણ છે. ઊંચા હોદાને કારણે એ માન-સન્માન સહજપણે મળતું હોય છે. તે માત્ર આર્થિક પાસાંનો જ વિચાર કર્યો અને આઠ વર્ષની સર્વિસને તિલાંજલિ આપી દીધી તું આમજ પરેશાન રહીશ તો બીમાર પડી જઈશ. એના કરતા સમાધાન કેળવવાની ટેવ પાડ. હવે રાત થવા આવી છે. મારે કાલે સવારે ઑફિસે જવાનું છે. તારી જેમ સવારે દસ વાગ્યા સુધી સૂઈ રહેવાનું સુખ મને નથી મળવાનુ. ચાલ, જઈએ.

બંને મિત્રો પોતપોતાના ઘર તરફ જવા છૂટ્ટા પડ્યા.

★ ★ ★

'લક્ષ્મી, જરા બેડરૂમમાંથી મારા ચશ્મા લાવી આપને !'

'હાય ! હાય ! આ વીઆરએસ તમે લીધું અને ઉપાધિ મને થઈ. હવે તમે આખો દિવસ ઘરમાં જ હો છો અને 'આ લાવ', 'પેલું લાવ' કહીને મને હેરાન કરી મૂકો છો. તમે જાતે પણ લઈ શકો છો. તમે નોકરીએ જતા હતા, ત્યારે સારું હતું. સવારે ઘરેથી નીકળી જતા અને રાત્રે ઘરે પાછા ફરતા. ત્યારે તો હું દિવસના થોડી ઊંઘ ખેંચી લેતી. હવે તો ઊંઘવાનો મોકો જ નથી મળતો. મારો બધો સમય તમારી સેવામાં જ નીકળી જાય છે. હું કાંઈ નવરી થોડી છું ? લક્ષ્મીએ રસોડામાંથી જ બળાપો વ્યક્ત કર્યો. સુદામા પાછા વિતેલા દિવસોની સ્મૃતિમાં ખોવાઈ ગયા.

ટીવી બંધ કરીને સુદામા બેડરૂમમાં જતા રહ્યા. લક્ષ્મી પોતાના કામથી પરવારીને બેડરૂમમાં આવી એટલે સુદામાએ તેને કહ્યું,' લક્ષ્મી, થોડા દિવસ આપણા સગાંવહાલાંઓનાં ઘરે જઈ આવીએ ? આવતા અઠવાડિયે મારી બેનના દીકરાની જનોઈ છે, ત્યાં પણ જઈ અવાશે.'

'અત્યાર સુધી તો લગ્ન પ્રસંગોમાં પણ રજા નથી મળતી એમ કહીને તમે જતા નહોતા. હવે જનોઈ સંસ્કારમાં જવાની વાત કરો છો. કેટલી વિચિત્ર વાત છે ?' હવે તમને ફુરસદ છે, પણ મને પણ ફુરસદ હોવી જોઈએ ને ? દીકરો-વહુ બંને નોકરી કરે છે. આપણે બંને બહારગામ જતાં રહીશું તો છોકરાંઓનું ધ્યાન કોણ રાખશે ?

'સાચી વાત છે, લક્ષ્મી ! આ બધા તો પ્રારબ્ધના ખેલ છે. જવાબદારીપૂર્ણ નોકરીમાંથી મને રજા મળતી નહીં એટલે તું જીદ કરે તો પણ તારી સાથે કોઈ શુભ પ્રસંગોમાં હાજર રહી શક્યો નથી. તારે એકલા જ જવું પડતું. આજે હવે મને તો એકદમ ફુરસદ છે પણ તારા માટે સમય કાઢવો સંભવ નથી. શું થાય ? ઠીક ત્યારે હું એકલો જ થોડા દિવસ સંબંધીઓને ત્યાં જઈ આવું.'

સુદામાએ જોયું કે એમના પ્રત્યેના એમના સંબંધીઓના માન-સન્માન અને આદરમાં પણ ઓટ આવી ગઈ છે. એમના મનમાં જાણે કે એક ટીસ ઊઠી. જે સંબંધીને ત્યાં અઠવાડિયું રોકાવાની ઈચ્છા હતી ત્યાં ત્રણ દિવસ અને જ્યાં ત્રણ દિવસ રોકાવાનો

વિચાર હતો ત્યાં માત્ર એક દિવસ રોકાઈ તેઓ ઘરે વહેલા પાછા ફર્યા. આખો દિવસ ઘરમાં રહીને તેઓ અકળાઈ ગયા. સ્વ અનુભવથી તેમને એ સારી રીતે સમજાઈ ગયું હતું કે આરામથી જીવવાનો અર્થ એ નથી કે કંઈ કામકાજ વગર ઘરમાં નવરા બેસી રહેવું. હવે જો તેઓ થોડા દિવસ આ રીતે નવરાધૂપ બેસી રહેશે તો તેઓ ચોક્કસ ગાંડા થઈ જશે એવું તેમને લાગ્યું. એમણે નિશ્ચય કરી લીધો કે બેંકના પોતાના ખાતેદારોને મળીને તેઓ પોતાને લાયક કોઈ નોકરી શોધી લેશે.

ભૂતકાળમાં એમણે જે લોકોને લાભ અપાવ્યો હતો, તેમણે ચો-કોફી પીવડાવી તેમની મહેમાનગતી તો કરી. પણ જેવી તેઓ નોકરીની વાત કરે કે તેઓ આમતેમ જોવા માંડે. 'પૂજે જન સૌ ઊગતા રવિને' એ ફરી એકવાર સિદ્ધ થયું. તેમ છતાં સુદામા હિંમત ન હાર્યા. અંતે કંઈક લાગવગથી એમને એક મોટી કંપનીમાં આર્થિક સલાહકારનું કામ મળી ગયું.

કહેવા માટે તો હોદો ઊંચો હતો, પણ કલાર્કથી લઈને મેનેજર સુધીના બધાં કામ એમણે જ કરવા પડતાં હતાં. એમનો કોઈ સહાયક-આસિસ્ટંટ પણ નહોતો. એમને યોગ્ય કેબિન પણ ફાળવવામાં આવી ન હતી. તેમ છતાં તેઓ પરિસ્થિતિ સાથે સમાધાન કરીને ચલાવી રહ્યા હતા. કારણ કે કોઈ બીજો ઉપાય નહોતો. બેંકમાં કામ કરવાનો ઊંડો અનુભવ હોવાને કારણે બેંક સંબંધી બધાં જ વ્યવહાર એમણે સંભાળવાના રહેતા. ઋણ લેવા માટે આવશ્યક વિવરણ તૈયાર કરવું, એની મંજૂરી મેળવવા માટે બેંકનો સંપર્ક કરી તજવીજ કરવી, જુદા જુદા આધિકારીઓ સાથે મળીને એમની સાથે પોતાની કંપનીના સંબંધો જાળવી રાખવા, નિયમિત રૂપે બેંક દ્વારા અપેક્ષિત માસિક, ત્રૈમાસિક, છમાસિક વિવરણ મેળવવા.. જેવા બધાં જ કામોનો ભાર તેમણે જ ઉપાડવો પડતો. દિવસના દસ કલાકતો ઑફિસના કામમાં જ પૂરા થઈ જતા. બેંકના જે કર્મચારીઓ એક સમયે મેનેજર તરીકે એમનો આદર કરતા, સમ્માન આપતા હતા, તેઓ આજે જ્યારે સુદામા એક ખાતા ધારકના પ્રતિનિધિ તરીકે બેંકમાં જતા, તો સ્વાભાવિક સામાન્ય વ્યવહાર કરતા. ગઈ કાલે પોતાના હાથ નીચે કામ કરનારા કર્મચારીઓને આજે તેમણે 'સર' કહીને સંબોધવા પડતા.

આટઆટલું કરવા છતાં પણ વ્યવસ્થાપકીય સંચાલક બડબડ કરતા કે કામ જલ્દી થતું નથી. આ જ વ્યવસ્થાપકીય સંચાલક સુદામા જ્યારે બેંક મેનેજર હતાં ત્યારે લળીલળીને વિનમ્રતાપૂર્વક તેમની આવભગત કરતા. પોતાના ઘણાં કામો કઢાવી

લેતા હતા. અને આજે સુદામા તેમના હાથ નીચે કામ કરતા કર્મચારી હોવાથી તેમની ઉપેક્ષા કરી રહ્યા હતાં, તેમની સાથે તિરસ્કારપૂર્ણ વ્યવહાર કરી રહ્યા હતા. થોડા મહિના પછી તેમણે બેંકની લોન વધારવા માટે સુદામાના નાકમાં દમ કરી નાખ્યો. એ સમયે કંપનીના રોજિંદા વ્યવહાર પણ સરળતાથી ચાલી રહ્યા નહોતા. પહેલા લીધેલી લોનના હપ્તા અને વ્યાજ ચૂકવવા પણ મુશ્કેલ થઈ ગયા હતા. અત્યાર સુધી કંપની માટે લીધેલી લોનથી એમ.ડી.એ પોતાની અંગત સંપત્તિ એકઠી કરી હતી. આ રીતે કંપનીની મૂડી અન્ય કામોમાં વપરાવાને લીધે કંપનીની કાર્યશીલ મૂડી/રોકડ ઘટી ગઈ હતી. સાથે જ ઉત્પાદન પણ ઓછું થઈ ગયું હતું. જેના પરિણામે કંપનીની આર્થિક સ્થિતિ ક્ષીણ/નબળી થવા લાગી હતી. આવી પરિસ્થિતિમાં કંપનીને નવી લોન મળવી અશક્ય હતી. એમ.ડી. ખોટા આંકડા દર્શાવીને બેંકમાંથી લોન મંજૂર કરાવવા કહી રહ્યા હતા. સુદામાએ તો આવી કલ્પના પણ નહોતી કરી. એક બાજુ એ સંસ્થા છે જેણે એમને અત્યાર સુધી આજીવિકા પૂરી પાડી હતી તો બીજી બાજુએ સંસ્થા છે, જે એમને વર્તમાનમાં વેતન આપી રહી છે. એક સંસ્થાને ન્યાય કરવા જતા બીજી સંસ્થાને અન્યાય થાય તેમ હતું. એમણે આ નોકરી એટલા માટે નહોતી સ્વીકારી કે તેમને ખાવાના સાંસા હતા. તેઓ તો માત્ર પ્રવૃત્તિમય રહી શકાય તે માટે આ કંપનીમાં જોડાયા હતા. પોતાના અનુભવને સાર્થક કરવાનો જ માત્ર તેમનો હેતુ હતો. આજે તેમની સામે આ સ્થિતિ ઉદ્ભવી હતી. તેઓ પોતાની અંતરાત્માનું દમન કરી શકે તેમ નહોતા. આથી ખૂબ વિચાર કર્યા બાદ તેમણે આ નોકરીમાંથી રાજીનામું આપી દીધું.

એ રાત્રે તેમણે ખૂબ મનન-ચિંતન કર્યું. શું તેઓ પોતાના પૂર્વ પદ આધારિત માન સન્માનને યાદ કરીને નાની નાની વાતોને વધુ પડતું મહત્વ આપી રહ્યાં છે ? બીજા લોકો જો સામાન્ય છે, તો શું તેમને કોઈ ગેરસમજ થઈ રહી છે કે બીજા લોકો એમનું અપમાન કરી રહ્યા છે? ખૂબ વિચાર્યા પછી પણ તેઓ આ અસમંજસમાંથી બહાર નીકળી શક્યા નહીં.

તેમના જીવનના વિવિધ પડાવો ફિલ્મની રીલની જેમ તેમની આંખો સામે આવી રહ્યા હતા. શાળાંત પરીક્ષામાં એમણે ડિસ્ટિંક્શન મેળવ્યું હતું, પણ ઇન્ટરમીડિએટ પરીક્ષામાં સામાન્ય ગુણ મેળવી ઉત્તીર્ણ થયા હતા. કારણ કે વિશેષ કોચિંગ મેળવવાની તેમની હેંસિયત નહોતી. એટલે જ ડોક્ટર બનવાની ઈચ્છા હોવા છતાં પીસીબી ગ્રુપમાં પ્રવેશ લેવાને બદલે તેમને બીએસસીમાં પ્રવેશ લેવો પડ્યો. સખત પરિશ્રમ કરીને

તેમણે બીએસસીની પરીક્ષા પ્રથમ શ્રેણીમાં ઉત્તીર્ણ કરી. આગળ અભ્યાસ કરી શકાય તેવી પરિસ્થિતિ નહોતી, આથી સ્પર્ધાત્મક પરીક્ષાઓ આપવા માંડ્યા. બે વાર નિષ્ફળ ગયા પછી, ત્રીજી વાર ભાગ્યએ તેમને સાથ આપ્યો. એમને સ્ટેટ બેંકમાં નોકરી મળી ગઈ. નોકરી અર્થે તેમને ઘણી જગ્યાએ ફરવું પડ્યું. બેંકની પરીક્ષાઓ પાસ કરતા ગયા તેમ તેમની ક્રમશઃ પદોન્નતિ થતી રહી. આ રીતે સતત ત્રીસ વર્ષની નોકરી સ્વૈચ્છિક સેવાનિવૃત્તિ સાથે પૂરી થઈ. ત્યારબાદ થોડા સમય માટે જ કરેલી પ્રાઈવેટ નોકરી પણ છોડવી પડી.

હવે શું કરવું ? એક મોટું પ્રશ્નાર્થચિહ્ન તેમની સામે ખડું હતું. પદ તો એમણે ત્યાગી દીધું, પણ જીવન તો આગળ વધી જ રહ્યું છે. તેમનું સ્વાસ્થ્ય પણ ઈશ્વરકૃપાથી સારું હતું. હજી તેઓ કામ કરવાની શક્તિ ધરાવે છે. શું પૈસાની આવક થાય એવું જ કામ એમણે કરવું જોઈએ ? એવા ક્યા ક્યા કામ છે જેમાં એમનો સમય પણ સારી રીતે વ્યતિત થાય અને સાથે સાથે સંતોષની અનુભૂતિ પણ થાય. અંતે એમને આ પ્રશ્નનો જવાબ મળી ગયો. જો તેઓ સ્વૈચ્છિક સેવાનિવૃત્તિને સ્વૈચ્છિક સેવામાં વીતાવે તો ? હા, આ યોગ્ય છે. એમની કોલોનીની ઓલે પાર મજૂરોની ઝૂંપડીઓ હતી. એમણે નોંધ્યું હતું કે તે મજૂરોના બાળકો શાળાએ જવાને બદલે નાનું-મોટું કામ કરતા હોય છે. કેટલાક તો આવારાની જેમ રખડપટ્ટી કરતા રહેતા. તેઓ આ બાળકોને ભણાવે તો ? એમાંથી જે બાળકો હોંશિયાર હશે તેમને પ્રાયવેટ એસ.એસ.સીની પરીક્ષા અપાવી શકાય. જરૂરી કોચિંગના અભાવે તેઓ પોતે વ્યાવસાયિક અભ્યાસક્રમ એટલે કે પ્રોફેશનલ કોર્સમાં જોડાઈ શક્યા નહોતા. એમનું જ્ઞાન અને અનુભવ ભલે થોડા લોકોના કામમાં આવે તો પણ એમને સંતોષ થશે. એમણે સેવાભાવ અને નિષ્ઠાપૂર્વક કાર્ય કરીને માટીમાં રગદોળાયેલા આ હીરાને બહાર લાવવા જ પડશે.

પોતાના વિચારોને અમલમાં મૂકવા માટે તેમણે જલદી જ કોઈ યોજના તૈયાર કરવી પડશે. નોકરીમાં હતા ત્યારે એમણે અનેક જનહિતની યોજનાઓ શરૂ કરી હતી. આથી એમને પૂર્ણ વિશ્વાસ હતો કે તેમની આ યોજના ચોક્કસ સફળ થશે. આ યોજનાને સફળ બનાવવા માટે તેમણે પોતાના જેવા અન્ય વીઆરએસ પીડિતોની મદદ લેવાનું પણ વિચાર્યું. હવે સુદામાનું મન એકદમ હળવું થઈ ગયું. તેઓ એકદમ ગાઢ ઊંઘમાં સરી ગયા.

આકાશના છેડા સુધી

બહેરીનથી આવેલી 'ગલ્ફ એરબસ' સહાર હવાઈમથક પર આવી પહોંચી. તેમાંથી અન્ય યાત્રીઓની સાથે મધુકર પણ ઉતર્યો.

તે ખૂબજ ખુશ હતો. કારણ કે ત્રણ વર્ષ બાદ તે પોતાની માતૃભૂમિ પર ડગ માંડી રહ્યો હતો. હવે બહુ જલ્દી તે પોતાના સગાસંબંધીઓ અને મિત્રોને મળશે એ વિચારે તે પ્રસન્નતા અનુભવી રહ્યો હતો.

તે પોતાની સાથે ઘણી બધી ચીજવસ્તુઓ લાવ્યો હતો, આથી કસ્ટમ્સ કલીયરન્સમાં તેને થોડું મોડું થયું. છેવટે તેને સંબંધિત અધિકારીને કેટલાક ડોલર ભેટ આપીને સમાધાન કરવું પડ્યું. બે કલાક પછી બે મોટી સૂટકેસ અને બે મોટા બોક્સ મૂકેલી ટ્રોલી સાથે તે બહાર આવ્યો.

'નમસ્તે સર'

તેને થયું કે મુંબઈમાં પોતાની ભાષામાં આ એનું અભિવાદન કરવા કોણ આવ્યું છે ? તેણે ધ્યાનથી જોયું તો એક અપરિચિત માણસ ઊભો હતો.

'નમસ્તે ! માફ કરજો, મેં આપને ઓળખ્યા નહીં.'

'આપણે એકબીજાને ઓળખતા નથી, પણ તમે મારા ગામના જ હો એવું લાગ્યું એટલે તમને સાદ દીધો. મારું નામ રાજેશ છે. હું 'ઑલ ઈન વન ટ્રાવ્હેલ્સમાંથી આવું છું. આ મારું કાર્ડ છે. અમે આપને જોઈતી તમામ વ્યવસ્થાઓ કરી આપીશું.'

'બધી વ્યવસ્થા એટલે ?' તેનું કાર્ડ હાથમાં લેતા મધુકરે પૂછ્યું.

'એટલે કે તમે અહીં વિમાનમાંથી બહાર પગ મૂક્યો ત્યાંથી લઈને તમે આપણા વતન જતી બસ અથવા ટ્રેનમાં બેસો ત્યાં સુધીની બધી વ્યવસ્થા અમે કરી આપીશું. આપ ફરીથી વિદેશ જવાના હો તો તમારે માત્ર વીઝા લાવવાના રહેશે. તમારી હવાઈ યાત્રાની ટિકિટની વ્યવસ્થા પણ અમે કરીશું. રાજેશે સવિસ્તાર માહિતી આપી.

આવું તો પહેલા ક્યારેય સાંભળ્યું નથી. જે મુંબઈ શહેરમાં દરરોજ હત્યા, છળકપટ, ગેંગવૉર અને ક્યારેક તો બોમ્બ વિસ્ફોટ થતા રહે છે, ત્યાં આ દગાબાજીની

કોઈ નવી રીત તો નથી ને ? ત્રણ વર્ષના પોતાના લોહી-પસીનાની કમાણી તે ડોલર અને વસ્તુઓ સ્વરૂપે સાથે લાવ્યો છે, તેને લૂંટવાની આની કોઈ આ યોજના તો નથી ને ? મધુકર વિચારવા લાગ્યો.

તે રાજેશને શંકાની નજરે જોવા લાગ્યો.

'તમને શંકા થાય છે ને સર ? તમે એવું વિચારો છો કે અમે દગાબાજ છીએ. એવું બિલકુલ નથી સર ! અહીંના લોકો આપણા વતનીઓ સાથે છળકપટ કરતા હોવાથી જ અમે આ કામ શરૂ કર્યું છે. તમારા જેવા જ બીજા ચાર લોકો છે, જેઓ મસ્કત અને દુબઈથી આવ્યા છે. અહીં અમારી ક્વોલિસ જીપ ઊભી છે. જો આપને વિશ્વાસ બેસતો હોય તો બેસી જાઓ. કોઈ જબરદસ્તી નથી.'

'ઠીક છે. ચાલો જોઈએ !' મધુકર તેની સાથે ચાલવા લાગ્યો.

પાર્કિંગમાં ઊભેલી ક્વોલિસ જીપના કેરિયરમાં ચાર મોટી સૂટકેસો મૂકી હતી. ચાર યાત્રિકો જીપની બાજુમાં ઊભા હતા. તે જોઈને મધુકરને હાશ થઈ !

'ઠીક છે. આપણે જઈશું. પણ તમારો ચાર્જ શું છે ?'

'અમે આપણાં જ લોકો પાસેથી વધારે થોડા લેવાના છીએ ? આપ જીપમાં બેસો. આપણે રસ્તામાં વાત કરીએ.

જીપ વેસ્ટર્ન હાઈવે પર વરલી તરફ તીવ્ર ગતિએ દોડી રહી હતી. જીપમાં બેઠેલા યાત્રિકો પોતપોતાનો પરિચય આપી રહ્યા હતા.

'મારું નામ એર્રન્ના છે. હું સિરસિલ્લાનો રહેવાસી છું. મસ્કતમાં એક હોસ્પિટલમાં કામ કરું છું.

'હું મુત્તય્યા છું. દુબઈમાં વેલ્ડર તરીકે કામ કરું છું. હું મેટપલ્લી પાસે આવેલા ઈબ્રાહીમપટનમનો રહેવાસી છું.'

'મારું નામ નરસિમ્હુલૂ છે. હું શારજહાંમાં પેટ્રોલપંપમાં કામ કરું છું. મારું ગામ કામારેડ્ડી છે.'

'હું સાઉદી અરેબિયાથી આવી રહ્યો છું. મારું નામ સીતારામ છે. મારું ગામ જકરનપલ્લી છે, જે નિઝામાબાદ જિલ્લામાં આવેલું છે.

'હું બહેરીનમાં કોમ્પ્યુટર ઓપરેટર છું. મારું નામ મધુકર છે. મારું ગામ છે પેરકિટ, જે આર્મૂર પાસે આવેલું છે.

ડ્રાઈવરે વાતોનો દોર આગળ વધારતાં કહ્યું, 'મારું નામ રાજેશ છે. જે હું આપ સૌને પહેલાં જ જણાવી ચૂકવો છું. આ ટ્રાવ્હેલ કંપની મારા કાકાની છે. ઇન્ટર પાસ કર્યા પછી હું મારા ગામમાં બેકાર બેઠો હતો. તેથી મારા કાકાએ મને મુંબઈ બોલાવી લીધો અને ડ્રાઈવીંગ શીખવ્યું. હાલમાં હું જ આ ટ્રાવેલ કંપનીનું કામ સંભાળું છું. મારું ગામ છે ચૌટપલ્લી, જે નિઝામાબાદ જિલ્લાના કમ્મરપલ્લી વિસ્તારમાં આવેલું છે.

'અત્યારે આપણે ક્યાં જઈ રહ્યા છીએ ?' ખાવા-પીવાની શું વ્યવસ્થા છે ? એના માટે તમે કેટલો ચાર્જ લેશો ?' મધુકરે પૂછ્યું.

'અમારી ઑફિસ વરલીમાં છે, ત્યાં સામાન રાખવા માટે એક રૂમ છે. સૂવા માટે ચાર રૂમ છે.

'પરંતુ, શું અમારો સામાન ત્યાં સુરક્ષિત રહેશે ?' મધુકરે પોતાની શંકા વ્યક્ત કરી.

'તમારો સામાન એકદમ સુરક્ષિત રહેશે. આપ સૌ જે રીતે પેટ માટે વિદેશ ગયા છો, એ જ રીતે અમે પેટનો ખાડો પૂરવા માટે મુંબઈ આવ્યા છીએ. આપણા વતનના લોકોની સેવા કરવી એ જ અમારો સંકલ્પ છે. અમે કોઈની સાથે દગો કરતા નથી,' રાજેશે કહ્યું.

'અને એ સેવાને બદલે તમે શું ચાર્જ લેશો એ તમે ન જણાવ્યું,' એરન્નાએ પૂછ્યું.

'મેં કહ્યું ને કે અમે આપણા જ ગામના લોકો પાસેથી વધુ પૈસા નથી લેતા,' રાજેશે કહ્યું. 'સવારનો નાસ્તો, બે વારનું જમણ, સૂવા માટેની વ્યવસ્થા, સામાનની સુરક્ષા... આ બધી સેવાઓ પૂરી પાડવા માટે અમે એક દિવસના બસ્સો રૂપિયા લઈએ છીએ. એરપોર્ટથી વરલી સુધી અને વરલીથી આપને વતન જતી બસ અથા ટ્રેન જેમાં જવું હોય ત્યાં સુધી અમે તમને અમારી જીપમાં લઈ જઈશું. જેના માટે બીજા સો રૂપિયા થશે. જો આપ બીજી કોઈ હોટલમાં ઉતરશો તો એક દિવસના હજાર રૂપિયા પણ પૂરા નહીં પડે. એ સિવાય તમે અહીં જો કોઈ મુશ્કેલીમાં સપડાશો તો બહાર નીકળવાનો રસ્તો નહીં મળે,' રાજેશે કહ્યું.

વાતો કરતાં કરતાં તેઓ વરલી પહોંચી ગયા.

વરલી... એક સમયે તો આ વિસ્તાર કાપડ મિલોનો કોલાહલ, ચીમનીઓમાંથી નીકળતો ધૂમાડો અને મીલ મજૂરોની અવરજવરથી સતત ગૂંજતો રહેતો હતો.

જ્યારે આજે ?

આજે મિલોનો કોઈ જ કોલાહલ નથી. કારણ કે બધી મિલો તો ક્યારનીયે મૂંગી થઈ ગઈ છે. એમના સ્થાને આજે ધનાઢ્ય લોકોને રહેવા માટે ગગનચુંબી ઈમારતો ઊભી થઈ ગઈ છે. મોટા-મોટા કાર્યાલય પરિસર પ્રગટ થઈ ગયા છે. એક સમયે જ્યાં એણે સુખી જીવન વિતાવ્યું હતું, એજ સ્થાને મિલમજૂરો દયનીય સ્થિતિમાં પોતાનું ગુજરાન ચલાવી રહ્યા છે.

વરલીની બીડીડી ચાલમાં એકસો નવ નંબરની બિલ્ડિંગમાં રૂમ નં. સોળમાં એમનો સામાન સુરક્ષિત મૂકવામાં આવ્યો. દરેક સૂટકેસ પર ચોકથી નંબર લખીને સંબંધિત નંબરના ટોકન યાત્રિકોને આપવામાં આવ્યા. એ રૂમની બાજુમાં જ એમના ઉતારા માટેની રૂમ હતી. એક નાનકડા ઓરડામાં નીચે છ અને ઉપર માળિયામાં ચાર લોકોની સૂવાની વ્યવસ્થા હતી. એક ખૂણામાં મોરી હતી. શૌચાલય બહાર હતું. જે માળા ઉપર આવેલી વીસ રૂમોના લોકોએ વાપરવાનું હતું. જગ્યાની અછત ધરાવતા મુંબઈ શહેરમાં આટલા સસ્તામાં મળતી આ સુવિધાઓ વિદેશથી આવેલા આ યાત્રિકોને ઠીક લાગી.

'આપ સૌ નાહી ધોઈને તેયાર થઈ જાઓ. હું એક કલાક પછી આવીશ અને આપને ભોજન માટે લઈ જઈશ,' કહીને રાજેશ ત્યાંથી નીકળ્યો.

રાજેશ પાછો આવ્યો, ત્યારે મધુકર સહિત અન્ય યાત્રીઓ તૈયાર થઈ ગયા હતા. રાજેશ એમને નજીક જ આવેલા 'આંધ્રમાતા ભોજનાલય'માં લઈ ગયો.

દુકાનોના નામ તેલુગુમાં લખેલા હતા. રાહદારીઓ તેલુગુમાં વાતો કરી રહ્યા હતા. આથી બધાં યાત્રિકોને એ ભ્રમ થયો કે જાણે તેઓ પોતાના ગામમાં જ છે.

આંધ્રપ્રદેશનો પહેરવેશ અને માથા પર ચાંદલો કરેલી સાક્ષાત્ અન્નપૂર્ણા સમાન સ્ત્રી ગલ્લા પર બેઠી હતી. રાજેશ સાથે આવેલા આગંતુકોએ તે સ્ત્રીને અભિવાદન કર્યું.

'માસી, આ બધા આજે જ વિદેશથી આવ્યા છે. તેઓ આપણા નિઝામાબાદ

અને કરીમનગરની આસપાસના જ વિસ્તારના છે,' રાજેશે એ સ્ત્રી સાથે આવેલા લોકોનો પરિચય કરાવતા કહ્યું, 'આ ગંગા માસી છે.' ગંગામાસીએ એમને નમસ્કાર કરીને ત્યાં રાખેલી ખુરશીઓ પર બેસવા કહ્યું અને પોતે રસોડા તરફ આગળ વધ્યા. ગંગામાસી જાતે જ એ લોકોને કેળના પાનમાં ભોજન પીરસવા લાગ્યા.

ભોજનમાં દરેક વ્યંજન-વાનગી એમની પરિચિત હતી. એમને થયું કે જાણે તેઓ પોતાના ગામમાં, પોતાના ઘરમાં, પોતાની માના હાથે બનેલું ભોજન જ જમી રહ્યા છે. સૌને પ્રેમપૂર્વક ભોજન પીરસતા પીરસતાં ગંગામાસી તેમની સાથે પોતાના વિશે વાત કરવા લાગ્યા.

'અમને મુંબઈ આવે ચાલીસ વર્ષ થઈ ગયા, મારા પતિ અહીં મિલમાં યંત્રશાળ ચલાવતા અને હું બીડી બનાવતી. અમારે ત્રણ દીકરીઓ છે. બધું વ્યવસ્થિત ચાલી રહ્યું હતું. બે દીકરીઓને કોલેજમાં દાખલ કરી હતી. ત્યાંજ જાણે અમારા પર આભ તૂટી પડ્યું. દત્તા સામંતની મહેરબાનીથી શરૂ થયેલી હડતાલ વીસ મહિના ચાલી. એ સમય દરમિયાન ઘણી મિલો બંધ થઈ ગઈ. હડતાલ દરમિયાન અમે મિલ ફરી શરૂ થશે એ આશામાં મહામુશ્કેલીથી દિવસો પસાર કરી રહ્યા હતા. પણ અમને તો જાણે ભીખ માંગવા માટે હાથમાં વાટકો જ પકડાવી દીધો. અમને કોઈનો પણ સહારો નહતો. અમે પાછા ગામ ભેગા થવાનું પણ વિચાર્યું, પણ ત્યાં જઈને પણ અમે શું કરત? ત્યાં કોઈ આજીવિકાનું સાધન નહોતું, માટે જ તો અમે અહીં આવ્યા હતા. તો ક્યા મોઢે ગામ પાછા ફરીએ? ગમે એમ કરીને અહીં જ ગુજરાન ચલાવવું, એવું વિચારીને આ ભોજનાલય શરૂ કર્યું. શરૂઆતમાં વીસ લોકો જમવા આવતા. આજે બસ્સો જણ જમે છે. દરરોજના ગ્રાહકો માસિક ધોરણે પૈસા ચૂકવે છે. બાકીના રોજરોજના પૈસા ચૂકવે છે.

આ ભોજનાલયના માધ્યમથી અમને જીવનનો એક આધાર મળી ગયો. સાથે જ દસ રસોઈયાઓને પણ કામ મળ્યું. ભગવાન બાલાજીની કૃપાથી અમને આપ જેવા લોકોને આંધ્રપ્રદેશની વાનગીઓ જમાડવાનું સૌભાગ્ય સાંપડે છે. મારા પતિની આર્થિક ચિંતા દૂર થઈ ગઈ. હવે ઘર ઠીક ઠીક ચાલે છે. લો, એ પણ આવી પહોંચ્યા. ગંગામાસીએ પોતાના પતિ શિવરામને નવા આવેલા આગંતુકોનો પરિચય કરાવ્યો. શિવરામે એમનું અભિવાદન કર્યું. ભોજન કરી લીધાં બાદ રાજેશ અને શિવરામ યાત્રિકોને લઈને ફરી ઉતારા પર આવ્યા.

વાતચીત દરમિયાન મુત્તય્યાને જાણવા મળ્યું કે શિવરામ તો એનો દૂરનો સંબંધી થાય છે. આથી એમની વચ્ચે નિકટતા વધી ગઈ.

'હા, મામા ! મેં સાંભળ્યું છે કે તમેં અહીં મિલમાં સુપરવાયઝર તરીકે કામ કર્યું છે. તો તમે આ ધંધો ક્યારે શરૂ કર્યો ? મુત્તય્યાએ પૂછ્યું.'

'તારી મામીએ વાત કરી જ હશે કે અમારી મિલમાં હડતાલ થયા બાદ મિલ બંધ થઈ પછી આ ભોજનાલય શરૂ કર્યું છે. એ સમયે મને પણ મસ્કત જવાનો વિચાર આવ્યો હતો. પરંતુ, એજન્ટોને હજારો રૂપિયા ચૂકવી દીધા પછી પણ વીઝા ન મળવાને કારણે અટવાઈ ગયેલા લોકોને જોઈને મારો વિચાર બદલાઈ ગયો. મિલ બંધ થઈ ત્યારે જે રકમ મળી એમાંથી, તારી મામીની પ્રેરણાથી અમે એક રૂમ લીધી. જેમાં મસ્કત જતા-આવતા લોકોને રહેવા સૂવાની વ્યવસ્થા કરી. અને આ ભોજનાલયમાં તેમના માટે ભોજનની વ્યવસ્થા કરી. થોડી રકમ જમા થઈ ત્યારે મિત્રોની સલાહથી આ સેકન્ડ હેન્ડ જીપ ખરીદી. ગામમાંથી રાજેશને અહીં બોલાવી લીધો. તેને ડ્રાયવિંગ શીખવ્યું. રાજેશના આવ્યા બાદ અમારું કામ વધ્યું. આવક પણ વધી. અમે બીજી બે રૂમ ખરીદી. હવે તો રેલ્વે, બસ તથા હવાઈ યાત્રાની ટિકિટ બુકીંગ માટે એજન્સી પણ શરૂ કરી છે. આપણો રાજેશ તો હજી બીજું ઘણું કરવા માંગે છે,' શિવરામે કહ્યું.

'આ તો સારી વાત છે. અમે વિદેશ જઈને કમાઈએ છીએ, જ્યારે તમે અહીં જ રહીને કમાણી કરો છો. તો ભાઈ રાજેશ ! હવે પછી તારી શું યોજના છે ?' મધુકરે પૂછ્યું.

'ગામમાં મે ઈન્ટર સુધીનો અભ્યાસ કર્યો છે. હવે પ્રાયવેટ બી.કોમ. કરી રહ્યો છું. ડ્રાયવિંગતો શીખી લીધું છે. મારો વિચાર છે કે લોકોને વિદેશ મોકલવાના નામે એમની સાથે થતી છેતરપીંડી રોકવા માટે શ્રમવિભાગ પાસેથી લાયસન્સ મેળવીને એજન્સી શરૂ કરું. મારા કેટલાક સંબંધીઓ વિદેશમાં વસ્યા છે. એમની મદદથી ત્યાંની કંપનીઓનો વિઝા મેળવી, ન્યાયપૂર્ણ રીતે, પૂરી ઈમાનદારીથી આ કામ કરું. જેમાં મને થોડો ઘણો નફો પણ થાય અને હું લોકોની સેવા પણ કરી શકું. આગળ તો જેવી ભગવાનની મરજી,' રાજેશે વાત પૂરી કરતા કહ્યું.

વધુ ભણતર ન હોવા છતાં પણ અડચણોને અવસરમાં બદલનાર શિવરામ, અભણ ગંગામાસી અને થોડો-ઘણો અભ્યાસ કરનાર રાજેશ જે સેવાભાવથી,

ઈમાનદારી અને નિષ્ઠાથી તેમજ તત્પરતાથી પોતાના લોકોની મદદ કરે છે, તે જોઈને મધુકર અભિભૂત થઈ ગયો.

નોકરી અર્થે અખાતી દેશોમાં જવા ઈચ્છતા અથવા બીજા દેશમાંથી અહીં આવતા પોતાના વતનના લોકો માટે ઉપયોગી, એકજ જગ્યાએ બધી સુવિધા પૂરી પાડતી આ 'સિંગલ વિંડો' યોજના તેને ઘણી ગમી.

મધુકર બારીની બહાર જોઈ રહ્યો હતો. તેને થયું કે જાણે શિવરામ, ગંગામાસી અને રાજેશનું કદ ઝડપથી વધી રહ્યું છે... છેક આકાશના છેડા સુધી

બૉસ

'આ શું છે મિસ્ટર સુભાષ ? તમારા જેવી આટલા વર્ષોની સર્વિસ અને અનુભવ ધરાવતી વ્યક્તિ પાસે મારી આ અપેક્ષા નહોતી.' અમારા રીજનલ મેનેજરની કેબિનમાં પગ મૂકતાવેંત જ મારા પર એમની 'આશિષ' વર્ષા શરૂ થઈ ગઈ.

'શું થયું સર ? આપ શેના વિશે વાત કરો છો ?'

'બીજા શેના વિશે વાત કરવાનો ? ગયા મહિને તમે પ્રાથમિકતા ક્ષેત્ર સંબંધિત જે વિવરણ તૈયાર કર્યું હતું તેના વિશે વાત કરું છું. જુઓ જી. એમ સાહેબે કેટલો કડક પત્ર મોકલ્યો છે. કોઈ વિવરણ તૈયાર કર્યા પછી તેને ક્રોસ ચેક નહીં કરો તો કેમ ચાલે ?

'એ વિવરણ તો મેં તમારા કહ્યા અનુસાર જ તૈયાર કર્યું હતું. તમે તે તપાસ્યું પણ હતું. એમાં મારો શું વાક ?' મેં થોડો આકરો જવાબ વાળ્યો.

'તમારો કોઈ વાંક નથી ? તો તમને મેં આ કામ સોંપ્યું એ મારો વાંક ને ? ઠીક છે, આને વ્યવસ્થિત કરી આપો. સંશોધિત વિવરણ સાથે તમારે સ્પષ્ટીકરણ પણ આપવું પડશે. તમારું નામ રિપોર્ટ તો કરવું જ પડશે ?

મારું મન આક્રોશથી વ્યાપી ગયું. પણ એમની પાસે હોદ્દાનો રુઆબ હતો. હું કંઈ કહી ન શક્યો. પાછો આવીને પોતાની ખુરશી પર બેસી ગયો. મારું મન ક્રોધથી સળગી રહ્યું હતું.

'રીજનલ મેનેજર તરીકે શું એમની કોઈ જવાબદારી જ નહીં ? કહે છે કે, સંબંધિત કલાર્ક હોવાના કારણે ભૂલ મારી જ ગણાય. મારું નામ રિપોર્ટ કરશે. કરવા દો, મને ક્યાં કોઈનો ડર છે ? અમારું યુનિયન છે ને !'

'મને મેમો મળશે તો હું આ મેનેજરને પણ જોઈ લઈશ. એમણે મસૂદામાં જે જે ફેરફાર કર્યા હતા, તે પ્રારૂપ મેં સાચવી રાખ્યું છે. આ પ્રારૂપ જો હું હેડઓફિસ મોકલી દઉં ને તો એમને પણ મારી તાકાતનું ભાન થઈ જશે.

એક મહિના પહેલા જ્યારે ઝોનલ મેનેજર મુલાકાતે આવ્યા હતા. ત્યારે 'નફાની દષ્ટિએ બધા ક્ષેત્રો કરતા તમારા ક્ષેત્રની યોજના સારી છે. ખૂબ સરસ યોજના તૈયાર કરી છે,' ઝોનલ મેનેજર સાહેબે પ્રશંસા કરતા કહ્યું હતું.

'એમાં શું મોટી વાત છે, સર? આટલા વર્ષોનો અનુભવ કામ આવ્યો,' રીજનલ મેનેજરે ખોટી વિનમ્રતા દર્શાવતા કહ્યું હતું.

'અનુભવ તો બધાંને હોય છે. પણ તમારી જેમ કોર્પોરેટ પ્લાનને સારી રીતે સમજી શકનારા કેટલા લોકો હોય છે?'

'થેન્કયુ ફોર ધ કોમ્પ્લિમેન્ટ સર!'

હકીકતમાં તો નફાકારક તે યોજના મેં જ તૈયાર કરી હતી. જેમાં રીજનલ મેનેજરનો તો કોઈ સહભાગ હતો જ નહીં. ત્યારે તો એમણે ઝોનલ મેનેજર સાહેબને મારું નામ નહોતું કહ્યું. એમણે તો એવું જ જતાવ્યું કે બધું એમણે જ કર્યું છે.'

અને આજે? હેડઓફિસમાંથી કડક પત્ર આવ્યો છે તો ચેતવણી આપે છે કે મારું નામ રિપોર્ટ કરશે. શ્રેય મળે તો એમનો અને ટિકા થાય તો હાથ નીચેના કર્મચારીની!

અધિકારીઓ આવા પણ હોય! અન્યમનસ્કપણે ઘરે પહોંચ્યો. મારા હાથમાં કોફીનો કપ આપીને મારી પત્નીને કહ્યું, 'જુઓ, આપણી દીકરી રોહિણી ફરી પાછી ગણિતમાં નાપાસ થઈ ગઈ છે.'

મારા મનમાં ઑફિસની ઘટના જ ચકરાઈ રહી હતી, એમાં મારી પત્નીની વાતોએ જાણે આગમાં ઘી રેડ્યું.

હું રમા પર વરસી પડ્યો. 'નાપાસ ન થાય તો બીજું શું થાય? તું બાળકો પ્રત્યે કંઈ ધ્યાન આપે તો ને? હાથમાં નાસ્તાનો ડબ્બો અને પાણીની બાટલી પકડાવીને શાળાએ મોકલી આપવાથી ન ચાલે. તું બી. એ. પાસ છો, છતાં ઘરે બેઠાં બેઠાં બાળકોને ભણાવે નહીં એ થોડું ચાલે?'

'હું કિશોરને તો ભણાવું જ છું. એ ધ્યાનથી ભણે પણ છે. પણ રોહિણી તો તમારી લાડકી દીકરી છે ને ? હું જો એને જરા અમથું વઢું-મારું તો તમે જ વચ્ચે આવીને એનો પક્ષ લો છો અને પરીક્ષા સમયે તમે જ એને ગણિત શીખવ્યું હતું.' રમા પણ કંઈ ઓછી ન હતી.

'અચ્છા, તો તારો અર્થ છે કે મેં ગણિત શીખવ્યું, એટલે એ નાપાસ થઈ? મને હંમેશાં ગણિતમાં સો માંથી સો ગુણ મળતા હતા, એ તું જાણે છે?'

'તમારી હોશિયારી તો દેખાઈ જ રહી છે. હાલતા ને ચાલતા મને સંભળાવવાની તો તમને આદત જ છે ને.'

હવે કાંઈ બોલીને ફાયદો નહોતો. મારે હથિયાર હેઠા નાખ્યા સિવાય છૂટકો નહોતો.

મેં વાત બદલી

'તો કિશોરનું પરિણામ શું આવ્યું ?'

'મુન્નાનું તો શું કહેવું ? છયાંસી ટકા મળ્યા છે એને તો. આખા વર્ગમાં દ્વિતીય ક્રમાંકે આવ્યો છે.' એણે પોતાની પ્રસન્નતા અને ગર્વને વ્યક્ત કરતા જાણે કોલર ઊંચા કરતી હોય એ રીતે હાથ હલાવ્યા.

'દીકરો તો મારો જ છે ને !'

'હા... હા... ! નવ મહિના પેટમાં મેં રાખ્યો. જન્મ મેં આપ્યો. રોજ તમે તો એને ભણાવ્યો છે. તો પછી મુન્ની વિશે તમારું શું કહેવું છે ?'

'મુન્ની પણ મારી જ દીકરી છે, પણ એનામાં બુદ્ધિ તારી છે,' મેં રમાને ઉશ્કેરતા કહ્યું.

'વાહ ! સરસ ! મુન્નાને સારા ટકા આવ્યા, એ તમારો પ્રતાપ. મુન્ની નાપાસ થઈ તો મારો વાંક. બધા પુરુષો સરખા જ હોય છે.'

મારા મોં પર તો જાણે કે તાળું વસાઈ ગયું.

ઘરમાં તો હું બૉસ ખરો ને...

અચાનક મને મારા બૉસ યાદ આવી ગયા. બધા બૉસ સરખા જ હોય છે.

બધાની મનોદશા એક જેવી જ...

દોરડાખેંચ

શ્રુતિની સહનશીલતાનો અંત આવી ગયો હતો. એ એટલા માટે નારાજ હતી કારણ કે ૨૨ નંબરની બસ, જે આમ તો દર દસ મિનિટે આવી જતી હોય છે, તેનો અડધો કલાક થવા છતાં પણ કોઈ પત્તો નથી.

ધોમધખતા તાપમાં ઠંડા પાણીના ફુવારા સમાન.....

'સાંભળો, ૨૨ નંબરની બસ ગઈ કે ?'

અવાજ સાંભળીને શ્રુતિએ આંખો ઊંચી કરીને જોયું. એ યુવક કોઈ નવલકથાના નાયકની જેમ આકર્ષક હતો. તેનો અવાજ સાંભળીને શ્રુતિના શરીરમાં આછી કંપારી પસાર થઈ ગઈ. છેલ્લા કેટલાયે દિવસોથી એના મનના કોઈ ખૂણે દબાયેલી ઇચ્છા પૂરી થતી જોઈ એનું હૃદય પુલકિત થઈ ઊઠ્યું.

'જી, હું પણ અડધા કલાકથી એ જ બસની રાહ જોઉં છું. ખબર નહીં, ક્યારે આવશે.'

પવનનો જીવ હેઠો બેઠો. એ મોડો પડ્યો હોવા છતાં બસ છૂટી નથી ગઈ, એ જાણીને એને હાશ થઈ. એ જે છોકરીને બસની લાઈનમાં, બસમાં જોયા કરતો હતો, એની સાથે પહેલી વાર વાત કરવાનો મોકો મળ્યો એ માટે પવને પોતાને અભિનંદન આપ્યા.

એ છોકરીએ પણ મોં મચકોડ્યા વિના સામાન્યપણે જવાબ વાળ્યો, એથી એ ફૂલાઈ રહ્યો હતો. એની આશાના અંકુરો ફૂટવા લાગ્યા.

હવે તો શું કહેવું ?

એ દિવસે શ્રુતિ અને પવન વાતોમાં એવા મશગૂલ થઈ ગયા કે ૨૨ નંબરની બસ ગમે તેટલી મોડી આવે, એમનું ધ્યાનભંગ ન થાય એવી એક અપૂર્વ સ્થિતિમાં એ બંને પહોંચી ગયા હતા.

★ ★ ★

'જી, મારે એક કરંટ ખાતું ખોલાવવું છે.'

'મેનેજર સાહેબને મળો'

'નમસ્તે સાહેબ !'

'નમસ્તે ! આવો, બેસો'

'જી હું આપની બેંકમાં એક કરંટ ખાતું ખોલાવવા માંગું છું.

'આપ ક્યો બિઝનેસ કરો છો ?'

'કમ્પ્યૂટર સ્ટેશનરીનો જનરલ સ્ટોર શરૂ કરી રહ્યો છું.'

'તમારી દુકાન ક્યાં છે ?'

'આપની બૅંકની બાજુની ગલીમાં અમારું બે માળનું મકાન છે. નીચે દુકાન છે અને ઉપર અમે રહીએ છીએ,' સદાનંદે કહ્યું.

'આ વેપારનો આપને કોઈ અનુભવ છે ? અમારી બેંક પાસેથી આપને કોઈ ઋણની આવશ્યકતા છે ?' મેનેજરે પૂછ્યું.

'હાલ તુરંત તો મને કોઈ લોનની જરૂર નથી. શહેરમાં હું મારા કાકાને ત્યાં છ મહિના કામ કરી ચૂક્યો છું. તેઓ સ્ટેશનરીના જથ્થાબંધ વ્યાપારી છે. ગ્રેજ્યુએટ થયાને બે વર્ષ થઈ ગયા. નોકરીનો કોઈ પત્તો નથી. કાકાના પ્રોત્સાહન અને એમની મદદથી જ હું વેપાર શરૂ કરી રહ્યો છું.

'તમારા ખાતા માટે પરિચય કોણ આપશે ?'

'છેલ્લા પાંચ વર્ષથી આપની જ બેંકમાં મારું બચતખાતું છે. એ પૂરતું નથી ?' સદાનંદે પૂછ્યું.

'કરંટ એકાઉન્ટ ખોલવા માટે અમારા જ ખાતાધારકો, એમાં પણ કરન્ટ એકાઉન્ટ હોલ્ડરો દ્વારા જ પરિચય આપવો જરૂરી છે.' મેનેજરે સ્પષ્ટતા કરતા કહ્યું.

'ઠીક છે. ફોર્મ આપી દો... હું કંઈક કરું છું.

બૅંકની ઔપચારિકતાઓ પૂર્ણ કરીને સદાનંદે 'ફ્યૂચરા કમ્પ્યૂટર સ્ટેશનરીના નામે ખાતું ખોલાવી લીધું. ત્યારબાદ દુકાનનું ઉદ્ઘાટન પણ થઈ ગયું ? અને બૅંકમાં લેવડ-દેવડ શરૂ થઈ .

★ ★ ★

'નટરાજ થિયેટરમાં 'દિલ તો પાગલ હૈ,' ફિલ્મ લાગી છે. જોવા જઈએ ?'

છેવટે પવને પૂછી જ લીધું. એ મનમાં એ વિચારી રહ્યો હતો કે બસ સ્ટૉપ પર થતી ગપશપથી ક્યાં સુધી ચલાવવું ?

'ના, મારો વિચાર છે કે 'ટાઈટેનિક' ફિલ્મ જોવા જઈએ,' શ્રુતિએ પોતાની પસંદ વ્યક્ત કરતાં કહ્યું.

'તમે હજુ સુધી આ ફિલ્મ નથી જોઈ ? હું તો બહુ પહેલા જ મારા સહકર્મીઓ સાથે આ ફિલ્મ જોઈ ચૂક્યો છું. તેમ છતાં તમે જોવા આવતા હો તો મને એ ફિલ્મ ફરીથી જોવામાં કોઈ તકલીફ નથી' પવન આ મોકો ગુમાવવા નહોતો ઈચ્છતો. એ મનોમન વિચારવા લાગ્યો. 'ફિલ્મ કોને જોવી છે.'

'તો ઠીક છે. આવતા રવિવારના બીજા શોની ટિકિટ બુક કરાવી લો.' શ્રુતિએ લીલી ઝંડી આપી દીધી.'

પવનનું હૃદય પવન કરતાં પણ વધુ તીવ્ર ગતિથી ધબકી રહ્યું હતું. ખૂબ ઉમંગથી તેણે શ્રુતિ સાથે એ ફિલ્મ જોઈ. એનો મન-મયૂર તો જાણે શ્રુતિની સરગમ અને લય સાથે નાચી ઊઠ્યો. એના આનંદની તો જાણે કોઈ સીમા જ નહોતી. એ રોમાંચમાંથી બહાર નીકળતા પવનને ઘણો સમય લાગ્યો.

★ ★ ★

'ફ્યુચરા કમ્પ્યૂટર સ્ટેશનરીનો ધંધો પ્રગતિ કરી રહ્યો હતો. માસિક લાખોનું લેનદેન થવા લાગ્યું હતું. બેંક ખાતામાં હવે લાખેક રૂપિયાનું બેલેન્સ રહેતું. સદાનંદ અને બેંક મેનેજર સારા મિત્રો બની ગયા હતા. માનવંતા ગ્રાહકોને અપાતી ક્લિયરિંગમાં અટવાયેલા ચેકની રકમ ઉપાડવી અને ડિમાન્ડ ડ્રાફટના કમિશનમાં રાહત જેવી સુવિધાઓ 'ફ્યુચરા કમ્પ્યૂટર સ્ટેશનરીને પણ મળી રહી હતી. સદાનંદ વારતહેવારે બેંકના સ્ટાફને નાની-મોટી ભેટ આપતો. ક્યારેક વળી મેનેજરને એરકન્ડીશન્ડ હોટલમાં પાર્ટી આપતો. આમ ધીમે ધીમે બેંકમાં સદાનંદની સારી શાખ ઊભી થઈ ગઈ.

★ ★ ★

પવન અને શ્રુતિનું મિલન બસ સ્ટૉપથી આગળ વધીને ફિલ્મ, પાર્ક અને શોપિંગ સેન્ટર સુધી પહોંચી ગયું હતું. શરૂઆતમાં પવન તરફથી મળતી નાની-મોટી

ભેટોનું સ્થાન હવે મૂલ્યવાન સ્વર્ણ આભૂષણોએ લઈ લીધું હતું. શ્રુતિ પણ એને પગાર મળે ત્યારે પવનને ઉપયોગી થાય તેવી વસ્તુઓ-જીન્સ, ટાઈ, શર્ટ ખરીદીને પવનને ભેટ આપતી. એક દિવસ પાર્કમાં -

પવને કંઈક રોમેન્ટિક મૂડમાં શ્રુતિને પૂછ્યું,' તું ક્યાં સુધી મને આમ સતાવતી રહીશ ?'

'હું તને સતાવું છું ?'

'મારે જ પહેલ કરવી પડશે ?'

'તો શું તમે મારા મોઢે બોલાવવા માંગો છો ?'

'શું તારા ઘરવાળા આપણા લગ્ન માટે સંમતિ આપશે ?' પવન હવે સીધો મુદ્દા પર આવી ગયો.

'એ તો પૂછીએ ત્યારે ખબર પડે. તમારા ઘરના લોકો શું કહે છે ?' શ્રુતિ પણ કંઈ ઓછી ઉતરે એમ નહોતી.

'મેં ઘરમાં અછડતી વાત કરી છે. મારું માનવું છે કે, એમને કોઈ વાંધો નહીં હોય.'

'મારા ઘરવાળા પણ મારી વાત નહીં ટાળે. હું પપ્પાને વાત કરીશ અને આવતા શનિવારે તમને જણાવીશ કે તમારે એમને ક્યારે મળવા આવવાનું છો ?'

'હું આતુરતાપૂર્વક શનિવારની રાહ જોઈશ ?'

★ ★★

દિલખુશ હૉટલનો બાર

સદાનંદ અને બૅંક મેનેજર એક ખૂણામાં બેસીને મદિરાપાનની સાથે સાથે કંઈ ચર્ચા-વિચારણા કરી રહ્યા હતા. મદિરાનો બીજો દોર ચાલુ હતો.

'આજકાલ કમ્પ્યૂટરનો ઉપયોગ ખૂબ વધી ગયો છે. એટલે અમારી સ્ટેશનરીની માંગ પણ ઘણી વધી ગઈ છે. પણ બજારમાં સ્પર્ધા ખૂબ છે, એટલે ના છૂટકે અમારે ઓછી કિંમતે વેંચાણ કરવું પડે છે. તેથી ટર્ન-ઓવર તો વધ્યું છે, પણ નફો ઘટી ગયો

છે. અમારા એક સંબંધી કમ્પ્યૂટર એંજિનિયર છે. કમ્પ્યૂટર નિર્માણનો એમને સારો અનુભવ છે. એમણે કમ્પ્યૂટર મેન્યુફેક્ચરીંગ કંપની શરૂ કરવાનો પ્રસ્તાવ મૂક્યો છે. એમનું માનવું છે કે કમ્પ્યૂટર એસેમ્બલિંગ કરીશું તો સારો એવો નફો થશે,'

'તો વિચાર શું કરો છો ? કંપની શરૂ કરી દો.'

મદિરા પોતાનું કામ કરી રહી હતી. બેંક મેનેજર ખૂબ ઉત્સાહમાં આવી ગયા હતા.

'પણ એના માટે મોટી મૂડી જોઈએ. એ માટે મને તમારો સહયોગ જોઈશે. તમે જો લોન મંજૂર કરો તો હું આગળ વધું. બાકી મારા એકલાથી આટલી મોટી મૂડીની વ્યવસ્થા થાય એમ નથી,' સદાનંદે પોતાની યોજના આગળ વધારી.

'અરે તમને લોન ન આપીએ, તો પછી અમારી બેંકોનો હોવાનો શું અર્થ ? તમે તમારી યોજનાનો રિપોર્ટ તૈયાર કરો. હું ચોક્કસ અમારી ઝોનલ ઓફિસમાં તમારી ભલામણ કરીશ,' બેંક મેનેજર બરાબરનો જાળમાં સપડાઈ ગયો હતો.

★ ★★

આપણે કેટલા ખુશકિસ્મત છીએ શ્રુતિ ! કોઈ પણ જાતના અવરોધ વિના આપણો પ્રેમ સફળતાને વર્યો છે. મને તો આ બધું એક સપના જેવું લાગે છે ?

'હા, પવન ! મને પણ માનવામાં જ નથી આવતું. મને લાગે છે કે આ મારું સદ્‌ભાગ્ય છે.

'સદ્‌ભાગ્ય છે, પણ માત્ર તારું નહીં, આપણા બંનેનું. હું તો એજ રાહ જોઉં છું કે આપણા લગ્નનો દિવસ ક્યારે આવશે ? ક્યારે આપણે એક થઈશું ?'

'મારી હાલત પણ તારા જેવી જ છે, પવન. અરે, એ તો કહે, આપણે હનીમુન માટે ઊટી જઈએ તો ?

'ના ભાઈ ના ! સામાન્ય લોકોની જેમ ઊટી શું જવું ? આપણે તો કુલુ–મનાલી જઈશું. પાછા ફરતી વખતે શિમલા અને મસૂરી પણ જતા આવીશું. કાશ્મીરમાં અત્યારે વાતાવરણ ડહોળાયેલું છે, નહીં તો મારી તો દાલ સરોવરના કિનારે શિકારામાં પડાવ નાખવાની ઈચ્છા છે. મેં આપણા હનીમૂન માટે જ તો એલ. ટી. સી. સાચવી રાખ્યું છે.

'ઓહ ! થેન્ક્યુ પવન !' કહીને શ્રુતિ એને વીંટળાઈ ગઈ.

નવવિવાહિત દંપતી કુલુ-મનાલી હનીમૂન માણી આવ્યા. મન ભરીને માણેલા હનીમૂન પછી ઘરસંસારમાં પરોવાઈ ગયા.

★ ★ ★

'અમારી ઝોનલ ઑફિસમાંથી પત્ર આવ્યો છે કે તમારા સ્ટોક અને રિસીવેબલ્સ સિવાય પણ આપની અન્ય કોઈ અચલ સંપત્તિ જામીન તરીકે જોઈશે,' પોતાની કેબિનમાં પ્રવેશેલા સદાનંદને મેનેજરે કહ્યું.

'ઠીક છે. અમારું જે મકાન છે તે જામીન તરીકે મૂકી દઈશું. પણ એ મકાન મારા બાપુજીના નામે છે.'

'કંઈ વાંધો નહીં. તમારી કંપનીમાં તમારા બાપુજી પણ ડાયરેક્ટર છે. તમારા બાપુજીની સંમતિ જોઈશે. ગીરો મૂકવાના દસ્તાવેજ પર તેઓ હસ્તાક્ષર કરી આપશે ને ?' બ્રાન્ચ મેનેજેરે પૂછ્યું.

'મારા બાપુજીનો હું એકનો એક દીકરો છું. મને વિશ્વાસ છે કે, મારા બિઝનેસના વિકાસ માટે તેઓ આટલી મદદ ચોક્કસ કરશે. તમને જે જે ડૉક્યુમેન્ટ જોઈએ છે તે મને કહી દો. બે દિવસમાં હું બધાં ડૉક્યુમેન્ટ લઈ આવીશ.'

'ફ્યૂચરા કમ્પ્યૂટર હાર્ડવેયર પ્રાઈવેટ લિમિટેડ' કંપનીની લોન બેંકે મંજૂર કરી. ધામધૂમથી ફેક્ટરીનું ઉદ્‌ઘાટન પણ થઈ ગયું. ઝોનલ બૅંકના મેનેજરે જાતે રિબિન કાપી. બૅંકના બ્રાન્ચ મેનેજર એ કાર્યક્રમમાં મુખ્ય અતિથિ હતા. સદાનંદે એક મોટી હૉટલમાં બૅંક અધિકારીઓ અને અન્ય કર્મચારીઓ માટે ખાણી-પીણી અને મદિરાપાન સહિતની મિજબાનીનું જોરદાર આયોજન કર્યું હતું. તેના વ્યાપારિક જીવનનો નવો અધ્યાય શરૂ થઈ રહ્યો હતો.

★ ★ ★

પવન અને શ્રુતિના લગ્નજીવનમાં ક્યારેક ક્યારેક ખોટા સૂર છેડાઈ જતા, તેમ છતાં તેમનો ઘરસંસાર એકંદરે ઠીક ઠીક ચાલી રહ્યો હતો. તેમના ઘરે ત્રણ વર્ષના આંતરે એક દિકરા અને એક દીકરીનો જન્મ થયો. ત્યારબાદ તેમણે લાલ ત્રિકોણને અપનાવી લીધું. પવનને નોકરીમાં પદોન્નતિ મળી. તેમનો દીકરો સ્કૂલે જતો થયો હતો.

હવે તેમના જીવનમાં કોઈ વિશેષતા નહોતી રહી. અન્યોની જેમ જ તેમનો પણ એક સામાન્ય પરિવાર હતો.

★ ★★

સદાનંદે શહેરના પ્રમુખ વ્યાપારી તરીકે નામના મેળવી હતી. આસપાસના બીજા શહેરોમાં પણ તેનો ધંધો વિકસ્યો હતો. તેણે કેટલીક નવી શાખાઓ પણ ખોલી હતી. કેટલાક વિક્રેતાઓ પણ નિયુક્ત કર્યા હતા. તે હવે દરરોજ ઑફિસે જતો નહીં. હવે એની જરૂર પણ નહોતી. અઠવાડિયે એકાદ વાર તે ઑફિસે જતો અને ખરીદ-વેંચાણનો હિસાબ જોઈ લેતો. ચેક પર સહી પણ તે ઘરેજ કરતો. બાકી રકમની ઉઘરાણી માટે જરૂર પડે તો એ ફોન કરી દેતો અથવા પોતાના સ્ટાફને મોકલી હતો.

સદાનંદ હવે ઉપનગરમાં પોતાના સ્વતંત્ર બંગલામાં રહેતો હતો. વ્યાપાર-વૃદ્ધિ માટે તેને અવારનવાર પ્રવાસ કરવો પડતો.

હવે તેને બેંકમાં જવાની પણ જરૂર નહોતી. તેના કર્મચારીઓ બિઝનેસ સંભાળી લેતા. બેંકની એ શાખામાં હવે નવા બ્રાન્ચ મેનેજરના આવ્યા હતા. જે જૂના બ્રાન્ચ મેનેજરના ગાઢ મિત્ર હતા. જૂના બ્રાન્ચ મેનેજરની પદોન્નતિ થઈ હતી અને બીજા રાજ્યમાં ટ્રાન્સફર થઈ હતી. નવા મેનેજર સાથે સાધારણ પરિચય સિવાય સદાનંદની કોઈ ખાસ ઘનિષ્ઠતા કેળવાઈ નહોતી. હવે તો સદાનંદની હૈસિયત બેંક મેનેજર કરતાં પણ વધારે હતી. મેનેજર ચાર-પાંચ વાર ફોન કરે ત્યારે માંડ એકાદ પર સદાનંદ લાઇન પર આવતો અને ટૂંકાણમાં જ વાત પતાવી ફોન મૂકી દેતો.

★ ★★

પવનને હવે બે બાળકોની મા બની ચૂકેલી શ્રુતિમાં કોઈ રૂચિ નહોતી રહી. ઑફિસમાં તેનો હોદ્દો વધી ગયો હતો. એની સાથે જ હોટલમાં પાર્ટી આપનારી પાર્ટીઓ પણ વધી હતી. હવે તેને ક્લબમાં જુગાર રમવાની ટેવ પડી ગઈ હતી. દરરોજ રાતનું જમણ તે બહાર જ પતાવતો. રાત્રે બાર વાગ્યા પહેલાં તો તે ક્યારેક જ ઘરે પહોંચતો. આ બધાંથી શ્રુતિ વહુ વ્યથિત થતી. જીવનનૈયા સુખરૂપ ચાલી રહી છે. એવું વિચારીને એણે દીકરાના જન્મ બાદ નોકરી પણ છોડી દીધી હતી. તેથી હવે તે એકદમ

અસહાય હતી. પોતાના પરિવાર પ્રત્યે પવનની બેદરકારી વધી રહી હતી. હવે તો એ અઠવાડિયામાં બે-ત્રણ દિવસ ઘરે પણ આવતો નહીં. એની ઓફિસમાં કામ કરતી સ્ટેનો સાથે એના વધતા સંબંધોની ચર્ચા થવા લાગી હતી.

★★★

પોતાના વ્યાપારના વિસ્તાર પર જ ધ્યાન આપી રહેલો સદાનંદ પોતાના ધંધા પર દેખરેખ રાખી શકતો નહીં. કર્મચારીઓ પર નિયંત્રણ રાખવાવાળું કોઈ હતું નહીં. એટલે હિસાબમાં ભૂલો વધતી ગઈ. બૅંકને વ્યાજ ચૂકવવાનું પણ બાકી રહી ગયું. લોનના હફતા પણ ભરી ન શકાય એવી પરિસ્થિતિ આવી ગઈ. બૅંક મેનેજર તો બરાબરનો ફસાઈ ગયો. ઊચ્ચ સ્તરીય ઑફિસમાં તેમજ ઉપરી અધિકારીઓ સુધી સદાનંદની લાગવગ હતી. આથી જો તે સદાનંદનું જરા પણ અપમાન કરે તો એની નોકરી મુશ્કેલીમાં આવી જાય એમ હતી. માટે જ પોતાના સ્તરપર તે જ્યાં સુધી સદાનંદને ઓવર ડ્રાફ્ટની મંજૂરી આપી શકે તેટલી આપતો રહ્યો.

હળવી ભાષામાં નોટિસ પણ મોકલી. જો મેનેજર એકાઉન્ટ ફ્રી કરી નાખે તો પરિસ્થિતિ વધુ વણસે તેમ હતી. આ જ કારણે તેણે સદાનંદની કંપનીઓની આર્થિક મદદ ચાલુ રાખી. પરંતુ, હાલત સુધરવાને બદલે દિવસે ને દિવસે વધુ બગડી રહી હતી.

હવે, આ બૅંકમાં એનો ખેલ વધુ સમય ચાલશે નહીં, એવું લાગતા સદાનંદે એક બીજી બૅંકમાં ખાતું ખોલાવી લીધું. પોતાનો સ્ટોક અને મશીનોને બીજી જગ્યાએ મૂકી દીધા. પોતાની દુકાન અને કારખાના બંધ કરી દીધાં. પોતાની પત્નીના નામે નવી દુકાન શરૂ કરી. નવી અને મોટી યોજનાની તૈયારીમાં લાગી ગયો. એ યોજના માટે લોન મંજૂર કરાવવા માટે તેણે એક સલાહકારની નિયુક્તિ પણ કરી.

છેવટના પ્રયત્ન તરીકે મેનેજરે એરકન્ડીશન્ડ હૉટલમાં સદાનંદ માટે ખાણી-પીણી અને દારૂની પાર્ટી પણ આપી. એણે સદાનંદને સમજાવ્યું કે બૅંક સાથે તકરાર કરવી યોગ્ય નથી. સદાનંદ મેનેજરની વાતો સાંભળીને માત્ર હા-હા કરતો રહ્યો. મનમાં વિચારવા લાગ્યો કે મારું તો સમાજમાં મોટું નામ છે. બેંક વાળા મારું શું બગાડી લેશે ? લોન સમયે જામીન તરીકે જે સંપત્તિ મૂકી છે તેને વેંચીને તો બૅંકને અડધી રકમ પણ પાછી મળે એમ નથી. બાકીની રકમ તો હું ચૂકવીશ તો જ બૅંકને મળશે ને ?

બૅંકમાં વ્યાપાર અર્થે લીધેલી લોનના પૈસાથી એણે પોતાના સગાસંબંધીઓના

નામે મિલકત ઊભી કરી હતી. જો બૅંકવાળા કેસ કરે તો પણ દસ વર્ષ સુધી કેસને ખેંચી શકાય એમ છે. દસ વર્ષ પછી પણ હું એમ કહી શકીશ કે હું લોન ચૂકવી શકું એમ નથી. આથી બાકીની રકમ હું હપ્તે-હપ્તે પાછી વાળીશ. વ્યાજ તો દૂર, હું મૂડી પણ પાછી આપવાનું ટાળી શકું છું. કોર્ટમાંથી તો હું કંઈ કેટલીયે રાહત મેળવી શકું એમ છું. મારા ઓળખીતા-પાળખીતા કેટલાયે લોકોએ એવું જ કર્યું છે ને ?

સદાનંદના બૅંકે ખાતાઓને 'એનપીએ' (વ્યાજ પણ ન મેળવી શકાય તેવી સંપત્તિ) તરીકે માની લીધા.

★ ★★

'સાંભળો, આવું ક્યાં સુધી ચાલશે ?' ત્રણ-ત્રણ દિવસ બાદ આગલી રાત્રે ઘરે પાછા ફરેલા પવનને સવારે ચા-નાસ્તો આપતી વખતે શ્રુતિએ પૂછ્યું.

'કેમ, હવે શું છે ?'

'શું તમને નથી ખબર શું થયું છે અને શું થઈ રહ્યું છે ? શું આ જ છે આપણું સપનાનું જીવન ?

'હવે આપણાં જીવનમાં કઈ વાતની ખામી છે ? મકાન છે, કાર છે, ઘરમાં બધી જ સુવિધાઓ છે. બીજું શું જોઈએ છે તને ?'

'શું માત્ર આ બધું હોવું પૂરતું છે ? શું તમને મારા પ્રત્યે, આપણાં બાળકો પ્રત્યે જરાય પ્રેમ કે લાગણી છે ? લગ્ન પહેલાં આપણે જે સોગંદ ખાધા હતા, એકમેકને જે વચન આપ્યાં હતાં તેને તથા લગ્ન પછીના આપણા ત્રણ-ચાર વર્ષના સહજીવનને યાદ તો કરો,' શ્રુતિની આંખોમાં આંસુ છલકાઈ ગયા.

'મારી ત્યારે જે હેસિયત હતી અને આજે જે હોદો છે, એમાં તને કોઈ અંતર દેખાતું નથી ? પ્રમોશન મળ્યા પછી મારી જવાબદારી પણ વધી ગઈ છે. હવે મારા કામનો કોઈ નિશ્ચિત સમય નથી રહ્યો. જીવનમાં આગળ વધવું હોય અને પ્રગતિ કરવી હોય તો નિરંતર પરિશ્રમ કરવો જ પડશે. હવે પહેલાની જેમ સાંજે છ વાગે ઘરે પાછા આવવું શક્ય નથી.'

'રાતના બાર-બાર વાગ્યા સુધી તમે ડ્યુટી પર જ હો છો ?'

'એટલે ?'

'મારા મોઢેથી બોલાવવા માંગો છો ?'

'તું શું કહેવા માંગે છે ? હું પુરુષ છું. મારી ઘણી બધી જવાબદારીઓ છે. એ બધાં વિશે તને સ્પષ્ટીકરણ આપવાની મને કોઈ જરૂર નથી. તને કે તારા છોકરાંઓને કોઈ વાતની કમી હોય તો બોલ. બિનજરૂરી વાતો માટે કચકચ નહીં કર,' પવન ઉતાવળા પગલે ઘરની બહાર નીકળી ગયો.

'મારાં છોકરાંઓ ! શું છોકરાંઓ મારી એકલીના છે ? તમારા નથી ?' શ્રુતિ લાચાર બની ઊભી રહી.

★ ★★

બેંકે સદાનંદની કંપની પર કેસ કર્યો. સદાનંદે એક સારો વકીલ રોક્યો. એ સરકારી ક્ષેત્રની બેંક હતી. બેંકના કર્મચારીઓને પોતાનું વેતન અને સુવિધાઓ વધારવા માટે આંદોલન અને હડતાલ કરવામાં જેટલી રૂચિ હતી, તેટલી લોન વસૂલ કરવામાં નહોતી. કેસની તારીખ પર તારીખ પડી રહી હતી અને કેસ ત્યાંનો ત્યાં જ હતો. એક નવી કંપની મોટા પાયે શરૂ થઈ ગઈ હતી, જેમાં સદાનંદના પારિવારિક સભ્યો જ ડાયરેક્ટર હતા. એક બીજી બેંકે એની બહુ મોટી લોન મંજૂર કરી હતી. હવે સદાનંદ એમનો મહત્વપૂર્ણ અને માનવંતો ગ્રાહક હતો. એક નવા ઇતિહાસની શરૂઆત થઈ ગઈ હતી.

★ ★★

પવનના વર્તનમાં કોઈ ફરક નહોતો. પરિસ્થિતિ વધુ વણસી રહી હતી. હવે તો શ્રુતિ અને બાળકોની બિલકુલ પરવા કરતો નહી. બહુ થાય તો અઠવાડિયે એક વાર ઘરે આંટો આવતો, એનાથી વધુ એને કોઈ રસ ન હતો. ઘરમાં શ્રુતિની રોક્કળ અને ડૂસકાં સિવાય એના માટે બીજું શું બાકી વધ્યું હતું ?

એને તો સ્ટેનોના સંગાથમાં સ્વર્ગની અનુભૂતિ થઈ રહી હતી. હવે શ્રુતિથી સહન થતું નહોતું. તે પોતાના બાળકો લઈને પિયર જતી રહી. એનું પિયર જવું પવન માટે તો વરદાન રૂપ સિદ્ધ થયું. તેની મુશ્કેલી દૂર થઈ ગઈ. હવે તો તેને પૂર્ણ સ્વતંત્રતા મળી ગઈ. વગર મહેનતે એની સમસ્યાનું સમાધાન થઈ ગયું. હવે તો તેણે ખુલ્લેઆમ

પોતાના જ ઘરમાં સ્ટેનો સાથે ઘરસંસાર વસાવી લીધો.

શ્રુતિ બહુ ઉદાસ રહેતી હતી. એના બાપુજીથી દીકરીનું દુઃખ ન જોવાયું. એમણે પવનને કોર્ટમાં ઘસેડ્યો. પવન પણ છૂટાછેડા જ ઈચ્છતો હતો. ભરણ-પોષણ માટે થોડી ઘણી રકમ ફેંકવી, એ એના માટે કોઈ મોટી વાત નહોતી. કોર્ટે છૂટાછેડા મંજૂર કરી લીધાં.

હવે, પવન અને શ્રુતિનો સંબંધ ઔપચારિક રીતે પણ તૂટી ગયો હતો. હવે તો પવન અને સ્ટેનોના સંબંધ વગર કોઈ રોકટોકે, આગળ વધી રહ્યો હતો. આ સંબંધ કેટલો ટકશે એ જોવું રહ્યું ?

★ ★★

સમાપન

એક બાજુ કોર્ટમાં કેસ ચાલી રહ્યો હતો, તેમ છતાં બેંકે સદાનંદ સાથે કોર્ટની બહાર વાતચીત શરૂ કરી હતી. સદાનંદે બેંકને જણાવ્યું કે જો બેંક કેસ પાછો ખેંચી લે તો, એ પતાવટ માટે તૈયાર છે. બેંકનું એવું માનવું હતું કે કેસને લાંબો ખેંચીને વકીલના ખીસ્સાં ભરવા કરતાં, સદાનંદને થોડી ઘણી રાહત આપીને બેંકના પૈસા વસૂલ કરી લેવાં સારા. જેથી એ રકમ બીજાને લોન તરીકે આપીને વ્યાજ કમાઈ શકાય. સદાનંદનું ચાલાક દિમાગ એવું વિચારી રહ્યું હતું કે બેંક પાસેથી વધુમાં વધુ છૂટ મેળવવી, થોડી ઘણી રકમ ભરી દેવી. જેથી જામીન તરીકે મૂકેલી સંપત્તિ પણ મુક્ત થઈ જાય અને કોર્ટ કેસને કારણે થયેલી બદનામી પણ મટી જાય. તેણે પોતાની શાખના સહારે, તજવી જ કરીને ચૂકવવાની મૂડી ઉપર પણ છૂટ મેળવી લીધી. થોડા ઘણાં પૈસા અધિકારીઓના ખીસમાં આપવા પડ્યા. કોર્ટમાં સમાધાનપત્ર દાખલ કરવામાં આવ્યું. સમાધાનની શરતો મુજબ સદાનંદે પૈસા ચૂકવી દીધા. એ વાત અલગ છે કે એના માટે પણ એણે બીજી બેંકમાંથી લોન લીધી હતી. છેવટે સદાનંદનો કોર્ટ-કેસમાંથી છૂટકારો થઈ ગયો. જામીન તરીકે મૂકેલી સંપત્તિ પણ મુક્ત થઈ ગઈ.

હવે એ બેંક સાથેના એના સંબંધોનો અંત થઈ ગયો. જોવાનું તો એ છે કે બીજી બેંકો સાથેના એના મધુર સંબંધો ક્યાં સુધી ટકશે ?

બીજી કથાનું સમાપન

જે પત્નીમાં સહિષ્ણુતા અને નિપુણતાના ગુણ હોય, તે પોતાના પતિને કાબૂમાં રાખે છે. આવશ્યકતા અનુસાર પતિને પ્રેમ આપી ખુશ રાખે છે, તો રિસાઈને ઈચ્છિત વસ્તુ પણ મેળવી લે છે. અને ધાર્યું ન થાય તો પોતાની નારાજગી પણ વ્યક્ત કરે છે. જીવનના આ કડવા-મીઠા અનુભવો દ્વારા જ પતિ પત્નીના સંબંધો જીવંત અને મજબૂત બની રહે છે. આપણા દેશની વિવાહ વ્યવસ્થા બહુ મજબૂત છે.

ઘરસંસારમાં ભલે ગમે તેટલા પ્રશ્નો આવે મુશ્કેલી આવે, તેમ છતાં દામ્પત્ય જીવન સુખેદુ:ખે આગળ વધતું રહે છે. બહુ ઓછા એવા દંપતિઓ હોય છે જેઓ દોરડાને એટલું ખેંચે કે તે તૂટી જાય.

બચત, લોન, જમા, ઉધાર-આ બધાંથી યુક્ત બેંકિંગ પર પણ પ્રેમનો આ સિદ્ધાંત લાગુ પડે છે. અહીં પણ સહનશીલતા, કાર્યકુશળતા અને આવડત જરૂરી હોય છે. મેનેજરે સફળતા પ્રાપ્ત કરવી હોય તો આ ગુણો કેળવવા જ રહ્યા. સમય અનુસાર ગુણના ઉપયોગનો વિવેક તેનામાં હોવો જોઈએ. નહીં તો સદાનંદ જેવા 'ગ્રાહકો' અને પવન જેવા 'પતિઓ' દ્વારા ઠગાવાની પૂરી સંભાવના હોય છે.

સામાન્ય રીતે તો પતિઓ સારા હોય છે (દેખાવ તો સારા હોવાનો જ કરે છે) અને પત્નીને વફાદાર પણ હોય છે. તેમ છતાં, અનુકૂળ પરિસ્થિતિ સાંપડે તો પગ લપસી જવાનું પણ જોખમ હોય છે. અને તેથી જ પવન અને સદાનંદ જેવા લોકો જોવા મળે છે.

અંતિમ કથન.

ક્યારેક ક્યારેક નજરે ચડતા પારિવારિક જીવનનું આવું પરિણામ તો તમે જોયું ને ? આ અમારી લગ્ન વ્યવસ્થાની એક બાજુ છે. જે જમા-ઉધાર યુક્ત શુષ્ક એન નીરસ બેંકિંગ વ્યવસ્થા તેમજ જીવંત લગ્નવ્યવસ્થા વચ્ચે વિદ્યમાન છે.

બેંકના કાર્યોને સુગમ બનાવવા માટે અનેક કમ્પ્યૂટર પ્રોગ્રામ ઉપલબ્ધ છે. જરા વિચારો, જો પવન અને સદાનંદ જેવા લોકો સાથે પાર પામવા માટે પણ એકાદો સોફ્ટવેર ઉપલબ્ધ હોય તો ... ? શું તમે આ વિષયમાં કંઈ મદદ કરી શકશો ?

★ ★ ★

શ્રીગણેશ

'સાઠ રૂપિયા આપો, સાહેબ'.

'મીટર મુજબ કેટલા થાય છે ?'

'મીટર પ્રમાણે પચાસ રૂપિયા થયા અને દસ રૂપિયા સામાનના.'

'રેલવે સ્ટેશનથી અહીં સુધીનું ભાડું વીસ રૂપિયાથી વધારે થતું નથી. તો પછી પચાસ રૂપિયા કેવી રીતે થયા ? તમારું મીટર બરાબર નથી કે શું ?

'મીટર બરાબર જ છે. જલદી પૈસા આપી દો. માટે શાળાના બાળકોને મૂકવા જવાનું છે.'

મગજમારીથી બચવા જગને સાઠ રૂપિયા આપી દીધા.

'હવે, પહેલાથી જ સાવધાન રહેવું પડશે,' એણે વિચાર્યું. ઓટો વાળાનું નસીબ સારું હતું. સવાર-સવારમાં સારો ગ્રાહક મળી ગયો.

જગન એટલે કે જગન્નાથ, મુબઈથી હૈદરાબાદ એક્સપ્રેસમાં આવ્યો અને નામપલ્લી સ્ટેશને ઉતર્યો. ઑટો ડ્રાઇવરે જાણે જોતાં વેંત જ પારખી લીધું કે આ ભાઈ હૈદરાબાદમાં નવા આવ્યા છે. એટલે જગનને બરાબરનું હૈદરાબાદ-દર્શન કરાવ્યા પછી તેને 'ઇમલીવન' બસસ્ટેન્ડ પર ઉતારી દીધો. જગનને તો હૈદરાબાદ પહોંચતાવેંત જ ફટકો પડ્યો. એ પૂછપરછ કાઉન્ટર તરફ આગળ વધ્યો.

'ભાઈ, નિર્મલ જતી બસ કેટલા વાગે ઊપડશે ?'

ત્યાં આટલું મોટું બોર્ડ લખીને મૂક્યું છે, જોઈ લો ને ! ભણેલા ગણેલા છો કે અભણ છો ? બધાં અહીં આવીને અમારું જ માથું ખાય છે. બધાંને બધું તૈયાર માલ જોઈએ છે. જાતે થોડી પણ મહેનત કરવા નથી હોતી. કાઉન્ટર પર બેઠા બેઠા આરામથી નાસ્તો કરી રહેલા ક્લર્કે અકળાઈને જવાબ આપ્યો.

જગને વિચાર્યું, લાગે છે કે સવારના પહોરમાં બૈરી સાથે ઝગડીને આવ્યો છે. બૈરીએ ચા-નાસ્તો આપ્યો નહીં હોય !'

'નાસ્તાને જોઈને જગનને પણ ભૂખનો અહેસાસ થયો. ગઈ રાત્રે ટ્રેનમાં એ

સરખું જમ્યો પણ ન હોતો. એ કેન્ટિન તરફ આગળ વધ્યો.

સામે બેસીને નાસ્તો કરી રહેલા એક સજ્જનને તેણે પૂછ્યું,' ભાઈ, નિર્મલ જવા માટે અત્યારે કોઈ બસ મળશે કે ? ક્યા પ્લેટફોર્મ પરથી રવાના થશે ?'

'બરખુદ્દાર આમ તો દર અડધા કલાકે એક બસ ઊપડે છે. પ્લેટફૉર્મ નંબર તો ત્યાં પેલું જે બોર્ડ છે ને, એમાં વાંચો તો ખબર પડી જશે.'

'બાપ રે ! આ મહાશય પણ બોર્ડ વાંચવાની સલાહ આપે છે !'

બોર્ડ તો જગને પણ જોયું હતું. તે બી. કોમના બીજા વર્ષમાં અભ્યાસ કરી રહ્યો હતો. તેમ છતાં તે બોર્ડ વાંચી શકે એમ નહોતો. બોર્ડ તેલુગુમાં હતું ને !

'ક્યાંથી આવો છો, ભાઈ ? નિર્મલમાં તમારા કોઈ સંબંધી રહે છે ?'

આ બંધુ આમને શા માટે જાણવું છે ? જગન મનમાં જે મનમાં જ ચિડાઈ ઉઠ્યો. તેમ છતાં શિષ્ટતાવશ એણે જવાબ આપ્યો, 'જી, આજે સવારે જ મુંબઈથી આવ્યો છું. મારું ગામ નિઝામાબાદ જિલ્લામાં છે. ત્યાં મારી પિતરાઈ બહેનના લગ્ન છે.'

'તારે નિઝામાબાદ જવું છે, તો પછી હૈદરાબાદ શા માટે ઊતર્યો, બેટા ? અને તું જે નિર્મલ ગામની વાત કરે છે એ તો આહિલાબાદ જિલ્લામાં છે ને ?'

'લાગે છે કે આ ભાઈ કોઈ શાળાના નિવૃત્ત શિક્ષક છે. મેં પણ ક્યાં વળી મધપૂડાને છંછેડ્યો ?' જગન અકળાઈ ગયો. એણે વિચાર્યું કે હવે પલાળ્યું છે તો મૂંડાવું તો પડશે જ.

'જી, મુંબઈથી નાંદેડ, નાંદેડથી મુદખેડ અને ત્યાંથી નિઝામાબાદ... આમ ત્રણ ત્રણ ટ્રેન બદલવી પડે છે. ત્યાંથી પાછી અમારા ગામે જવા માટે બે-બે બસ બદલવી પડે છે. રસ્તો ભલે થોડો વધુ લાંબો છે, તેમ છતાં પ્રવાસ સુવિધાજનક રહેશે એવું વિચારીને હૈદરાબાદ આવ્યો છું. મારુ ગામ આમ તો નિઝામાબાદ જિલ્લામાં છે, પણ નિર્મલ જતા રસ્તામાં આવે છે, ચાલો, હું જાઉં, નમસ્તે.' કહેતો જગન જલદી જલદી ચા પીને ત્યાંથી ઊભો થયો. એને મનમાં ડર હતો કે ખબર નહીં વધારે બેસવાથી શું નવી મુસીબત ઊભી થઈ જશે ?

બસ સ્ટેન્ડ પર જેટલા પ્લેટફોર્મ હતા, એ બધા જોઈ વળ્યો. એને તો બધાં

પ્લેટફોર્મ એક સરખા જ લાગ્યા. બધું જ એના માટે અજાણ્યું અને ગૂંચવણ ભર્યું હતું. ત્યાં પણ બધાં બોર્ડ તેલુગુમાં જ લખેલા હતા. બસ પર લગાડેલા બોર્ડ પણ તેલુગુમાં જ હતા.

કોઈને પૂછવું એ પોતાનું જ અપમાન કરાવવા જેવું હતું. પણ અત્યારે બીજો કોઈ ઉપાય જ નહોતો. ગરજ એની હતી.

ધોતી, કુર્તો અને ઉપરણું ધારણ કરેલા એક ભદ્રપુરુષને જગને પૂછ્યું, 'સાંભળો, નિર્મલ જતી બસ ક્યા પ્લેટફોર્મ પર આવશે ?'

એમણે પોતાના ચશ્મા વડે જગનને સારી રીતે જોયો, ચા કાસ્યો. પછી નજીક આવેલા એક પ્લેટફોર્મ તરફ આંગળી ચીંધી.

જગન એ દિશામાં આગળ વધ્યો. દસ મિનિટમાં એ પ્લેટફોર્મ પર બે બસો આવી અને નીકળી ગઈ. પાછી એક બસ એ પ્લેટફોર્મ પર આવી પહોંચી. બસમાંથી ઉતરી રહેલા કંડકટરને જગને પૂછ્યું, 'ભાઈ, આ બસ ક્યાં જશે ?'

'આહિલાબાદ'

જગન પાછો પ્લેટફોર્મ પર આવી ગયો. બીજી પંદર મિનિટ વીતી ગઈ. જગનની ધીરજ ખૂટી રહી હતી. એને પોતાના બાપુજી પર ગુસ્સો આવી રહ્યો હતો. જેમણે એની સાથે પોતાની ટિકિટ પણ બુક કરાવી હતી. પરંતુ છેલ્લી ઘડીએ ટિકિટ કેન્સલ કરાવી નાખી. જગને સમજાવવાના ઘણા પ્રયત્ન કર્યા કે, તે એકલો ગામડે નહીં જાય. પરંતુ મમ્મીએ પણ તેની વાત પર ધ્યાન ન આપ્યું. માટે એને મમ્મી પર પણ ગુસ્સો આવી રહ્યો હતો. લાંબો સમય રાહ જોયા પછી પણ 'નિર્મલ' જતી બસ ન આવી, તેથી તેના દિમાગનો પારો ઉપર જઈ રહ્યો હતો.

'દર અડધા કલાકે એક બસ છે એવું કહે છે. મને તો અહીં આવ્યાને ચાલીસ મિનિટ થઈ ગઈ. પણ નિર્મલ જતી બસ હજુ આવી નહીં. હવે આવશે કે ?' જગને પોતાની પાસે ઊભેલી વ્યક્તિને પૂછ્યું.

'આ શું બોલ્યા, સાહેબ ! અડધા કલાક પહેલા જ ઓલી બાજુના પ્લેટફોર્મ પરથી 'નિર્મલ' જતી બે બસો ગઈ, હમણાં જ અહીંથી 'આદિલાબાદ' ની બસ ગઈને, એના પર પણ લખ્યું હતું કે તે નિર્મલ થઈને જશે ? તમે ન વાંચ્યું ?' એ વ્યક્તિએ જવાબ આપ્યો.

શું જવાબ આપે જગન ? એ તો નીચું મોઢું કરીને ચૂપ ઊભો રહ્યો.

'આ લ્યો ભોઈ, આ તમારી 'નિર્મલ' જતી બસ આવી ગઈ.' જગન ઉતાવળે પગલે બસ તરફ આગળ વધ્યો.

નસીબ જોગે એને બારી પાસે સીટ મળી ગઈ. બસમાં બહુ ભીડ ન હતી. એણે 'મુફ્ફાલ' ની ટિકિટ લીધી અને કંડક્ટરને કહ્યું કે એનું ગામ આવે ત્યારે એને જણાવે.

બસ નગરની સીમાની બહાર નીકળી, મેડચલ થઈને તૂપ્રાન તરફ આગળ વધી રહી હતી.

હર્યાભર્યા ખેતરો, શુદ્ધ હવા... જગનને ખૂબ શાંતિનો અનુભવ થયો નવેમ્બર મહિનો હોવાથી તડકો બહુ આકરા નહોતો. કોંક્રિટના જંગલમાં પરિવર્તિત થઈ ચૂકેલા મુંબઈમાં જન્મેલા, ઉછરે લા જગનને ખેતરના પાક-જંગલ-ઝાડનું લીલુંછમ પરિસર આલ્હાદક અને વાતાવરણ તાજગી ભર્યું લાગી રહ્યું હતું. આની પહેલા એ ક્યારેક ગામે જતો ત્યારે, પરિવારના સભ્યો સાથે ગપ્પા મારવામાં જ મુસાફરી પૂરી થઈ જતી. આ રીતે નવરાશથી પ્રકૃતિના સૌંદર્યને નિહાળવાનો અવસર પહેલા નહોતો મળ્યો. રામાયમપેઠમાં એણે ચા-નાસ્તો કર્યો. કામારેડ્ડીમાં એની બાજુમાં બેઠેલી વ્યક્તિ ઉતરી ગઈ. એના સ્થાને એક ગ્રામીણ સજ્જન આવીને બેઠા.

બસ આર્મૂરની દિશામાં આગળ વધી રહી હતી. જગનની બાજુમાં બેઠેલા સજ્જને દૈનિક સમાચારપત્ર કાઢ્યું. છાપું જોતા જ જગનને આગલા દિવસે ભારત અને શ્રીલંકા વચ્ચે રમાયેલી એક દિવસીય ક્રિકેટ મેચનું પરિણામ જાણવાની ઉત્કંઠા થઈ.

એણે બાજુમાં બેઠેલા સજ્જનને પૂછ્યું તો એમણે રમતગમતના સમાચારવાળું પાનું કાઢીને જગનને આપી દીધું. જગન એમાં છપાયેલા ફોટા જોવા લાગ્યો. સચિન અને અર્જુન રણતુંગાના ફોટા એમાં છપાયા હતા. કોણ મેચ જીત્યું, એ તો સમાચાર વાંચીએ તો જ ખબર પડે. પણ વાંચવું કઈ રીતે ? અત્યારે જગનને પોતાને તેલુગુ નથી આવડતું એ વાત પર ગુસ્સો આવ્યો. સંકોચ છોડીને એણે બાજુમાં બેઠેલા સજ્જનને પૂછી જ લીધું. એમણે જગન તરફ વિચિત્ર નજરે જોયું.

'કપડાં તો ટિપ-ટોપ પહેર્યા છે. પણ તેલુગુ વાંચતા નથી આવડતું. કેવો માણસ છે આ ?' જગનને એ વ્યક્તિની આંખોમાં આવા ભાવો જોવા મળ્યા. એને માત્ર એટલું

જાણવા મળ્યું કે ભારત મેચ જીત્યું છે.

'વેશભૂષા પરથી તો, કોલેજિયન છોકરો જણાય છે. જીન્સ, ટી-શર્ટ, પગમાં જૂતા, આંખો પર ગોગલ્સ પણ છે. નિરક્ષર ભટ્ટાચાર્ય સિંહને જોઈને ગીધ સિંહ બનવાની કોશિશ કરે તો આવું જ થાય. ઘરડાં માણસો એમ જ નથી કહી ગયા કે વિદ્યાહીન મનુષ્ય એક વિચિત્ર પ્રાણી છે.' પાછળ બેઠેલા સજ્જને ધીમા અવાજે સ્વગત બોલેલી આ વાતો જગને સાંભળી.

આ બધી વાતો આ સજ્જન તેના માટે જ બોલી રહ્યા છે, એવું તે સમજી ગયો. તેણે તરત જ વળતો જવાબ આપ્યો, 'સાંભળો, તમને હું પ્રાણી લાગું છું? નિરક્ષર ભટ્ટાચાર્ય છુ? જસ્ટ બિકોઝ આઈ આસ્કડ ફોર સમ ઇન્ફર્મેશન ફ્રોમ ધીસ ગાય, યૂ હેવ નો બિઝનેસ ટૂ ઈન્સલ્ટ મી. ડૂ યૂ નો ધેટ આઈ એમ અ બી. કોમ સ્ટુડન્ડ ઇન બોમ્બે અને હેવ સ્ટડીડ ઈન ઈંગ્લીશ મીડિયમ થ્રૂ આઉટ? આફ્ટર ઑલ યૂ મે નો તેલુગુ બટ માય ઈંગ્લીશ ઈઝ મચ બેટર. (મેં આ વ્યક્તિ પાસે અમુક જાણકારી માંગી, એટલા માત્રથી તમે મારું અપમાન ન કરી શકો. શું તમે જાણો છો કે હું મુંબઈમાં બી. કોમનો વિદ્યાર્થી છું અને મેં મારી શિક્ષા અંગ્રેજી માધ્યમમાં મેળવી છે. તમે તેલુગુ જાણતા હશો, પણ મારું અંગ્રેજી ઘણું સારું છે. માત્ર તેલુગુ વાંચતા નથી આવડતું, એટલે કોઈના માટે પણ આવી વાતો કરવાની?') જગને પોતાનો આક્રોશ ઠાલવ્યો.

'સૉરી માય સન! યોર ઈંગ્લિશ મે બી બેટર ધેન માય તેલુગુ. આઈ એટલીસ્ટ નો માય મધરટંગ. યૂ આર ઓલ્સો અ તેલુગુ યંગ મેન, ડોંટ નો ધેટ. ઇન આંધ્ર, યૂ હેવ ટૂ નો તેલુગુ એન્ડ ટૂ ધેટ એકસ્ટેન્ટ યૂ આર ઈલ્લીટરેટ. (માફ કરજે દીકરા, કદાચ તારું અંગ્રેજી મારા તેલુગુ કરતાં સારું હશે. પણ મને કમસેકમ મારી માતૃભાષા તો આવડે છે. તું પણ તેલુગુ નવયુવાન છે. શું તને ખબર નથી કે આંધ્રપ્રદેશમાં તને તેલુગુ આવડવું ખૂબ જરૂરી છે. અને એ રીતે જોવા જઈએ તો તું નિરક્ષર છે. જવા દે, આવી દલીલોનો હવે શું અર્થ? આમેય તારે જ્યાં ઉતરવાનું છે તે 'મુફ્ફાલ' આવી ગયું. અભણ, ગમાર જણાતા આ સજ્જનનું આવું ફાંકડું અંગ્રેજી સાભંળીને જગન અવાક્ થઈ ગયો. એને વળતો જવાબ આપવાનું મન થયું, પણ ત્યાં સુધીમાં સ્ટેન્ડ આવી ગયું અને બસ ઊભી રહી.

એ સજ્જન તરફ તિરસ્કાર ભરી નજર નાંખીને જગન બસમાંથી નીચે ઉતર્યો.

ઓટો સ્ટેન્ડ તરફ જવા ડગ માંડ્યા. ગુસ્સામાં હતો એટલે ભાડું નક્કી કર્યા વિના જ રીક્ષામાં બેસી ગયો અને રીક્ષ 'નાગમપેઠ' લેવા કહ્યું.

નાગમપેઠમાં દૂરથી જ પોતાના ઘરને જોઈને તેનું મન પુલકિત થઈ ગયું. બસ વાળી ઘટના ભૂલાઈ ગઈ. ઑટો રીક્ષા ઊભી રહી કે તરત જ કાકા, કાકી, અન્ય સંબંધીઓ, તેમના બાળકો તેને ઘેરી વળ્યા.

'બાપુજી ક્યાં ?' કાકાએ પૂછ્યું.

'એમને અગત્યના કામે દિલ્હી જવાનું થયું. ત્યાં કોઈ સેમિનાર છે એવું કંઈ કહેતા હતા. એટલે હું એકલો જ આવ્યો છું.'

કાકાની આંખોમાં નિરાશાના ભાવો ઉપસી આવ્યા. સાથે જ કમ સે કમ જગન તો આવ્યો એ વાતની ખુશી પણ હતી.

સ્નાન આદિથી પરવાર્યા બાદ જમીને જગને આરામ કર્યો. લગ્ન વાળું ઘર હોવાથી ઘરમાં રોનક જણાતી હતી. આખા ઘરમાં રંગરોગાન કરાવ્યું હતું. આંગણામાં મોટો શામિયાણો ઉભો કર્યો હતો. એમાં આંબાના પાનથી સુશોભિત મંડપ હતો. બારણે તોરણ ઝૂલી રહ્યા હતા. સગાસ્નેહીઓ, મહેમાનો અને મિત્રો સાથે ઘર અને આસપાસનું પરિવેશ જીવંત થઈ ઊઠ્યું હતું.

આટલાં બધાં સગાંઓને એક જ સ્થાને મળવાથી જગન ખૂબ ખુશ હતો. જુદા જુદા સંબંધો ધરાવતા સ્નેહીઓ તેને મુન્ના, દીકરા, પોતરો, ભાઈ, છોટૂ એવા જુદા જુદા નામે બોલાવતા હતા. અમુક વ્યક્તિઓ સાથે એનો કોઈ પૂર્વપરિચય ન હતો. તેમ છતાં તે બધાંના પ્રશ્નોના ખૂબ ધીરજ થી જવાબ આપ્યા. એમના હાલચાલ પૂછ્યા. એમની સાથે દિલ ખોલીને વાતો કરી.

અમેરિકા રહેતા કાકા અને એમનો દીકરો ક્રિશ એટલે કે કૃષ્ણ મોહન પણ લગ્નમાં આવ્યા હતા. એમની સાથે લગભગ દસ વર્ષ બાદ મુલાકાત થઈ. ક્રિસ પણ જગનની જ ઉંમરનો હતો. તેનો જન્મ અને ઉછેર અમેરિકામાં જ થયા હતા. તેનો સાથ મળવાથી જગન પણ ખુશ હતો.

લગ્ન વગર કોઈ અડચણે, નિર્વિઘ્ન, ધામધૂમથી સંપન્ન થઈ ગયા. જગન અને ક્રિસ વરના ગામે પણ જઈ આવ્યા. લગ્નની ધાંધલ-ધમાલમાં ચાર દિવસ જાણે ચાર

મિનિટની જેમ પસાર થઈ ગયા.

જગન બીજા દિવસે જ મુંબઈ જવા નીકળવાનો હતો. ચા-નાસ્તો કર્યા બાદ જગન અને ક્રિસ આંગણામાં ખાટલા પર બેઠા હતા. ત્યાં જ પાડોશમાં રહેતા એક માજી ત્યાં આવ્યા અને એક પત્ર વાંચી સંભળાવવા કહ્યું. જગનનો ચહેરો જાણે સફેદ પડી ગયો. ક્રિસ જગનની દુવિધા સમજી ગયો. એણે માજીના હાથમાંથી પત્ર લઈને વાંચી સંભળાવ્યો. જગન તો આશ્ચર્યચક્તિ થઈ ગયો. મુંબઈમાં તો ઘણી બધી તેલુગુ શાળા હોવા છતાં તે તેલુગુ નથી શીખ્યો. તો પછી અમેરિકામાં જન્મેલો, ઉછરેલો ક્રિસ તેલુગુ કઈ રીતે શીખ્યો ? માજીના ગયા પછી એણે ક્રિસને આ વિશે પૂછ્યું. ક્રિસનો જવાબ સાંભળીને જગન આશ્ચર્યચકિત થઈ ગયો.

'અમેરિકી તેલુગુ સમાજ, નોકરીમાંથી નિવૃત્ત થયેલા એક તેલુગુ વિદ્વાનને અમેરિકા બોલાવી તેમને ભોજન અને નિવાસની સુવિધાની સાથે સાથે વેતન આપીને પોતાના બાળકોને પોતાની ભાષા અને સંસ્કૃતિનો પરિચય આપે છે. શનિ-રવિ અને બીજી રજાઓમાં તેલુગુના વર્ગો ચાલે છે.

'જનની જન્મભૂમિશ્ચ સ્વર્ગાદપિ ગરીયસી. માતા અને માતૃભૂમિ સ્વર્ગ કરતાં પણ વિશેષ છે. એજ રીતે માતૃભાષા પણ મહાન છે. માતૃભાષાના માધ્યમથી આપણે આપણા મૂળને જાણી શકીએ છીએ. આપણે ચાહે ગમે તે દેશમાં જઈએ, ગમે તેટલા મોટા પદ પર પહોંચીએ, તો પણ આપણી ભાષા અને વારસાને ભૂલવા ન જોઈએ,' અમેરિકા રહેતા કાકાએ બાળકોને સમજાવતા કહ્યું.

જગનને તેના માતા-પિતાની વાત યાદ આવી ગઈ. તેઓ પણ જગનને આજ સમજાવતા હતાં, પણ તેણે તેમની વાતો પર ધ્યાન આપ્યું નહીં. તેઓ જગનને વેકેશનમાં તેલુગુ વર્ગોમાં જવા પણ કહેતા હતા. પણ તેણે તેમની વાતો એક કાનેથી સાંભળીને બીજા કાને કાઢી નાખી. તેલુગુ બોલતા તો આવડે છે, તો પછી ભાષા શીખીને શું કરવું છે ? એની કોઈ જરૂર નથી પડવાની, એવું જગન વિચારતો હતો. હા, કદાચ નોકરી માટે તેલુગુની જરૂર ન પડે પણ સામાજિક રીતે તેની ચોક્કસ આવશ્યકતા છે જ ગમે તેટલું સારું અંગ્રેજી જાણતા હો, બીજી ગમે તેટલી ભાષા જાણતા હો, પણ પોતાની માતૃભાષાનો તો પ્રભાવ જ જુદો હોય છે, પોતાની ભાષામાં જ પોતાની આત્મા ઝીલાય છે. માતૃભાષામાં જે આત્મીયતા છે, પોતાપણું છે તે બીજી ભાષાઓમાં નથી.

પોતાના આ વખતના પ્રવાસમાં જગનને પોતાની ભાષા અને સંસ્કૃતિનું મહત્વ સારી રીતે સમજાઈ ગયું હતું. જગને તેલુગુ શીખવાનો નિર્ણય કરી લીધો. જગને સંકલ્પ કર્યો કે તેલુગુ લખતા વાંચતા શીખશે અને પોતાના ઘરમાં રહેલા પુસ્તકો વાંચીને, તેમાં રહેલું અપાર જ્ઞાન આત્મસાત કરશે. એ દિવસે સાંજે જ એ મુફ્ફાલ ગયો અને તેલુગુ શીખવા માટે ઉપયોગી પાઠ્યપુસ્તકો અને અભ્યાસ પુસ્તિકાઓ ખરીદી લાવ્યો.

બી.કોમના વિદ્યાર્થી જગને મોટા કાકા પાસે 'અ-આ' લખાવીને તેલુગુ વર્ણમાળા શીખવાના શ્રીગણેશ કર્યા.

બીજા દિવસની સવારે...

સૂર્યના કોમળ કિરણો ધીમેધીમે ચારે બાજુ રેલાઈ રહ્યા હતા. આખું ગામ ઊઠી ગયું હતું.

જગન મુંબઈ જવા રવાના થયો. તે હવે પ્રકાશને જોઈ રહ્યો હતો. બીજી વાર જ્યારે તે ગામડે આવશે, ત્યારે તેના હાથમાં તેલુગુની કોઈક પત્રિકા જરૂર હશે.

મોડે મોડા પણ જગનને સત્યનું ભાન થયું. કંઈ વાંધો નહીં, જાગ્યા ત્યારથી સવાર...!

www.ingramcontent.com/pod-product-compliance
Lightning Source LLC
LaVergne TN
LVHW100252051026
849517LV00006B/2070
* 9 7 8 9 3 9 4 0 5 9 2 5 2 *